THĂNG HOA
CUỘC ĐỜI

THĂNG HOA CUỘC ĐỜI - TẬP 1
NHƯ NINH NGUYỄN HỒNG DŨNG

NHƯ NINH NGUYỄN HỒNG DŨNG

THĂNG HOA CUỘC ĐỜI

TẬP 1

NHÀ XUẤT BẢN LIÊN PHẬT HỘI
UNITED BUDDHIST PUBLISHER (UBP)

NỘI DUNG

Lời Giới Thiệu

Chúng tôi rất vui khi đọc được những trang "Thăng Hoa Cuộc Đời" trên Việt Nam Nhật Báo và hôm nay tác giả Như Ninh Nguyễn Hồng Dũng đã gom lại và ấn hành thành tác phẩm giáo dục hầu mang đến quý độc giả một ấn bản chắt lọc kinh nghiệm sống qua từng phẩm chất của con người để điểm xuyết thêm cho cuộc đời được thăng hoa.

Cựu Tổng thống Nam Phi, Nelson Mandela từng nói: *"Giáo dục là vũ khí mạnh nhất mà người ta có thể sử dụng để thay đổi cả thế giới tốt đẹp hơn."* Đúng vậy, từ một quốc gia nghèo nàn và lạc hậu, ông đã vận dụng nền giáo dục với niềm tin vào sức mạnh dân tộc để thay đổi một Nam Phi từ sỏi đá thành kim cương và truyền cảm hứng cho nhiều thế hệ khắp châu lục.

Dĩ nhiên sức mạnh giáo dục được đúc kết từ chính quá trình trưởng thành với năng lực của bản thân và sự tinh tấn học hỏi từng cái hay, cái đẹp giữa cuộc đời với sự khiêm cung và cầu tiến, chứ không mang tính cách của mầm mống tự tôn, cao ngạo và ngã mạn. Chúng ta biết rằng, những thứ đang kìm hãm cả dân tộc Việt Nam không phải là thiếu tài nguyên, năng lực, mà là thiếu cơ hội và tự do. Thăng Hoa Cuộc Đời khuyến khích nền giáo dục nhân bản như một động cơ phát triển cá nhân. Nhờ giáo dục, em bé gái ở khu ổ chuột có thể trở thành một khoa học gia bay vào vũ trụ hay đứa con trai một chị lao công có thể trở thành Đề đốc của Hạm đội Hải Quân Hoa Kỳ tung hoành trên biển Đông. Sở dĩ có được kết quả như vậy là do những gì cá nhân đó phấn đấu nỗ lực chứ không phải được ban phát, đặc ân từ một Đảng phái, phe nhóm hay thế lực cầm quyền.

Những bài viết của Tác giả chú trọng đến nghệ thuật xoay chuyển con người đầy nhân bản, đạo đức, thành tín, khai phóng và hiểu biết. Tác giả đã bao phen trăn trở vì đất nước Việt Nam hiện tại đang bị siết chặt trong giáo điều, độc tôn, một chiều, cản trở xu hướng tuổi trẻ phát triển kỹ năng cần thiết đặng sáng tạo nhiều lãnh vực phục vụ dân sinh trong thế kỷ 21, vì vậy mà Thăng Hoa Cuộc Đời khuyến khích tầng lớp thanh thiếu niên quốc nội nên tiếp cận nhiều lĩnh vực để có cơ hội khám phá tiềm năng tự thân, từ đó thế hệ thanh niên này sẽ định hướng tương lai cho quê hương vươn lên tầm cao thế kỷ.

Xin hân hạnh giới thiệu tác phẩm Thăng Hoa Cuộc Đời của Tiến Sĩ Như Ninh Nguyễn Hồng Dũng đến quý độc giả, hy vọng phần nào hướng bạn đọc đi về phía mặt trời, là nơi sáng cho tình thương phát khởi, đặc biệt tuổi trẻ Việt Nam có nhiều cơ hội bước trên con đường tương lai bằng cánh cửa tự do rộng mở.

Prof. Lê Đình Cai, PhD

ĐÔI LỜI CÙNG ĐỘC GIẢ

Thăng Hoa Cuộc Đời đã khởi đăng hằng tuần trên Việt Nam Nhật Báo từ năm 2023 với nhiều chủ đề xoay quanh cuộc sống đời thường. Căn cứ vào việc làm thường nhật lặp đi lặp lại thành thói quen và trở thành nghiệp duyên của chính mình, nên những bài viết trong tập sách nhỏ này phản ánh phần nào tâm tư ấy. Nguồn gốc "nghiệp" suy cho tận cùng cũng vì tham ái. Dù nhìn ở góc độ nào cũng do tâm phát khởi, bởi chính mình tự biến ra, mình đã khởi ý tạo tác nên hành động, biểu hiện qua thân, khẩu và ý. Một khi hành động phát khởi ắt có phản ứng của nó kèm theo. Nghĩa là có nhân, có duyên tất phải có quả. Thăng hoa cuộc đời duyên vào sự xấu, tốt, vui, khổ, thiện ác mà mình nhận chịu bây giờ chính là do kết quả của chính tự thân tạo ra trong quá khứ. Cũng vậy, muốn mình sáng suốt, thanh tịnh, nhiễm ô, cao thượng hay thấp hèn ở ngày mai đều tự mình gầy dựng từ bây giờ và ở đây.

Từ những suy tư thật sự về nghiệp báo nên chúng ta có thể xác tín rằng, vận mệnh như vui buồn, xấu tốt, trí ngu là do chính tác nhân của mình tạo nên, dĩ nhiên cái duyên ngoại cảnh chỉ là lực tương tác, nhưng thiếu yếu tố đó cũng không đi đến kết quả sau cùng, cho nên mình là chủ nhân, là thượng đế của chính mình vậy.

Thăng hoa cuộc đời vận hành để tự thân có khả năng thấy, biết, chế ngự và thay đổi vận mệnh của mình bằng cách nắm rõ quy luật nghiệp báo hầu thay đổi vận mệnh. Đạo đức của mỗi người tùy thuộc vào mức độ hiểu biết thiện quả cùng sự nỗ lực làm chủ quy luật nghiệp báo, do vậy mà cải thiện xã hội không gì tốt hơn là thăng hoa gốc nghiệp nơi tự thân mỗi chúng ta.

Cuộc đời này như một mớ hỗn độn cát đá vật liệu tứ bề mà tự mình biết nhào nặn nên hình hài, sản phẩm có ích cho tha nhân hay đạn bom súng ống đều từ đôi bàn tay và khối óc của mình. Nếu như không kiến tạo gì cả có lẽ con người vẫn tiếp tục đào hang mà sống, chính nhờ sự vận hành đầy gian nan của con người mà thế giới đã có những kỳ công hùng vĩ, tươi đẹp muôn phần. Tùy vào sự kiến tạo vun đắp mà những thứ bề bộn kia đã trở thành những kỳ hoa dị thảo, nhưng cũng như vậy mà ngược lại thì sản sinh bao nhiêu phiền toái, hận thù và chiến tranh. Thăng Hoa Cuộc Đời muốn khẳng định và đề cao vai trò tự quyết của từng cá nhân đối với cuộc sống tự thân chính mình, từ nơi thái độ và năng lực sống sẽ làm nên giá trị tuyệt vời, tăng thêm ý nghĩa trong đời sống vật chất lẫn tinh thần.

Người xưa thường nói: *“Chớ để cuộc sống trôi tuột qua kẽ tay vì mải đắm mình trong quá khứ hoặc mơ mộng ảo tưởng về tương lai. Hãy tận hưởng cuộc sống trong mỗi khoảnh khắc, ta sẽ cảm thấy từng ngày trôi qua thật trọn vẹn.”* Nếu cứ ngồi đó mà than phiền, trách móc cuộc đời mà không hề có những phương hướng nhất định để tu sửa vận mệnh, chắc rằng cuộc sống này sẽ trở nên tàn khốc, nhàm chán biết dường nào? Đời sống bao bọc bởi nhiều sự khó khăn trắc trở, giông bão và thiên tai; giá như mình buông xuôi và phó mặc cho vận mệnh thì cuộc đời sẽ nhấn chìm mình bất cứ lúc nào. Vì thế mà nỗ lực tinh cần vượt thắng thì cuộc sống sẽ luôn diễm kiều và đáng yêu biết là dường nào. Hãy tự chủ động trang bị kiến thức, rèn luyện cách sống đạo đức, có lý tưởng thì dù mình đối mặt với những sóng gió biến động mà lòng thênh thang không hề dao động.

Văn hào Nga Lev Nikolayevich Tolstoy từng nói: "-Bạn đừng nên chờ đợi những quà tặng bất ngờ của cuộc sống mà hãy tự mình làm nên cuộc sống". Tôi tâm đắc với Tolstoy vì rằng: "Cám ơn đời mỗi sáng mai thức dậy, ta có thêm ngày mới để yêu thương" bởi động cơ từ bi ấy là năng lực tạo dựng cuộc đời hạnh phúc. Hãy đứng thẳng lên tự mình làm hết sức để kiến tạo ra may mắn, những món quà ý nghĩa bằng công sức, sự quyết tâm cùng niềm say mê không ngừng nghỉ nơi chính mình. Thăng Hoa Cuộc Đời đồng hành cùng mỗi cá nhân tích cực, không câu nệ tiến bước vào đời với lòng dũng cảm, tự tin, thành thật và tâm thức hoan hỷ luôn mong được sẻ chia cho tình thương lan tỏa khắp nơi.

San Jose Tháng Vesak năm 2024

Như Ninh Nguyễn Hồng Dũng

Cờ Vàng

Tiếng chim hót trên cây sồi buổi sáng tinh mơ là những âm thanh lảnh lót tuyệt vời, tích cực và thú vị. Tôi có thói quen ngủ rất muộn nhưng lại dậy sớm. Đồng hồ điểm năm giờ, tôi đưa tay xoa mặt, lắc cổ, co chân chừng mươi phút rồi mới ngồi dậy uống một ly nước ấm pha chút chanh và làm vệ sinh thân thể. Năm giờ ba mươi phút, tiếng chim càng rộn ràng, trời cũng hừng sáng vào tiết xuân tháng ba, tôi bắt đầu ngày mới với vài mươi phút thiền tọa, tụng kinh lễ sám và chuẩn bị chương trình cho những tiết dạy trong ngày.

Thật là hạnh phúc, tôi thầm nghĩ, vì mỗi ngày trôi qua là một trải nghiệm đầy thử thách nhưng rồi cũng vượt qua. Dù nắng hay mưa tôi đều lái xe đến trường, hơn một tiếng đồng hồ là quãng thời gian tôi thưởng thức âm nhạc, nghe pháp thoại, giảng kinh hay những câu chuyện được thu âm, tin tức đó đây... Do vậy mà đoạn đường dù kẹt xe cũng là một cơ hội cho tôi học hỏi, hiểu biết thêm về thế giới quanh mình.

Tôi giảng dạy tại trường California State University, Hayward từ năm 2002, sau này đổi tên thành California State University, East Bay vì nhu cầu địa dư vùng vịnh Đông rộng hơn thành phố Hayward. Trường tọa lạc trên đồi cao với khuôn viên rộng, nhiều bóng cây xanh và các tòa nhà lớn bao bọc làm nơi giảng dạy cho sinh viên bậc Đại học và Cao học. Đi từ Freeway 680 hướng về phía đông dễ dàng nhận ra một tòa nhà mười tầng sừng sững như một tháp canh. Nơi này là trụ sở hành chánh, an ninh, thông tin cũng như các văn phòng của những khoa trưởng và giáo sư. Trong suốt thời gian tôi làm việc tại đây thì ngôi trường được tạp chí Princeton Review bầu chọn là trường Đại học tốt nhất miền

Tây (Best in the West), cũng là một niềm vui khi mình được đóng góp chút công sức giáo dục cho thế hệ đàn em mai sau.

Số ghi danh theo học trường này có khi lên đến 17.000 sinh viên, gồm nhiều chủng tộc như Hispanic 38%, Á Châu 22%, Mỹ trắng 14%, Mỹ đen 10%, phần còn lại ước lượng đến 16% là tổng hợp từ các quốc gia khác nhau. Trong số sinh viên Á châu khoảng 3.740 em thì Việt Nam chiếm chừng 25%, đồng nghĩa với 935 em. Số còn lại là Trung Hoa đại lục, Đài Loan, Đại Hàn, Nhật Bản, Ấn Độ, Pakistance và Sri Lanka.

Trong số 935 sinh viên Việt Nam tại trường thì Hội sinh viên Việt Nam CSU Hayward được thành lập với hầu hết là các em người Mỹ gốc Việt, sinh ra tại Hoa Kỳ hoặc theo cha mẹ định cư qua các chương trình HO, ODP v.v... Tuy nhiên, cũng trong số sinh viên đó có gần 100 em là du học sinh đến từ Việt Nam, tự túc hoặc có học bổng. Các em cũng tổ chức một Nhóm sinh viên CSU Hayward không công khai, trong tinh thần tương thân tương ái.

Tôi được mời làm Giáo sư Cố vấn cho Hội Sinh viên CSU Hayward do Helena Hoàng làm Hội trưởng và Nguyên Minh làm Hội phó. Hội có những công tác thực tế như tham gia hội tết cổ truyền dân tộc, vận động người thân và bạn bè ghi tên vào thỉnh nguyện thư gởi đến Bộ Ngoại Giao Hoa Kỳ yêu cầu nhân quyền cho Việt Nam, hoặc quyên góp phẩm vật cứu trợ thiên tai đó đây. Dĩ nhiên, cùng học trong một môi trường nên nhóm du học sinh từ Việt Nam cũng được thông tin về các công tác trên, mặc dù các em không trực tiếp tham gia. Việc làm tốt đẹp đó cũng dễ ảnh hưởng lên nhau, về sau nhóm du học sinh cũng hăng hái tham gia những công tác cộng đồng, chung tay, cởi mở và chia sẻ những buổi hội thảo mang tính văn hóa lịch sử hết sức khách quan.

Có lần, hai nhóm sinh viên tranh cãi nhau về lá cờ vàng mà Hội Sinh Viên CSU Hayward chào kính, nhân cơ hội đó tôi đã tổ chức một cuộc gặp gỡ giữa hai nhóm sinh viên tại cafeteria của trường để giải thích. Sau khi các em chia nhau ngồi kín các bàn dài, tôi lắng nghe các em bày tỏ cái biết của mình. Thì ra, cả hai nhóm đều hiểu biết theo cách riêng qua kiến thức lệch lạc, xuyên qua nền giáo dục mà các em đã hơn một lần phải học.

Sau đó, tôi chân thành giải thích với các em, rằng lá cờ nền vàng ba sọc đỏ không phải mới tạo ra từ thời Đệ nhất Cộng Hòa của Việt Nam. Đây là lá cờ mang tính lịch sử, là truyền thống kế thừa, vì màu vàng là màu da của dân tộc Việt Nam, và ba sọc màu đỏ là tượng trưng cho máu huyết của dân Việt ba miền Bắc Trung Nam. Nếu nói theo âm dương ngũ hành thì màu vàng là hành thổ chính giữa, tức đất đai quốc gia; màu đỏ là hành hỏa ở phương Nam, biểu tượng cho dân tộc ta hùng cứ trời Nam.

Theo dòng lịch sử thì khoảng năm 248, Bà Triệu Thị Trinh (thường gọi là Bà Triệu) đã từng *"phất ngọn cờ vàng"* đánh đuổi quân Đông Ngô (Trung quốc) đang cai trị nước ta. Bà Triệu mặc áo giáp vàng, đi guốc ngà, cài trâm vàng, cưỡi voi trắng một ngà và dựng cờ vàng khởi nghĩa, được nghĩa quân tôn xưng là *Nhụy Kiều Tướng quân*. Sách *Đại Nam Quốc sử diễn ca*, một tác phẩm văn vần bằng chữ Nôm ghi lại lịch sử nước ta, viết về Bà Triệu có những câu sau:

Cửu Chân có ả Triệu Kiều,
Vú dài ba thước, tài kiêu muôn người.
Gặp cơn thảo muội cơ trời,
Đem thân bồ liễu theo loài bồng tang.
Đầu voi phất ngọn cờ vàng,
Sơn thôn mấy cõi chiến tràng xông pha...

Đến thời nhà Nguyễn, triều đình thêm vào hai sọc đỏ; rồi đến năm 1945, dưới chính phủ của Thủ Tướng Trần Trọng Kim thì một vạch đỏ đứt đoạn ở giữa được chen vào giống hình quẻ Ly (☲) trong bát quái, vì quẻ ly thuộc phương nam. Khi Quốc trưởng Bảo Đại về nước năm 1948, ông cho nối lại hai đoạn ở giữa thành ba sọc đỏ như hình quẻ Càn (☰) là trời, tức là trời Nam Việt.

Kể từ thời Bà Triệu như được ghi nhận trong lịch sử, lá cờ nguyên bản màu vàng vẫn tiếp nối liên tục như dòng lịch sử quốc gia trao truyền, vì vậy mà lá cờ này đã được hun đúc bằng khí thiêng của đất trời và tinh thần quật khởi của tổ tiên truyền thụ trong lòng dân tộc suốt hơn hai ngàn năm văn hiến. Do đó, các em phải hiểu rằng, lá cờ vàng là linh hồn của dân tộc, là hồn thiêng sông núi suốt mấy ngàn năm, tượng trưng cho ý chí kiêu hùng và tinh thần bất khuất của nòi giống Rồng Tiên. Lá cờ này là biểu tượng của một dân tộc yêu chuộng hòa bình, đoàn kết ba miền để bảo vệ đất nước không cho ngoại bang xâm phạm. Chúng ta cần tự hào vì cờ vàng là di sản quốc gia, nó không thuộc về chế độ nào, lại càng không đại diện cho riêng một thể chế chính trị, đảng phái hay chính phủ nào, mà là biểu tượng của toàn dân Việt Nam. Vì thế mà bất cứ chính phủ hay chế độ chính trị nào hợp với với lòng dân, không phản bội dân tộc, không lừa mị dân, thì chế độ hay chính phủ đó xứng đáng được quyền chào kính và tôn thờ biểu tượng thiêng liêng ấy. Chính vì lẽ đó, một số ít các em chưa hiểu rõ nên phát biểu theo kiểu "lá cờ ba que". Các em phải biết "ôn cố tri tân", phải biết rằng kính trọng tiền nhân tức là trân trọng chính mình, phải nói lời nghiêm túc và có hiểu biết, chứ không nên học đòi kiểu cao ngạo hại người, hại mình.

Sau buổi trò chuyện thân tình đó, suốt nhiều mùa học tiếp theo dường như không còn chuyện hai nhóm sinh viên mâu thuẫn nhau về lá cờ vàng thiêng liêng của tổ quốc.

Sống Đẹp

Tiểu bang California bị hạn hán suốt bốn năm qua, sau đại dịch Covid 19 tạm kết thúc vào tháng hai năm 2023 thì Tiểu bang Vàng bắt đầu hứng chịu những đợt mưa nặng hạt, tuyết trắng, mưa đá, kèm theo những trận bão hãi hùng, khiến cho Thống đốc Gavin Newsom phải tuyên bố tình trạng khẩn cấp thiên tai. Những cơn bão mùa đông dữ dội đang ập đến nên Thống đốc huy động Lực Lượng Vệ Binh Quốc Gia để ứng phó thảm họa.

Tin thời tiết cho biết, mưa lớn tại các khu vực phía Bắc cũng như tình trạng lũ lụt có thể xảy ra ở miền Nam California. Mặt đất đã bị bão hòa từ lượng mưa mấy tháng trước đây nên không thẩm thấu kịp, là nguyên nhân mưa lụt khắp vùng khiến nhiều trường hợp tử vong, trong đó thiệt mạng do cây đổ cũng được báo cáo khá cao. Miền Bắc California hứng chịu nhiều cơn gió mạnh, tốc độ lên đến 60 dặm một giờ, vì vậy mà Thống Đốc California đang huy động lực lượng cấp cứu để giữ an toàn cho người dân trước tác động của cơn bão. Việc ông Gavin Newsom tuyên bố tình trạng khẩn cấp sẽ cho phép tiểu bang phản ứng nhanh chóng khi cơn bão tới và hỗ trợ hữu hiệu giới chức địa phương trong việc ứng phó với thiên tai.

Dù thời tiết khá ướt át, nhưng lễ chào cờ mỗi sáng thứ bảy đầu tháng tại Vườn truyền thống Việt do Ủy Ban Sinh Hoạt Cộng Đồng bắc California phối hợp với Liên Đoàn Hướng Đạo Diên Hồng tổ chức vẫn luôn tiến hành đều đặn. Kỳ chào cờ tháng ba này lại rơi vào ngày giỗ Nhị Vị Trưng Nữ Vương, do vậy mà lễ đài với bàn thờ uy nghiêm, chiêng trống, hương hoa nghi ngút để con cháu tưởng niệm ghi nhớ những chiến công hiển hách, chống giặc ngoại xâm giữ gìn bờ cõi của Hai Bà.

Quả thật, Hai Bà Trưng đã dấy binh khởi nghĩa đánh đuổi quân Nam Hán, giành lấy chủ quyền quốc gia dân tộc, gây dựng nền độc lập nước nhà vào năm 40 sau công nguyên. Nhiều học giả Tây phương nghiên cứu về sự nghiệp và công đức Hai Bà đã tôn vinh Trưng Nữ Vương là những người phụ nữ đầu tiên trên thế giới đã đứng lên đánh đuổi giặc xâm lăng. Hai Bà đuổi giặc phương Bắc, giành chủ quyền tự do độc lập cho nước Việt. Đặc biệt, Bà Trưng Trắc là người phụ nữ đầu tiên xưng vương ở nước ta như một quốc gia có chủ quyền, dù chỉ tồn tại trong thời gian ba năm ngắn ngủi.

Tôi được ban Tổ chức phân công soạn và đọc văn tế cảm niệm ơn đức tiền nhân, có Thị trưởng San Jose Matt Mahan, có Giám sát viên Quận hạt Santa Clara Otto Lee và Cindy Chavez, có đại diện Thượng nghị sĩ Dave Cortese cấp tiểu bang, đại diện Dân biểu Ro Khanna cấp liên bang và nhiều đồng hương Việt Nam tham dự.

Điều may mắn là buổi lễ diễn ra trong không khí se lạnh nhưng không có giọt mưa nào, dù rằng dự báo thời tiết mưa bão lên đến 90%. Bác Nguyễn Ngạc, lão niên gần chín mươi tuổi, là người năng nổ nhất, tự nguyện treo cờ, kết hoa và trang trí bàn thờ uy nghiêm mỗi khi có ngày lễ cổ truyền dân tộc. Bác đốt hương khấn vái tứ phương, xin cho buổi lễ thành tựu viên mãn. *Hữu nguyện tất thành*, mọi người tham dự vui vẻ, không cần sử dụng áo mưa, mặc dù Ban tổ chức đã dự phòng mua sẵn mấy trăm chiếc.

***

Nhiều người cho rằng ngày hăm ba tháng ba năm hăm ba (23-3-2023) là ngày có con số đẹp, vậy mà bản tin từ Sở cảnh sát giao thông Maryland ghi nhận một vụ tai nạn chết người do hai chiếc xe đổi hướng đâm vào nhau, sáu người công nhân đang làm việc bị tử vong tại hiện trường, trên con đường Baltimore Beltway thuộc thành phố Woodlawn, tiểu bang Maryland. Một trong sáu nạn nhân có sinh nhật đúng vào ngày này, tuổi đời vừa tròn 24, hy vọng tối hôm đó có một bữa tiệc sinh nhật nồng ấm với gia đình. Nào ngờ cuộc đời vô thường chẳng biết được ngày mai, không chờ được đến giây phút ước mong mà đã mạng vong.

Cuộc sống luôn chứa đựng những điều bất ngờ không lường được. Đời người trăm năm nhưng ai đoan chắc được trọn tháng vẹn ngày, bỗng chốc tan theo mây khói. Do đó, trong dân gian thường truyền cho nhau những kinh nghiệm sống đừng bao giờ chờ đợi.

- Thứ nhất: Nghèo khó không thể đợi, bởi vì thời gian lâu rồi sẽ chết vì đói.
- Thứ hai: Sức khỏe không thể đợi, bởi vì thân thể một khi suy kiệt rồi, hết thảy mọi thứ đều vô nghĩa.
- Thứ ba: Giáo dục không thể đợi, bởi vì cây non mà cong quẹo thì khi trưởng thành rất khó để uốn nắn.
- Thứ tư: Hiếu kính không thể đợi, bởi vì cha mẹ mất rồi, muốn hiếu kính cũng chẳng còn cơ hội nữa.
- Thứ năm: Thanh xuân không thể đợi, bởi thời gian trôi qua, có nhiều tiền cũng không mua lại được tuổi trẻ.

Vậy mà, trong cuộc sống hôm nay, nhiều thanh niên tiêu pha thời gian vô bổ quá. Có những sinh viên sau giờ tan học thì tìm nơi thanh vắng ngồi xem tiktok hàng ba bốn giờ liền, trong khi những bài ôn tập lại không màng ngó tới! Có những cuộc nhậu nhẹt say sưa, đàn hát sáng đêm trong khi bao việc cần làm thì khất rày khất mai.

Ai biết tận dụng thời gian, làm những việc ý nghĩa, tu thân, học tập để thăng hoa cuộc đời thì dễ thành công trong thế gian. Bởi vì thời gian chính là sinh mạng, quý trọng thời gian là trân trọng nhân cách của chính mình. Vốn thời gian rất giới hạn, mỗi người đều bình đẳng trong một ngày đêm hai mươi bốn giờ, cho nên đừng chờ đợi sung rụng mà hãy đứng dậy bước tới trên đôi chân của mình, kiến tạo cho chính mình một tương lai sáng tươi, phục vụ tha nhân bằng yêu thương, cần mẫn và quan tâm nhau hơn.

Trong Luận tạng Phật giáo, các hiền giả đã luôn cảnh tỉnh thế nhân:

- Đừng đợi đến khi có thật nhiều tiền rồi mới chia sẻ.
- Đừng đợi đến khi có thật nhiều thời gian rồi mới bắt đầu làm việc.
- Đừng đợi đến khi đau bệnh rồi mới quý trọng sức khỏe.
- Đừng đợi đến khi con cái hư hỏng rồi mới dạy dỗ.
- Đừng đợi đến khi cha mẹ không còn rồi mới hối hận khóc thương.
- Đừng đợi đến khi gia đình tan nát rồi mới biết trân trọng hạnh phúc đang có.
- Đừng đợi đến khi về già rồi mới sám hối những sai lầm
- Đừng đợi đến khi đứng trước cánh cửa sinh tử rồi mới ân hận vì những điều sai trái mình phạm phải trước đây rồi mới nghĩ: “Giá mà ta biết trước thì...”

Cho nên khi tuổi đời mới vừa mười tám đôi mươi, chúng ta thường hay cao ngạo cho rằng những người lớn tuổi quá cổ lỗ sĩ, đến lúc trưởng thành thực sự mới thấy mình ngây ngô, thiển cận. Do vậy mà học gì cũng không bằng học về nhân cách, bằng gì cũng thua bằng lòng.

Con người là chủ thể của xã hội xuyên qua nhiều sự giao tế tương quan lẫn nhau với ý thức, lời nói và hành động, nên vấn đề nhân cách không thể lơ là, chểnh mảng. Có người nhiều bè bạn khắp nơi, có kẻ cô đơn âm thầm trên gác trọ; nhiều người náo động vui vẻ tự tin nhưng cũng không thiếu những khuôn mặt sầu bi trầm cảm; nhân cách mỗi người khác nhau như từng nhãn hiệu cầu chứng cho riêng mình nhưng tất cả đều biểu hiện qua hành động, lời nói và việc làm nhất là diễn đạt qua gương mặt. Ông cha ta đã nói là "gương mặt", chữ gương là phản ánh đúng những gì trong tâm đang vận hành.

Để sinh tồn và phát triển, đời sống con người gắn kết với việc làm và ngôn ngữ hầu truyền đạt thông tin trong cộng đồng nên bản tính đặc thù hình thành từ chuỗi ngày làm việc, học hành, hoàn cảnh giao tế, tạo ra nghiệp duyên cá biệt từng người nên không ai giống nhau về tâm sinh lý, nhận thức và cung cách ứng xử. Các yếu tố vừa kể kết hợp trong môi trường cuộc sống và những zen di truyền từ huyết thống tạo thành nhân cách. Biết được như vậy thì ta phải rèn luyện nhân cách sao cho thăng hoa cuộc đời, bớt đi phiền não, chuỗi ngày gộp lại biến thành hòa ái, an khang. Sự giao tiếp trong xã hội là điều không thể tránh khỏi, nên các chuẩn mực đạo đức, giá trị nhân văn, suy tư và hành động của mình phải phù hợp với lẽ sống, góp phần xiển dương cái đẹp cho cộng đồng xã hội.

Cây nghiêng bên nào thì khi bị đổ xuống sẽ có xu hướng ngả về phía đó. Chúng ta cũng vậy, tâm tư, hành động, nói năng thiên về điều gì thì kết quả sẽ là như vậy. Những nhân tố thúc đẩy sự phát triển tự tâm hồn biến qua hành động, nhu cầu giao tiếp, mục đích sinh tồn v.v... sẽ đong đầy phẩm chất và năng lực trong đời sống. Năng lực là khía cạnh sở trường về bản sắc đặc thù, môi trường thích nghi và năng khiếu hành hoạt lành mạnh.

Thế kỷ XXI văn minh tột cùng, máy bay không người lái, thiên nhĩ, thiên nhãn thông cả vạn dặm đường trường, nhưng con người ngày nay sống chuẩn mực, đạo đức, lễ giáo càng hiếm hoi. Súng đạn vào nhà trường bắn giết, tiếp viên hàng không buôn lậu ma túy đầu độc thanh thiếu niên vô tội vạ, tình ái loạn luân xuất hiện như nấm sau mưa, lừa đảo phản đồ trở thành mode thời đại... nên vấn đề đạo đức cần thiết hơn bao giờ hết.

Điều đáng chê trách là những sa đọa lại đến từ một số quan chức có tầm ảnh hưởng lớn, như chuyện hối lộ, ăn cướp của dân do những Bộ trưởng hay Thứ trưởng gây ra. Câu chuyện của ông Tướng Việt Cộng Đỗ Hữu Ca tại Hải Phòng là một điển hình. Ngay tại Thung Lũng Hoa Vàng thuộc Tiểu bang California, nơi có người Việt sinh sống đông nhất nhì hải ngoại thì bà Giám đốc Điều hành Hiệp Hội Công Đoàn Cảnh Sát San Jose Joanne Marian Segovia, 64 tuổi, lại là người buôn bán Fentanyl, Tapentadol có sức mạnh gấp 100 lần heroin, thuốc phiện, loại gây chết người cho trẻ em nhiều nhất hiện nay. Có ai ngờ được tội phạm lại ở ngay nơi thi hành pháp luật. Vì đó mà thế gian mới bảo rằng vàng thau lẫn lộn.

Đạo đức là nét đẹp trong cuộc sống có chuẩn mực và trách nhiệm, ý thức rèn luyện nhân cách, thành thật và từ ái. Đó là thuốc trị khi xã hội hỗn loạn, thiếu chuẩn mực và cái tôi "ngã mạn" quá lớn. Đạo đức không phải là luật pháp, nó mang tính tự nguyện nhưng lại là yếu tố quan trọng lập thành xã hội phồn vinh, hòa bình và phát triển. Và nó cũng là yếu tố quyết định để cuộc sống của một người có thể được xem là sống đẹp.

Đạo Đức

Có một câu chuyện lưu truyền từ xưa có thể minh họa cho việc con người nếu vì muốn lợi cho mình mà đi ngược lại với đạo đức thì luôn gặt hái nhiều khổ đau.

Chuyện kể rằng, có một nhà buôn thường đặt một túi muối trên lưng con lừa của mình để mang ra chợ mỗi ngày. Trên đường đi, ông phải băng qua một con suối. Ngày nọ, con lừa bất ngờ bị ngã xuống suối và cái túi rơi xuống nước. Muối hòa tan trong nước trôi đi mất và do đó chiếc túi trở nên rất nhẹ. Con lừa nhận ra điều đó nên rất vui mừng. Sau đó, nó bắt đầu giở trò. Mỗi ngày khi qua suối nó đều cố tình làm rơi túi muối xuống nước. Người bán muối hiểu được mánh khóe đó và quyết định dạy cho nó một bài học. Ngày hôm sau, ông đặt một túi bông vải lên lưng con lừa thay vì túi muối. Một lần nữa, nó làm tương tự như mọi hôm với hy vọng rằng cái túi trên lưng sẽ trở nên nhẹ hơn. Nhưng than ôi! Bông vải bị thấm nước lại trở nên rất nặng, đè lên thân lừa suốt chặng đường sau đó và con lừa phải oằn lưng chịu đựng. Nó đã học được một bài học và từ đó không dám chơi trò lừa bịp nữa.

Từ câu chuyện này ta có thể thấy, như vậy thì những hành vi mang đến lợi ích cho bản thân nhưng gây hại đến người khác chắc chắn sẽ bị trừng phạt, vì không ai muốn để yên cho kẻ khác làm hại mình. Do đó, chuẩn mực đạo đức là tổng hợp các quy tắc, yêu cầu, đòi hỏi của xã hội đối với mỗi cá nhân cần phải xác định được sự chính xác về tính chất, mức độ, giới hạn của đối tượng có thể, đối tượng được phép, đối tượng không được phép hay đối tượng bắt buộc phải thực hiện trong hành vi xã hội của mỗi người, vì mục đích bảo đảm sự ổn định, giữ gìn trật tự, kỷ cương của cộng đồng, ngăn ngừa khuynh hướng “lợi mình hại người”.

Trong cuộc đời này, luôn có không ít người thường thực hiện những hành vị vị kỷ để thỏa mãn nhu cầu tư lợi. Do vậy mà xã hội cần quy ước với nhau những chuẩn mực đạo đức để mọi người lấy đó làm tiêu chuẩn sống, chẳng hạn như phải hiếu kính cha mẹ, kính trên nhường dưới, ăn nói lịch sự, giúp đỡ người già, thành thật trong giao tế v.v... Những ai đi ngược lại với các quy ước đó, cho dù không vi phạm pháp luật cũng bị xem là vô đạo đức. Nhờ vậy, bên cạnh hệ thống pháp luật mang tính cưỡng chế phải tuân theo thì các chuẩn mực đạo đức tuy không mang tính bắt buộc nhưng là tiêu chuẩn để mỗi cá nhân luôn phải xem xét, suy nghĩ, kiểm nghiệm trước khi thực hiện mọi hành vi xã hội, cân nhắc về tính chất đúng hay sai, phù hợp hay lố bịch, thông qua chuẩn mực đạo đức xã hội. Nếu ai cũng hành động theo những tấm gương đạo đức tốt đẹp thì đó chính là góp phần ngăn chặn, phòng ngừa các hành vi sai trái, phạm pháp và tội ác trong cộng đồng.

Môn học về công dân giáo dục có mục tiêu là dạy học sinh bậc tiểu học và trung học ý thức về đạo đức, nó là phần căn bản nhất dạy cho đứa trẻ biết sinh hoạt, nói năng, suy nghĩ cũng như hành xử, cảm xúc hay đối thoại đều dựa trên tinh thần phù hợp với đạo đức. Vì thế các em học sinh bắt buộc phải thuộc lòng những yếu tố căn bản của đạo đức như đi thưa về trình, kính trọng người lớn tuổi... Các em biết dựa theo những tiêu chí đạo đức này mà hành xử từ trong gia đình, sân trường ra đến ngoài xã hội..., hết thảy đều dựa trên những quy chuẩn đạo đức xã hội trước một vấn đề nào đó sắp xảy ra với mình. Và khi các em trưởng thành, nhờ có sự giáo dục căn bản này mà hành động của các em sẽ được hoàn thiện hơn.

Bởi vì khi lớn lên, mỗi một hành động các em thực hiện đều sẽ lồng trong tiêu chuẩn đạo đức. Đó là mọi hành vi trong sinh hoạt và các em dễ dàng nhận ra những hành vi vô đạo đức cần phải dừng lại. Hành vi đạo đức là việc làm với kết quả lợi ích cho người khác và lợi ích cho xã hội, trong đó có mình. Từ đấy mà chức năng cơ bản của đạo đức là hành vi điều chỉnh nhận thức theo quy tắc mà xã hội lâu nay chấp nhận, kết quả này thôi thúc lương tâm các em thông qua dư luận xã hội, tập quán, văn hóa truyền thống ngàn đời mà hoàn thiện nhân cách, tất cả đều từ sự giáo dục ban đầu mà ra. Từ đạo đức cá nhân của mỗi em sẽ biến hiện thành thái độ, nghĩa vụ, trách nhiệm đối với chính các em, với gia đình và xã hội, nên những thói xấu như hống hách, cao ngạo, ích kỷ v.v... bị triệt tiêu và những phẩm tính tốt như độ lượng, khoan dung, chính trực, khiêm tốn, dũng cảm, trung thực... phát sinh.

Đạo đức đóng một vai trò hết sức quan trọng trong đời sống thăng hoa để cùng nhau vươn lên và phát triển. Xã hội nào cũng đề cập đến đạo đức, vì sự vận hành của từng cơ cấu trong đời thường không thể thiếu vai trò đạo đức để chiến đấu giành cái thiện, cái chân, loại dần sự bất công áp bức, thù hận và chiến tranh.

Mặc dù đạo đức không phải là pháp luật, vì đạo đức là sự tự nguyện mà pháp luật là sự cưỡng chế; nhưng phạm vi của đạo đức có chiều ngang, chiều dọc, bao hàm cả tinh thần, tâm linh và vật chất, trong khi pháp luật chỉ là hành vi của con người đối với xã hội sao cho an toàn và dựa trên những khuôn mẫu cố định. Đạo đức là những chuẩn mực mà xã hội thừa nhận để điều chỉnh hành vi của con người cho thăng hoa, còn pháp luật là do ngành lập pháp đại diện cho người dân làm ra để bảo vệ người dân và bắt buộc mọi người trong xã hội đều phải xử sự như vậy. Con người tự nguyện thừa nhận đạo đức, nhưng khi một cá nhân sống thiếu đạo đức thì không có cơ quan nào chế tài. Vì thế mà sự tự giác cao độ cần phải được giáo dục cho con em từ khi bắt đầu cắp sách đến trường với phương châm “tiên học lễ, hậu học văn”.

Những gia đình Việt Nam cư trú tại Hoa Kỳ, nơi cộng đồng người Việt sống đông đảo như miền Nam và miền Bắc California, Thủ đô Hoa Thịnh Đốn hay Tiểu bang Texas thì con em được sinh ra và lớn lên tại Hiệp Chúng Quốc này có những sự thuận lợi về mặt học tập và thăng tiến cá nhân. Tuy nhiên nếu quý phụ huynh quan tâm đúng mức thì nên tận dụng những ngày nghỉ cuối tuần đưa con em đến sinh hoạt và học tập tại những Hội đoàn, Tổ chức giáo dục hoặc Tôn giáo hiện hành. Những đoàn Hướng đạo sinh Việt Nam tại địa phương sinh hoạt đều đặn mỗi ngày thứ Bảy hằng tuần. Nơi đây con em quý vị sẽ được rèn luyện về thể chất, tính tự chủ, lãnh đạo, sáng kiến và tương thân tương ái. Nếu bận ngày thứ Bảy đi làm "overtime" thì tùy niềm tin tôn giáo của gia đình, quý vị phụ huynh có thể đưa con em đến những tổ chức Gia Đình Phật Tử hay Thiếu Nhi Thánh Thể, thì mai sau chắc chắn các em sẽ có một nhân cách đứng đắn và một tinh thần đạo đức cao thượng. Tại sao? Bởi vì như Gia Đình Phật Tử là một tổ chức giáo dục với phương pháp thích hợp cho tuổi thanh thiếu nhi; một kỷ cương truyền thống là: Đào luyện Thanh, Thiếu, Đồng niên thành những nhân tố chân chánh để góp phần xây dựng xã hội theo tinh thần Phật giáo qua hai điều căn bản là xây dựng cá nhân và xây dựng xã hội.

Xây dựng cá nhân là cố gắng đào tạo cho các em có đủ ba đức tính căn bản: bi, trí, dũng, lấy tình thương làm động lực (Bi), lấy trí tuệ làm ngọn đèn hướng dẫn (Trí), lấy dũng lực làm đà tiến lên (Dũng); những con người biết yêu thương đồng bào, đồng loại như thương yêu chính mình, biết khoan hòa tha thứ, biết nhận rõ đâu là trái, phải, đâu là ánh sáng và bóng tối của cuộc đời; các em sẽ không nề gian khổ, không sợ gian nguy trong khi làm nhiệm vụ của mình.

Để trau dồi những đức tính ấy các em được huấn luyện năm hạnh để áp dụng mỗi ngày là:

1. Tinh Tấn: Là luôn tiến trên con đường thiện hữu để đạt đến mục đích thanh cao, tươi đẹp.
2. Hỷ Xả: Là luôn vui vẻ hoan hỷ, làm mọi người mọi loài vui vẻ hoan hỷ, biết sống hy sinh cho kẻ khác.
3. Thanh Tịnh: Là trong sạch từ thân thể đến lời nói, ý nghĩ và việc làm, biết sống giản dị.
4. Trí Tuệ: Là hiểu biết đúng đắn và rộng rãi.
5. Từ Bi: Là đem vui và cứu khổ mọi loài; biết dùng lời nói hòa nhã cho mọi người an lạc; biết thực hành hạnh bố thí để giúp đỡ muôn loài chúng sanh.

Về phần xây dựng xã hội thì các em sẽ được hướng dẫn cách thức góp sức với các đoàn thể khác, xây dựng một xã hội hay cộng đồng người Việt yên vui, lành mạnh, lấy tình thương làm chất liệu keo sơn giữa người với người, lấy chính nghĩa làm tiêu chuẩn kết giao, lấy sự hăng say công tác làm chất men để tiến bộ. Ngoài ra các em sẽ học cách hội nhập và hòa đồng để góp phần xây dựng xã hội theo tinh thần từ bi và trí tuệ.

Cũng như vậy, các em nhỏ được vào Tổ chức Thiếu Nhi Thánh Thể sẽ được đào tạo để kiện toàn về thể chất, tinh thần và nhân cách nên lúc nào cũng hoàn hảo với nền tảng đạo đức, hăng hái tự nguyện dấn thân vào các mục đích cao cả của xã hội như cứu tế, giúp đỡ người cô thế, ốm đau.

Dòng đời vẫn trôi chảy và cứ thế lớn lên trong tinh thần giáo dục đạo đức, các em sẽ mang đến cho cộng đồng, quốc gia những quả ngọt thành thục yêu thương thì thử hỏi rằng có gì quý giá hơn một thế hệ thanh niên nhiệt huyết cao thượng sẵn sàng sống vì mọi người?

Nhân Bản

Ai cũng biết là phải "dạy con từ thuở còn thơ", cho nên đào tạo và huấn luyện một đứa trẻ từ khi cắp sách đến trường cho đến khi hoàn tất bậc trung học là một thử thách lớn trong nhiệm vụ giáo dục cơ bản của gia đình, xã hội và hơn thế nữa là cấp quốc gia. Việc quan tâm đúng mức của phụ huynh cũng như những nhà giáo dục đối với thế hệ kế thừa là làm sao cho chúng lớn lên trong tinh thần đạo đức nhân bản, có ý thức khoa học, có tâm cầu tiến và sáng tạo, rộng lòng bao dung cởi mở để tiếp thu cái hay, cái đẹp, dựa trên nền tảng văn hóa đạo lý của dân tộc, hợp với sự tiến bộ văn minh nơi mình định cư, để hình thành một triết lý giáo dục bên ngoài đất nước Việt Nam.

Nhìn lại nền giáo dục của tổ tiên, ông bà ta thuở trước, chịu ảnh hưởng triết lý nhân bản của Khổng Tử, luôn lấy nhân, nghĩa, lễ, trí, tín làm thước đo cho sự trưởng thành của một con người đứng giữa trời đất. Cha ông chúng ta được bao bọc bởi chuẩn mực ngũ thường này nên sống hết sức thật thà, trung kiên, hài hòa, bao dung, lễ nghĩa, nên cảnh đời cũng không nhiều sự bất lương, dối gạt, bất nghĩa, bất nhân.

Trong bài phát biểu trước các sinh viên vừa tốt nghiệp, tỷ phú Warren Buffett đã nhắc nhở lớp trẻ trong ngày ra trường rằng: "Các em cần tính trung thực, sự thông minh và ý chí để thành công. Nhưng nếu các em có thừa sự thông minh và ý chí mà thiếu đi sự trung thực thì các em sẽ trở thành những người rất nguy hiểm cho xã hội và các em có khả năng tự hủy diệt."

Đúng vậy, trung thực là một đức tính tốt đẹp của nhân sinh. Sự tôn trọng sự thật, lẽ phải, chân lý, sống đường hoàng ngay thẳng, dũng cảm nhận khuyến điểm nếu sai lầm cho nên dễ được mọi người công nhận là thành thật, từ đó uy tín sẽ gia tăng, được mọi người trân quý, tín nhiệm và nghe theo.

Con người trung thực toát ra một phẩm chất đáng tin cậy nên cuộc sống từ gia đình ra đến xã hội đều được trọng vọng, yêu thương từ tha nhân nên đời sống luôn an vui, hạnh phúc. Vài thí dụ điển hình từ khi còn ngồi ghế nhà trường là học bài nghiêm túc, không copy, không mua bằng cấp, không lừa thầy phản bạn. Trong kinh doanh thì không lừa lọc khách hàng, tráo trở hàng hóa, đầu cơ tích trữ.

Thuở nhỏ tôi được đọc câu chuyện về một ông thầy đi ngang cây cổ thụ, một đứa trẻ rắn mắt ngồi trên cây, chờ ông tới thì tiểu trên đầu ông. Ông thầy kêu đứa bé xuống và cho nó hai quan tiền. Đứa trẻ lấy làm khoái chí, tiểu lên đầu người lớn lại được cho tiền. Nó đâu biết đó là một ông thầy ác, không trung thực. Đứa trẻ được cho tiền như vậy nên sau đó khi thấy một ông quan đi ngang qua, nó nghĩ rằng ông này giàu có, mình tiểu lên đầu ông thì sẽ được thưởng tiền nhiều hơn. Và rồi chuyện gì đã xảy ra thì ai cũng biết..., đứa bé bị một trận đòn thừa sống thiếu chết.

Câu chuyện chứng minh rằng kẻ không trung thực, xấu ác thường mượn tay người khác để hại người. Lòng trung thực thì trái lại, ví như ông thầy này thật thà thì phải dạy thằng bé một câu, thậm chí đánh đòn để nó hiểu rằng sự việc đái trên đầu bất cứ ai đều là một sai lầm và không được phạm lỗi như vậy.

Trong cuộc sống hằng ngày, đức tính trung thực được thể hiện bằng nhiều cách, như không xu nịnh để kiếm lợi cho tự thân mình, không vì cái lợi trước mắt mà bán rẻ lương tâm, không bao che cho cái xấu tồn tại. Công việc làm trong hãng xưởng cũng rất cần sự trung thực, có tinh thần trách nhiệm cao, hoàn thành đúng lời hứa, làm việc đúng thời gian, chất lượng đúng yêu cầu, dựa vào bản thân mình mà tuân thủ nguyên tắc thi công, hợp tác, lắng nghe ý kiến của mọi người để công việc hoàn thành đúng thời hạn. Sự trung thực giúp chúng ta phát triển mối quan hệ với bạn bè, đồng nghiệp, xóm làng, dễ tạo được lòng tin làm chất keo gắn kết mọi người trong môi trường thân thiện tốt đẹp.

Các em trong trường học cần thuộc lòng những quy tắc để làm người trung thực thì sẽ thành công rực rỡ, bởi vì các em sẽ nhận được sự tin tưởng, tôn trọng và yêu thương từ mọi người xung quanh. Vì không dối trá nên lòng mình luôn thanh thản, bình an và hạnh phúc; đặt bản thân trong khuôn khổ, kỷ luật, rèn luyện thân tâm trở nên dũng cảm, có ý chí trong bất cứ hướng đi nào ở tương lai. Người trung thực luôn quý trọng những giá trị đạo đức, phân biệt đúng sai, phải trái, đồng thời tích cực học hỏi, trải nghiệm và khám phá những điều tuyệt vời của thế giới hay chính khả năng vô hạn của bản thân, từ đó lan tỏa tinh thần tích cực, thẳng thắn đến với tất cả mọi người xung quanh, góp phần xây dựng xã hội thăng hoa, lịch sự, người người được gắn kết trong sự quan tâm chặt chẽ, kính trọng và chân thành cởi mở với nhau hơn.

Đất nước ta thăng trầm qua từng giai đoạn lịch sử, bị người Trung Hoa đô hộ, nhưng chữ viết của tổ tiên ta từng được nỗ lực cải tiến từ chữ Hán qua chữ Nôm. Đây là cuộc cách mạng giành độc lập thực sự, vì chữ Nôm mang sắc thái riêng của người Đại Việt xưa mà mấy đời vương triều Hán tộc không thể nào đồng hóa người Việt chúng ta. Bước qua giai đoạn chữ Nôm rồi chữ Quốc ngữ thì triết lý giáo dục được đề cao là đức dục, thể dục và trí dục với mục tiêu đào tạo con người có nhân cách đường hoàng, có một thân thể cường tráng và có một trí tuệ sáng suốt, hài hòa giữa thân và tâm để đem sự học của mình tô bồi cho quốc gia dân tộc.

Thời kỳ Pháp thuộc thì đất nước Việt Nam chịu ảnh hưởng văn hóa Tây phương càng ngày càng sâu đậm, có những tổ chức, đảng phái xuất hiện chống Tây nhưng cũng có một số tầng lớp thanh niên theo chiều hướng vọng ngoại. Đó là lý do khiến các nhà giáo dục đã chuyển hướng phổ quát đào luyện xã hội với triết lý: Dân tộc, khoa học và Đại chúng nhằm định hướng rộng rãi đến toàn dân khởi động lòng ái quốc, tình yêu quê hương đất nước vì: "Học sinh trường ta ngày nay là dân Việt Nam ngày mai." Như vậy, tinh thần Dân tộc lúc nào cũng được vinh danh bởi giá trị bất biến nên chúng ta phải quyết tâm bảo vệ bằng mọi giá để chống lại ảnh hưởng ngoại lai, bảo tồn nền Văn hóa Dân tộc và chung tay duy trì bản sắc Việt Nam trường cửu.

Nhờ sự đào luyện như thế mà đến khi chia đôi đất nước Việt Nam vào năm 1954, Miền Nam xây dựng thể chế dân chủ, tự do và nền giáo dục được áp dụng một triết lý học đường rất đậm nét Nhân bản, Khoa học và Khai phóng để học sinh có một hướng vững chãi tiến vào đời. Với ba triết lý vừa nêu đã làm kim chỉ nam cho nền giáo dục nước nhà thì học sinh được chú trọng rèn luyện tinh thần khoa học thực dụng, tâm hồn bao dung cởi mở và tư cách lịch lãm nhưng không thiếu ý thức trách nhiệm trước vận mạng quốc gia.

Giáo dục nhân bản dạy học sinh hiểu đúng giá trị làm người của mình, ý thức rằng thân người là khó có được nên luôn luôn trân trọng và nâng cao hành vi đạo đức, nhân phẩm và lối sống lành mạnh. Đây là gốc của lòng yêu thương, nhân từ và bác ái. Sự gương mẫu và tính trung thực sẽ là những bài học đầu đời cho em bé lúc khởi nguyên cắp sách đến trường. Từ đó lòng yêu quê hương, đất nước và con người nảy sinh, tình yêu thiên nhiên và chúng sanh cũng phát khởi gieo mầm thiện hữu.

Giáo dục khoa học là cách thức áp dụng thực tiễn những phương pháp kiểm chứng, thí nghiệm, thực tập, chứng minh, luận cứ đúng, sai dựa vào những dữ kiện, chứng cớ mà ta thu thập được. Con người và năng lực phục vụ nhân sinh phải bảo đảm tài năng cùng đạo đức, không mê tín hay bè phái, nhìn nhận sự việc khách quan, giải quyết vấn đề một cách sáng tạo, uyển chuyển để cùng nhau xây dựng nước nhà.

Giáo dục khai phóng giúp con em được đào tạo trong nền học thuật toàn diện và hài hòa bởi việc phát triển bản thân, tâm hồn và trí tuệ hết sức thực tiễn trong cuộc sống, một thái độ tự tin, độc lập để mai sau học sinh đó can đảm dấn thân trong một thế giới đầy biến chuyển mà tâm luôn vô úy.

Khi giảng dạy cho sinh viên trong giai đoạn đầu thế kỷ XXI này, tôi luôn tìm mọi cách để so sánh thực tế xã hội xưa và nay khiến cho sinh viên suy luận, phản biện, góp ý thật sôi nổi nên bài học dễ nhớ, dễ thực hiện hơn là lối học từ chương thuở xưa. Tất cả mọi sự việc xảy ra trong đời đều là những ân huệ mà đôi lúc chúng ta không hay biết, vì vậy cứ học cách sống nhân bản, yêu thương và giúp đỡ thì chúng ta cũng gặt được quả lành.

Có câu chuyện xưa kể rằng, một hành khách bước đơn độc trên chặng đường xa. Khi đã quá mỏi mệt và kiệt quệ, anh nằm xuống và ngủ một giấc ngon lành trên thảm cỏ ven đường. Không lâu sau, một con rắn độc từ trong bụi cỏ chui ra và bò về phía người độc hành này. Khi con rắn chuẩn bị cắn người khách đang ngủ, bỗng có một người đi ngang qua đó nhìn thấy, kịp thời đánh chết con rắn độc rồi đi tiếp. Người độc hành vẫn ngủ say sưa mà không hề biết chuyện gì đang diễn ra. Cho đến cuối cuộc đời, anh vẫn không hay biết rằng mình đang sống trong ân huệ của người qua đường vô danh thuở nọ...

Có thể vị khách độc hành không hề biết đến ơn cứu mạng ấy, và người qua đường cũng đã quên hành động giết rắn cứu người từ lâu, nhưng sự tình này đều ghi dấu trong trời đất. Do đó bất cứ lúc nào cũng hãy là người tử tế để chúng ta cùng thăng hoa cuộc đời này.

Quốc Hận 30 tháng Tư Đen

Trường trung học Yerba Buena tọa lạc trên đường Lucretia, trung tâm thành phố San Jose, là nơi mà Cộng đồng Việt Nam Bắc California thường mướn hội trường để tổ chức những sinh hoạt văn nghệ, tôn giáo, hay những đại lễ dân tộc cổ truyền, với sức chứa chừng hơn nghìn người, bên cạnh cũng có một rạp hát với khoảng ba trăm chỗ ngồi nên cuối tuần thì nơi đây không thiếu những lễ hội diễn ra.

San Jose có mười một trường trung học phổ thông bao gồm các trường Andrew Hill High School, Evergreen Valley High School, Independent High School, James Lick High School, Mount Pleasant High School, Oak Grove High School, Piedmont Hills High School, Santa Teresa High School, Silver Creek High School, WC Overfelt High School and Yerba Buena High School thuộc Học khu Eastside Union High School District. Giới chức học khu gồm năm Ủy viên thì suốt hai mươi năm qua đều có hai người Việt Nam thay phiên nhau ngồi vào ghế lãnh đạo học khu này. Đó là Luật sư Nguyễn Lân và cô Lê Thị Cẩm Vân. Khi Luật sư Nguyễn Lân nghỉ việc thì anh Đỗ Công Bryan trúng cử thay vào.

Cũng từ những Ủy viên Học khu này mà tiếng nói Người Mỹ gốc Việt được quan tâm và một vị Hiệu trưởng Trường Trung Học Yerba Buena được tiến cử, đó là anh Tom Huỳnh. Khi anh Tom thăng chức lên vị trí lãnh đạo cao hơn thì Cô Mary Pollett được tiến cử, cô là người Việt Nam tị nạn cùng gia đình định cư tại Hoa Kỳ khi tuổi còn thơ ấu. Đó là lý do tại sao ngôi trường Yerba Buena thân quen với Cộng đồng Việt Nam sâu đậm như vậy. Một năm có năm mươi hai tuần lễ, nếu tính về hội hè đình đám cả thứ Bảy lẫn Chủ nhật thì trên dưới một trăm chương trình lễ lạc của các hội đoàn, đoàn thể, tôn giáo đều tổ chức tại nơi này, quen thuộc đến nỗi chỉ cần nói hai chữ YB là biết ngay địa chỉ 1855 Lucretia Ave, San Jose, CA 95122.

Học khu Eastside có nghị quyết 2020/2021-29 Công nhận và vinh danh lá cờ Việt Nam Cộng Hòa và vinh danh những đóng góp của người Mỹ gốc Việt, thông qua vào ngày 29 tháng Tư năm 2021 khi cô Lê thị Cẩm Vân làm Chủ tịch Học Khu, đã vận động với số phiếu 5/5 tuyệt đối. Từ đây học sinh Trung học tại mười một trường Trung Học thuộc Học khu này sẽ được dạy thêm môn lịch sử của Người Việt tị nạn Cộng Sản từ năm 1975 và tại sao có Ngày quốc hận 30 tháng Tư đen.

Không phải đợi đến năm 2021 mà từ ngày 26 tháng Sáu năm 2017 tôi đã tham dự một buổi lễ vinh danh cờ Vàng ba sọc đỏ tại học khu này, khi cô Lê Thị Cẩm Vân là Ủy viên Học khu. Nếu lùi lại xa hơn thì sáng kiến hỗ trợ cho Học sinh Homeless từ cô Vân đã hình thành và nhóm Tình Ấm Mùa Đông chủ động thực hiện với bữa ăn thịnh soạn cùng hiện vật và hiện kim chút đỉnh cho các em không nhà vào dịp Thanksgiving hay cuối năm Dương lịch.

Nói đến nhóm Tình Ấm Mùa Đông thì anh trưởng nhóm Thái Quốc Hùng, và các thành viên Nguyễn Xuân Nam, Nguyễn Ngọc Mùi, Nguyễn Hồng Dũng và Lê Thị Cẩm Vân đã miệt mài trên vài chục năm qua những công tác thiện nguyện như giúp đỡ phụ nữ bị bạo hành, cứu trợ thiên tai, hỗ trợ tống táng, những bữa ăn học sinh không nhà, thăm người già neo đơn, thăm trẻ em phạm pháp. Nhìn thấy cảnh tượng thương tâm, nhóm Tình Ấm Mùa Đông chỉ biết âm thầm giúp đỡ bằng mọi phương tiện nhưng vô cùng hạnh phúc khi góp được chút tình sưởi ấm những cõi lòng ngủ đông giá buốt.

Hôm qua là ngày 28 tháng Tư năm 2023, tưởng niệm ngày Quốc hận 48 năm, lễ thượng kỳ Việt Nam Cộng Hòa tại trường Trung Học Yerba Buena High School do các em học sinh Trung học đứng ra tổ chức thật trang nghiêm. Nhìn lá cờ giương lên trên cột cờ chính của trường với hàng trăm thiếu niên chưa đầy 18 tuổi, tôi thật sự xúc động và liên tưởng đến tiền đồ Tổ quốc Việt Nam, tương lai tuổi trẻ còn trong nước, hậu duệ của Quang Trung, Lê Lợi, Bà Triệu, Bà Trưng... có phút giây nào lo sợ đối với sự xâm lăng của Tàu Cộng mà quyết tâm gìn giữ non sông? Những em du học sinh mà tôi tiếp xúc, mười đứa như mười đều mong được ở lại Hoa Kỳ hay một quốc gia không Cộng sản hầu tìm việc làm, cưới vợ, lấy chồng để thoát cảnh quay về lại Việt Nam!

Bốn mươi tám năm ngày quốc hận! Mỗi năm, đến ngày tưởng niệm Quốc Hận 30 Tháng Tư, người Việt chúng ta tại Hải ngoại đồng loạt tổ chức ngày đáng nhớ của Dân Tộc Việt Nam. Đây là dịp để người Việt lưu vong ôn lại về biến cố lịch sử Ba Mươi Tháng Tư năm Bảy Lăm và tự nhận trách nhiệm thốt lên tiếng nói của trăm triệu đồng bào quốc nội muốn tự do dân chủ.

Vận nước Việt Nam thăng trầm từ cái mốc Hiệp Định Genève 20-7-1954, chia đôi đất nước: Từ vĩ tuyến 17 trở ra là Miền Bắc, dưới chế độ Cộng Sản; từ vĩ tuyến 17 xuống mũi Cà mau là Miền Nam, dưới chế độ Việt Nam Cộng Hòa. Vì muốn thống trị toàn cõi Đông dương là Việt, Miên Lào, Cộng Sản Bắc Việt nhận lệnh của Đệ Tam Quốc Tế Cộng Sản, đem quân xâm nhập, đánh phá Miền Nam; Việt Nam Cộng Hòa vì chính nghĩa tự do dân chủ phải chống lại để gìn giữ an ninh và cuộc sống thanh bình cho đồng bào. Hoa Kỳ hỗ trợ đồng minh Việt Nam Cộng Hòa bằng vũ khí, quân sự để ngăn chận làn sóng đỏ.

Đau thương thay, chiến tranh tàn khốc với cái mốc lịch sử của Hiệp Định Paris! Chuyện gì đến phải đến, ngày 27-1-1973 bản hiệp định gượng ép được ký kết tại thủ đô Pháp quốc mà Cộng Sản Hà Nội đặt bút đầu tiên, theo công ước quốc tế, chấp thuận việc hai Miền Bắc và Nam Việt Nam đình chiến; giải pháp chia đôi đất nước bằng thương thảo, thư tín qua lại, hiệp thương buôn bán giữa hai miền; tiến hành bình thường hóa quan hệ giao thương; thống nhất đất nước qua tổng tuyển cử tự do có quốc tế kiểm soát trong công lý, tự do, hòa bình, hầu đất nước Việt Nam được an lạc, đồng bào hai miền sống trong yên vui và hạnh phúc.

Hỡi ôi! Tháng tư đen của năm bảy lăm sụp xuống, Ngày 30 Tháng Tư, Cộng Sản Bắc Việt bất chấp những gì đã ký kết tại Paris, ngang nhiên xâm lăng Miền Nam Việt Nam, cưỡng chiếm Sài Gòn, thủ đô Việt Nam Cộng Hòa, bất chấp và vi phạm trắng trợn những điều khoản trong Hiệp định Paris, xóa bỏ chế độ Đệ Nhị Cộng Hòa, áp đặt quyền cai trị độc tài Cộng Sản trên toàn cõi Việt Nam!

Do đó, ngày Ba mươi tháng Tư hằng năm là ngày đau thương uất hận của người Việt quốc gia từng sống tại miền Nam nước Việt dưới chế độ dân chủ pháp trị, dù còn non trẻ với thể chế dân chủ đại nghị nhưng giá trị tự do và nhân quyền được tôn trọng. Ấy vậy mà chế độ đó đã bị bức tử, bị cưỡng đoạt, cả miền Nam rơi vào ách thống trị độc tài Việt Cộng, một kiểu cai trị sắt máu, cướp đoạt tài sản miền Nam, hành hạ hàng triệu quân dân cán chính Việt Nam Cộng Hòa, đưa họ vào ngục tù khổ sai, đẩy gia đình vợ con của họ đi kinh tế mới, chiếm nhà cửa phố thị, không cho con em người tù đi học qua hình thức lý lịch ba đời, rêu rao mình là kẻ chiến thắng!

Có đánh giặc mới chiến thắng chứ? Miền Nam Việt Nam tự vệ chống lại cuộc xâm lăng bởi Quốc tế Cộng Sản trong khi đồng minh Hoa Kỳ rút khỏi miền Nam sau Hiệp định Paris 1973. Quân dân miền Nam hết súng hết đạn trong khi miền Bắc được hỗ trợ của Nga, của Tàu để thôn tính miền Nam. Chiến thắng với ai mà rêu rao, không biết nỗi nhục của kẻ làm tay sai cho quan thầy Cộng Sản Quốc tế để rồi giờ đây, gần nửa thế kỷ trôi qua mà đất nước vẫn là chư hầu nô lệ?

Tháng Tư Đen Ngày Quốc Hận. Sáu chữ này đã in sâu trong tâm trí người Việt tỵ nạn Cộng Sản, bởi tháng tư ấy đã diễn ra sự kiện đen tối cho cả dân tộc Việt Nam, ngày lịch sử hoen ố bởi Cộng Sản dùng hận thù để tàn sát chính đồng bào ruột thịt của mình. Hổ không ăn thịt con, nhưng Cộng Sản không nương tay bắn vào đầu người Việt quốc gia, những người đồng bào máu đỏ da vàng. Suốt dòng lịch sử từ thời đại Hồng Bàng dựng nước đến thời kỳ Thực dân Pháp, Nhật cũng chưa hề xảy ra sự kiện người Việt bắt người Việt cả hàng triệu hình hài nhốt vào tù đến thân tàn ma dại, huỷ diệt trí não, tê liệt tay chân, mắt mờ tai điếc, đói khát nhục hình tới năm, mười, mười lăm hay hai mươi năm đằng đẵng.

Cho nên nỗi hận của cả nước đã trở thành Quốc Hận vì đối với Cộng Sản, kẻ tàn ác vô nhân nhất thời đại, cái hận cả triệu người "tập trung cải tạo, khổ sai tù tội"; cái hận đối với kẻ lãnh đạo Miền Nam tham sanh úy tử cam tâm đọc lời "kêu gọi buông súng" và "yêu cầu phía bên kia vào tiếp thu chính quyền" (sic), cái hận của đồng minh chỉ vì quyền lợi mà phản bội lý tưởng tự do, và nhất là những người dân sinh sống tại Miền Bắc trước năm 1975 đã uất hận tột cùng với một chế độ láo khoét, lừa bịp, mị dân, khủng bố khi họ vào được miền Nam mở mắt nhìn thấy sự thật!

Năm 2023, Miền Bắc California tổ chức tưởng niệm Quốc hận nhiều nơi. Bảo tàng thuyền nhân Việt Nam trên đường Senter, Ủy ban Sinh Hoạt Cộng Đồng dưới chân tượng đức Thánh Trần Hưng Đạo Đại Vương trong khu Grand Century, Cộng đồng Việt Nam Bắc California tại San Jose City Hall, Đêm thắp nến tưởng niệm Ba Mươi Tháng Tư với Văn nghệ Chuyển Lửa Đấu Tranh tại Milpitas Community Center và thêm vài nơi khác. Tôi sắp xếp thời gian đi tham dự tất cả những nơi tổ chức để có dịp ôn cố tri tân, thành kính tri ân những anh hùng vị quốc vong thân.

Giỗ Tổ Hùng Vương

Ngày Quốc hận tháng Tư đen năm nay lại trùng hợp với ngày Mùng Mười tháng Ba âm lịch là ngày Giỗ Quốc Tổ Hùng Vương nên có nhiều nơi tổ chức hai thời khác nhau. Chúng ta dùng chữ giỗ sao thân thương, đầm ấm và ruột thịt vô cùng, bởi vì theo phong tục tập quán của người Việt Nam, giỗ là một buổi lễ nhằm tưởng nhớ tới người đã mất như cha mẹ, ông bà, những người mình thọ ân đã khuất bóng, thường được tổ chức vào đúng ngày người đó mất theo âm lịch.

Ý nghĩa của phong tục cúng giỗ là để nhắc nhở con cháu về những phẩm chất tốt đẹp của người đi trước và gắn kết tình cảm các thành viên trong gia đình, dòng họ, làng xóm, ngành nghề... Nhưng ngày Mùng Mười tháng Ba thì cả dân tộc Việt Nam trân trọng cử hành, tưởng nhớ về ngày lên ngôi của vị vua Hùng Vương đầu tiên, bắt đầu trang lịch sử của một dân tộc định canh lúa nước.

Vào ngày này hằng năm là thời điểm tất cả con cháu Việt Nam ôn lại trang sử mở nước và dựng nước, ghi nhớ công ơn của các Vua Hùng khai sơn đất Việt cũng như thể hiện niềm tự hào của dân tộc Việt Nam. Chúng ta là con cháu dù sống ở đâu cũng cần ôn lại quá trình lịch sử của đất nước, khẳng định sức mạnh giống nòi và sức trường tồn mãnh liệt của văn hóa dân tộc Việt Nam.

Nhắc lại lịch sử dân tộc thì trong *Đại Việt Sử Ký Toàn Thư*, phần Ngoại Kỷ, đoạn chép về Kinh Dương Vương như sau:

"Vua tên húy là Lộc Tục, con cháu họ Thần Nông.

"Xưa cháu ba đời của Viêm Đế họ Thần Nông là Đế Minh

sinh ra Đế Nghi, sau Đế Minh nhân đi tuần phương Nam, đến Ngũ Lĩnh lấy con gái Vụ Tiên, sinh ra vua. Vua là bậc thánh trí thông minh, Đế Minh rất yêu quý, muốn cho nối ngôi. Vua cố nhường cho anh, không dám vâng mệnh. Đế Minh mới lập Đế Nghi là con nối ngôi, cai quản phương Bắc, phong cho vua làm Kinh Dương Vương, cai quản phương Nam, gọi là nước Xích Quỷ. Đó là vào năm Nhâm Tuất (2879 TCN).

Phần về Lạc Long Quân, Đại Việt Sử ký toàn thư chép:

"Kinh Dương Vương lấy con gái Động Đình Quân tên là Thần Long, sinh ra Sùng Lãm nối ngôi làm vua lấy hiệu là Lạc Long Quân. Lạc Long Quân lấy con gái Đế Lai là Âu Cơ sinh một lần trăm người con trai. Một hôm Lạc Long Quân nói với Âu Cơ rằng: "Ta là giống Rồng, Nàng là giống Tiên, thủy hỏa khắc nhau, chung hợp thật khó." Bèn từ biệt nhau chia 50 con theo mẹ về núi, 50 con theo cha về ở miền Nam (có chỗ chép là về Nam Hải), phong cho con trưởng làm Hùng Vương, nối ngôi vua."

Từ đó về sau tiếp nối nhau cả thảy mười tám đời vua Hùng, đến đời cuối cùng bị Thục Phán mang quân đánh chiếm vào năm Giáp Thìn (257 TCN).

Trong Đại Việt Sử Ký Toàn Thư, phần lời tựa của Ngô Sĩ Liên chép: *"Nước Đại Việt ở phía nam Ngũ Lĩnh, thế là trời đã phân chia giới hạn Nam Bắc, thủy tổ của ta là dòng dõi họ Thần Nông, như vậy thì thế là trời sinh chân chúa, có thể cùng với Bắc triều, mỗi bên làm đế một phương."*

Dù là truyền thuyết nhưng những ghi chép trên vẫn đậm nét truyền thừa, như chim có tổ, người có tông, nên trong nước thì cứ đến ngày mùng Mười Tháng ba Âm lịch, dù ai ở xa hay ở gần, dù có bận rộn với công việc đến mấy cũng đều tìm về đất tổ dâng hương, tưởng nhớ các vị vua Hùng, như câu ca dao:

"Dù ai đi ngược về xuôi.
Nhớ ngày Giỗ tổ mồng Mười tháng Ba."

Thời kỳ Hùng Vương là một giai đoạn quan trọng, góp phần hình thành và phát triển lịch sử dân tộc. Trải qua 18 đời vua Hùng với những biến cố lịch sử, cha ông ta luôn dốc sức mình bảo vệ non sông bờ cõi, đem đến cuộc sống ấm no bình yên cho người dân. Để thể hiện truyền thống uống nước nhớ nguồn, ngay từ thời phong kiến xa xưa qua các triều đại Đinh, Tiền Lê, Lý, Trần rồi đến Hậu Lê, Nguyễn đều tổ chức nghi lễ tưởng nhớ công lao của Đấng Thánh Tổ lập quốc khi xưa. Theo đó, lễ giỗ được tổ chức hằng năm vào ngày Mùng Mười Tháng Ba âm lịch tại khu vực Đền Hùng, Việt Trì, tỉnh Phú Thọ. Vào ngày này, người dân trên khắp mọi miền đất nước quy tụ về đây để thể hiện tấm lòng tri ân Quốc Tổ Việt Nam.

Giờ đây tại quê nhà, chương trình lịch sử giảng dạy trong các cấp phổ thông không chú trọng đến môn lịch sử, không nhắc nhớ đến tiền nhân dựng nước mà cứ nhồi nhét những tư tưởng lai căn, vay mượn hay nhai đi nhai lại cái gọi là "lịch sử Đảng" hoặc bịa ra những anh hùng tưởng tượng rồi ép học sinh phải thuộc nằm lòng. Bây giờ tuổi trẻ trong nước không có lý tưởng anh hùng dân tộc, bởi phải học tư tưởng ông Hồ Chí Minh để kiếm cơm thì mạng internet đã bạch hóa cuộc đời dâm ô, gian trá, và ác độc của họ Hồ thì còn tuổi trẻ nào mù quáng noi gương ông? Đó là lý do tuổi trẻ trong nước thiếu ý thức trách nhiệm. Tại sao thiếu ý thức trách nhiệm khi đất nước đã thống nhất gần nửa thế kỷ qua? Bởi vì xã hội Việt Nam ngày nay chìm đắm trong nghèo khó, bất công, chậm tiến về khoa học, kỹ thuật, thác loạn về đạo đức, suy thoái về tinh thần, nô dịch về văn hóa, phá sản về giáo dục, bóp méo lịch sử dân tộc, hủy hoại tinh thần yêu nước chống ngoại xâm của toàn dân. Khi Tàu Cộng xâm chiếm Hoàng Sa và Trường Sa mà người dân đi biểu tình chống quân xâm lược thì bị bắt bớ, tù đày. Quả thật xã hội Cộng Sản đã sinh ra sự khốn nạn, sự bất công, sự lừa dối, chễm chệ tràn lan khắp nơi trong xã hội!

Chính vì điều này mà tôi thường nói, vấn đề quan trọng là tuổi trẻ phải thấu hiểu được trách nhiệm của thế hệ rường cột nước nhà, với ý thức cao độ về quốc gia dân tộc. Đây là nguồn cội đạo đức, luân lý, văn hóa để thăng hoa cuộc đời, tạo cho quốc gia vững bền và uy tín trên trường quốc tế.

Là con dân Việt Nam cần hiểu rõ đất nước ta trong suốt dòng lịch sử đã bị đô hộ cả ngàn năm bởi giặc Tàu phương Bắc, hơn tám thập niên bị nô lệ dưới ách thống trị của giặc Pháp, tiếp theo với hơn hai mươi năm chiến tranh và đến tháng tư đen của năm 1975 thì bị thống trị bởi độc tài Đảng trị Cộng sản. Do thế, những sự tham nhũng, tệ đoan xã hội, cờ bạc rượu chè, ma túy tranh nhau phát sinh từ hoàn cảnh đó, và nhất là đỉnh cao trí tuệ đẻ ra một nền giáo dục mất tính trung thực, của bóp méo lịch sử dân tộc, chà đạp nhân phẩm cá nhân, từ sự nô lệ vật chất đua đòi theo lối sống mất gốc, chỉ biết hưởng thụ mà không nghĩ đến tương lai, một lối sống tha hóa, buông thả, sa đọa trong men rượu, trong xì ke ma túy, trong tự do luyến ái, không niềm tin tôn giáo và hàng triệu sự lừa lọc cạm bẫy trong đời sống xã hội, đã đưa tuổi trẻ Việt Nam đến một tương lai bất định. Điều đau lòng nhất là các em gái miền quê trở thành nạn nhân của buôn bán tình dục dễ bị tổn thương và thiệt thòi vô cùng.

Xã hội con người mất niềm tin nên cuộc sống phóng dật, buông thả, sống chỉ đòi hỏi hưởng thụ vật chất, mưu tìm vật chất bằng mọi cách, mọi giá để bảo đảm cuộc sống không vất vả, khiến thanh niên lao mình vào vòng nô lệ vật chất một cách mù quáng!

Hễ nô lệ vật chất chừng nào thì thanh niên càng không có cơ hội quay nhìn vào lương tâm, dẫn đến không biết gì đến ý thức trách nhiệm, đánh mất đi lòng tự trọng, sĩ diện, hủy hoại danh dự, xa rời bổn phận, suốt đời chạy theo danh lợi, quyền thế, tiền bạc nên sẵn sàng chà đạp lên tình dân tộc, nghĩa đồng bào cùng tình tự quê hương.

Nhìn vào hoàn cảnh xã hội Việt Nam hiện nay, chính là môi trường làm phát sinh bao tệ đoan xã hội! Lối điều hành đất nước cao ngạo của "đỉnh cao trí tuệ loài người" với chính tâm thức mù quáng của con người trong xã hội đã làm nẩy mầm và tăng trưởng những tệ đoan đó ! Một khi nhu cầu vật chất chỉ huy hoàn toàn bản năng và ngự trị lương tâm của tầng lớp thanh thiếu niên thì nó sẽ đưa xã hội vào vòng thác loạn, xa hẳn với nền văn minh nhân bản thật tế. Điều khốn nạn là tuổi trẻ ngày nay cứ ngỡ mình đang sống theo trào lưu tiến bộ hiện đại "5 chấm".

Tôi lớn lên trong chiến tranh và đã từng thấy nhiều bậc đàn anh, chú, bác ngã gục trên chiến trường vì cầm súng bảo vệ tự do, sự vẹn toàn lãnh thổ của Vua Hùng để lại. Giờ đây đất nước không còn nghe bom đạn đì đùng, thế hệ thanh thiếu niên có diễm phúc hơn là không phải sống trong giai đoạn lịch sử cốt nhục tương tàn. Tuy nhiên, tuổi trẻ lại rơi vào sự bất hạnh của một chế độ phi nhân và đang sống giữa một nền văn hóa phồn vinh giả tạo, một xã hội thác loạn, đầy dẫy bất công, tham nhủng, và dối trá. Cả xã hội phải đối mặt với thực trạng đáng nguyền rủa đó!

Cho nên tuổi trẻ hãy lắng lòng lại và suy nghĩ đôi điều, phải tự mình học hỏi tiền nhân để ý thức trách nhiệm trước sự suy đồi nghiêm trọng, chống tệ đoan xã hội, mê tín dị đoan, chống ngoại xâm là kẻ thù truyền kiếp của đất nước. Ý thức trách nhiệm với bản thân, với xã hội và trách nhiệm góp phần bảo vệ chủ quyền dân tộc bằng cách:

1. Từ bỏ sự phô trương hình thức vật chất phi lý, những phát ngôn vô duyên, vô ý thức trước nỗi đau của đồng bào, nói bậy bạ là tự hạ phẩm cách của chính mình!

2. Từ bỏ lối sống sa đọa không phù hợp với hoàn cảnh nghèo nàn của đại đa số nhân dân trong xã hội Việt Nam ngày nay, một xã hội còn đầy dẫy những sản phẩm của bất công, và nô lệ mà đặc biệt là nô lệ Tàu trên nhiều phương diện của đời sống, từ văn hóa, giáo dục, kinh tế, quân sự, chánh trị, kinh tế... đó là đại họa mất nước không xa!

3. Từ bỏ thái độ vô trách nhiệm, vô luân, vô đạo, vô văn hóa, không có lòng tự trọng... đã làm đảo lộn mọi giá trị xã hội mà trong đó truyền thống tốt đẹp của dân tộc ta xưa nay vốn vẫn là căn bản của nền văn minh Việt Nam. Bởi lý do đó, chúng ta phải ý thức rõ trách nhiệm của mình trong giờ phút hiện tại và rèn luyện một ý tưởng nhạy bén để hướng dẫn việc làm của chúng ta, nghiệp dĩ của tư tưởng sẽ sinh ra hành động là vậy. Muốn được thế, chúng ta đừng để cái sa đọa của tuổi trẻ làm mờ hẳn lương tri lứa tuổi thanh niên, làm mất hẳn ý thức đấu tranh trong một xã hội tiến bộ.

Cộng Sản tạo ra hoàn cảnh xã hội suy thoái về đạo đức, văn hóa, giáo dục khắp đất nước hầu dễ bề thống trị, lại thêm sự ăn chia nhịp nhàng với bọn vong bản tiếp tay cho giặc Tàu xâm lược để sẵn sàng bán nước, buôn dân hầu bảo vệ địa vị và tài sản cá nhân, phe nhóm mà chúng có được từ việc làm phi nghĩa, phi nhân! Ý thức được sự tồn vong của Tổ quốc, chúng ta hãy giữ vững lòng mình đừng để tiền bạc cám dỗ mà sẵn sàng bán rẻ lương tâm, chạy theo quyền lợi với những tư tưởng bạc nhược, mất gốc, xâm nhập vào bản chất thanh thiếu niên, làm hủy hoại ý thức tự tồn, tự chủ trong tiến trình đang dồn dập chuyển biến ở một giai đoạn cực kỳ nghiêm trọng của đất nước hiện nay.

Đã bốn mươi tám mùa xuân trôi qua từ ngày Ba mươi tháng Tư ấy, nhìn chung toàn cảnh quê hương vẫn nghèo khó và bất công luôn phủ trùm trên quê hương Việt Nam và nước mắt của người dân nghèo tiếp tục đổ xuống vì kiểu cường hào, ác bá mới xuất hiện khiến dân chúng mất đất đai, mất nhà cửa, mất đời sống bình thường để rồi phải sống cảnh đời lầm than, lặn lội thân cò bươn chải mà sống.

Dù chậm hơn các nước lân bang, thanh thiếu niên ngày nay cần vươn lên gieo hạt thiện lành, hạt từ bi và hạt thành thật thì tương lai mới có quả tự chủ, độc lập và tự do. Gieo chính là đặt trọng tâm vào tư cách của mình giữa cộng đồng xã hội nơi mình dự phần sinh hoạt với những người dân bị loài quỷ đỏ hành hạ, dòm nghó và tống tiền. Thanh thiếu niên ngày nay cần phải trực diện với thử thách, đối diện với lương tâm để tranh đấu cho chính con người tự do và tiến bộ chúng ta thoát khỏi cảnh bất công, nghèo khốn mà toàn dân và quê hương bị hiểm hoạ Tàu Cộng xâm lăng tiệm tiến, gặm nhắm một cách tàn độc trên từng phần đất đai, núi rừng và biển đảo quê hương. Có ý thức được như vậy tuổi trẻ thời đại "5 chấm không" này mới góp phần kiến tạo và xây dựng một đất nước Việt Nam không còn Cộng sản, quyền làm người được tôn trọng, hầu theo kịp trào lưu tiến hóa của nhân loại. Chính vì vậy mà tuổi trẻ ngày nay cần lưu tâm và suy tư những điều cơ bản sau đây:

1. Điều gì nên làm, nên nói và điều gì không nên làm và cũng không nên nói.
2. Điều gì không suy nghĩ hay không học, nhưng đã suy nghĩ thì phải chu đáo và học tập thì phải thông suốt.
3. Điều gì cũng phải phân biện cho minh bạch, làm việc thì phải hết sức tận tụy và chu toàn.

Nếu ý thức được như vậy, chúng ta sẽ không có cái bất mãn vô lý, cái mệt mỏi đáng khinh và không hủy diệt đời mình trong hơi men, trong xì ke ma túy, trong sa đọa nhục dục để quên đời.

Bóng Quá Khứ

Buổi lễ chào cờ đầu tháng diễn ra trong cơn mưa nặng hạt tại vườn Truyền Thống Việt, San Jose, sáng thứ Bảy ngày Sáu tháng Năm của năm Hai ngàn hăm ba thật cảm động, bởi lẽ Lễ giỗ Quốc Tổ Hùng Vương cũng được thực hiện sau khi nghi thức chào cờ vừa xong. Tôi lặng nhìn các em Hướng Đạo Sinh đứng nghiêm trang dưới mưa trong lễ thượng kỳ và các lão ông, lão bà vận y phục cổ truyền cùng quan khách thành kính dưới lá cờ vàng và lá cờ Hiệp Chủng Quốc Hoa Kỳ phất phới trong màn nước mưa sa, đặc biệt bàn thờ Quốc Tổ được trang trí hết sức lộng lẫy với cặp lọng vàng, cờ phướn cổ truyền, khói hương nghi ngút, chiêng trống phèng la trỗi lên hòa với nhã nhạc cung đình Huế tạo thành một góc trời quê hương hiện về.

Sau nghi thức dâng cúng lễ quả lên bàn thờ Quốc Tổ, quan khách và đồng hương lần lượt tiến lên thắp hương tưởng niệm ân đức Quốc Tổ Việt Nam. Một số nghị viên của Thành phố San Jose là người Mễ Tây Cơ, người Mỹ, cũng đều tiến đến lễ đài đốt hương và bái lạy. Thật xúc động vì ngày giỗ Tổ Hùng Vương mãi mãi là biểu tượng của tinh thần dân tộc, cội nguồn sức mạnh, là cầu nối hữu hình cho niềm tin, niềm tự hào của người Việt về quá khứ hào hùng và hướng đến tương lai.

Sau lễ chào cờ đầu tháng kiêm giỗ tổ Hùng Vương hoàn mãn, tôi vội vã lái xe về văn phòng xem trực tiếp lễ đăng quang của vua nước Anh là Charles đệ tam, vì hôm nay là một ngày lịch sử đối với Anh Quốc, hoàng gia đang tổ chức thiết lễ đăng quang thật huy hoàng và long trọng tại Tu viện

Westminster, thủ đô Luân Đôn, với sự tham dự của ba ngàn tân khách, trong đó có khoảng một trăm thượng khách là các vị nguyên thủ quốc gia, đại diện của các hoàng gia ở những châu lục khác cùng khối Thịnh Vượng Chung, cũng như các nhân vật nổi tiếng của nhiều tổ chức xã hội dân sự. Đây là lễ đăng quang đầu tiên ở Anh Quốc từ 70 năm qua. Vua Charles III, năm nay 74 tuổi, đã trở thành nhà vua kế vị ngay sau khi Nữ Hoàng Elizabeth II băng hà vào tháng Chín năm Hai ngàn hăm hai kết thúc 70 năm trị vì. Lễ đăng quang hôm nay thực hiện theo cung cách tôn giáo để khởi đầu triều đại Charles III lên ngôi. Từ Cung điện Buckingham, Vua Charles III và Hoàng hậu Camilla đã ngồi cỗ xe ngựa dài năm mét do sáu con tuấn mã kéo đi ngang qua các đường phố Luân Đôn để đến Tu viện Westminster. Hai bên đường hàng vạn người dân chào đón Tân Vương và Tân Hoàng hậu.

Nghi lễ tôn giáo trong buổi đăng quang tại Tu viện Westminster bắt đầu vào lúc trưa và kéo dài hai tiếng đồng hồ. Sau khi đặt tay lên quyển Thánh kinh để tuyên thệ, Vua Charles III đã được Tổng giám mục Canterbury Justin Welby ban phép lành và đặt lên đầu vương miện bằng vàng ròng, gắn nhiều đá quý. Trên người Tân Vương khoác áo choàng Hoàng gia dệt bằng lụa và sợi vàng. Hoàng hậu Camilla, 75 tuổi, vợ thứ hai của Vua Charles III, cũng được ban phép lành và đội vương miện. Vua và Hoàng hậu sau đó đã rời Tu viện Westminster để trở về Cung điện Buckingham trong khung cảnh Lễ diễu hành đăng quang trên một cỗ xe mạ vàng dài đến bảy mét, phải cần đến tám con ngựa kéo một cỗ xe đã có từ 260 năm. Tiến đến, Vua Charles III cùng các thành viên hoàng gia xuất hiện tại ban công của Cung điện, theo dõi màn trình diễn máy bay của không quân Anh trên bầu trời Luân Đôn có ánh nắng vàng nhạt với sức gió trung bình.

Mặc dầu an ninh của hoàng gia Anh rất nghiêm ngặt nhưng cũng có một vài xáo trộn trong lễ đăng quang, trong màn hình thấy cảnh sát Anh Quốc lập tức bắt giữ hàng chục nhà hoạt động chống chế độ quân chủ. Tổ chức nhân quyền Human Rights Watch của Hoa Kỳ sau đó đã chỉ trích các vụ bắt giữ này khá gay gắt.

Chiều nay được tham dự buổi chiếu phim mang tựa đề là "Bóng Quá Khứ" (Realm of Return), cuốn phim tái hiện một góc nhỏ nỗi đau thương, mất mát, số phận nghiệt ngã của người phụ nữ Việt Nam sau cuộc chiến chấm dứt năm 1975, trình chiếu tại trường Trung Học Yerba Buena trong khuôn khổ cuộc triển lãm về Chứng Tích Quá Khứ, Di Sản Tương Lai của Viện Bảo Tàng Di Sản Người Việt.

Tôi chọn hàng ghế xa sân khấu, ngồi chung với những người thân thương để thưởng thức Bóng Quá Khứ nói về điều gì đã qua! Cuốn phim không phải loại thương mại, không thể so sánh với các loại phim trường Hollywood hoàn hảo, nhưng Bóng Quá Khứ cũng lột tả một phần nhỏ trong số phận bất hạnh của những người phụ nữ Việt Nam kéo dài gần nửa thế kỷ sau cuộc chiến mà nữ đạo diễn Thanh Tâm, người Canada gốc tỵ nạn Việt Nam đã cố gắng góp phần nghệ thuật của chính quê hương mình cho kho tàng lịch sử tỵ nạn mai sau. Cuốn phim cũng nói lên phần nào những nỗi đau của người Việt, đặc biệt là người phụ nữ đã chịu đựng trong hành trình tìm tự do. Cuốn phim sẽ là chứng tích cho thế giới và con cháu người Việt tỵ nạn mai sau sưu tầm tư liệu không bị lãng quên.

Những diễn viên đóng trong phim khá tự nhiên vì cách diễn xuất bình thường lại lột tả được những cảm xúc mộc mạc, chân thành, tái hiện những vết thương chưa thể chữa lành trong mỗi chúng ta, trong con người tỵ nạn Việt Nam vì "Bóng Quá Khứ" xoay quanh cuộc đời ba người phụ nữ có tiền duyên sâu đậm với một người con trai, đàn ông, người chồng họ đều là những thuyền nhân, mang trong mình những vết thương lòng không nói thành lời, những nỗi ám ảnh của một thời đã qua đầy nước mắt và máu, gói ghém trong khoảng thời gian 50 phút mà chính tôi cũng thấy "tôi" trong cuộc hành trình đầy cam go, đói khát, thập tử nhất sanh trong thập niên tám mươi của thế kỷ hai mươi.

Sau buổi chiếu phim, tôi ra parking để lái xe về nhà nhưng sao tâm trí tôi cứ miên man bởi những thước phim Bóng Quá Khứ hiện ra bắt tôi nhớ lại những ngày tháng đau thương. Theo dòng lịch sử Việt Nam thì tổ tiên mình là một dân tộc có truyền thống đấu tranh liên tục để sinh tồn: Đấu tranh chống ngoại xâm phương Bắc suốt ngàn năm, mở rộng bờ cõi về phương Nam, đấu tranh chống thực dân, chống đế quốc... Nhưng đồng thời dân tộc ta cũng có những cuộc nội chiến đẫm máu làm chia rẽ lòng người giữa hai dòng sông lịch sử: sông Gianh và sông Bến Hải. Chúng ta hãy can đảm nhìn thẳng vào sự thật trong quá khứ, rút tỉa kinh nghiệm lịch sử, để từ đó xây dựng một niềm tin cho chính mình.

Cũng như bóng quá khứ của sông Gianh một thời trở thành dòng sông lịch sử vì nó bị thế lực chuyên quyền quy ước biên giới thiên nhiên ngăn cách hai họ Trịnh, Nguyễn suốt hơn một thế kỷ. Trong thời gian dài đằng đẳng ấy, dòng sông nhỏ chạy dọc ven Trường Sơn đổ ra biển cả đã bao lần chứng kiến cảnh cốt nhục tương tàn của dân Việt.

Nhưng rồi bóng quá khứ của lịch sử lại tái diễn từ năm 1954 tạo tình cảnh Nam Bắc phân ly mà dòng Bến Hải thể hiện sự ngăn cách đôi bờ đó! Cùng một sự ngăn cách bằng một dòng sông, nhưng ý nghĩa của sự ngăn cách đã thay đổi khá nhiều! Trịnh Nguyễn phân tranh chỉ vì dòng họ Trịnh, Nguyễn và Triều đại nhà Hậu Lê, còn sự phân chia bởi dòng Bến Hải, tuy có hình thức giống sông Gianh ngày xưa, nhưng là một thảm trạng bi đát hơn nhiều. Thảm trạng đó là sự đấu tranh ý thức hệ giữa hai khối Tự Do và Cộng Sản, mà quê hương Việt Nam là một chiến trường và dân Việt là những quân cờ trong cuộc chiến tranh ý thức hệ đó! Vì thế mà hai thể chế ra đời với những chế độ, đường lối sinh hoạt, suy tư, hành động v.v... hầu như hoàn toàn khác nhau trên cùng một quê hương! Đó là niềm đau lòng, đó là sự tủi nhục và đó cũng là một trong những nguyên nhân đưa đến một Việt Nam ngày nay: Một Việt Nam bị chia rẽ tình tự dân tộc, dù rằng đất nước đã thống nhất từ Bắc vào Nam, nhưng tâm hồn Nam Bắc vẫn còn hoài nghi chưa có dấu hiệu nào của sự thống nhất lòng người.

Giờ đây, nhìn về quê hương sao chua chát với bốn mươi tám mùa quốc hận mà lòng người còn ly tán! Kẻ tha hương lúc nào cũng hoài vọng về cố quốc với lòng mong nhớ không nguôi, ước mơ một ngày tự do đi lại trên quê hương mình, cùng hân hoan với từng người dân Việt chung sức, chung lòng để xây dựng và bảo vệ một Việt Nam trong Tự do Dân chủ Nhân quyền thật sự, để đoàn kết toàn dân hầu đủ tiềm lực ngăn chặn tham vọng xâm lăng ngàn đời từ giặc Tàu phương Bắc.

Tôi vẫn còn ngồi yên trong xe mơ về bóng quá khứ! Ôi chao, những anh em đấu tranh cho nhân quyền, cho đuốc tự do xuyên bầu trời Bắc Trung Nam nước Việt, nhưng mùa quốc hận năm nay họ đã ra đi và ước mơ chưa thành khi chuyến đi sau cùng trong đời vẫn còn là bóng quá khứ! Họ đã vĩnh viễn từ giã chúng ta để đi sâu vào lòng đất mẹ tìm lấy sự an bình vĩnh cửu của đất trời. Đó là những khuôn mặt thân thương: Chiến hữu Lại Đức Hùng, Bác sĩ Trần Văn Nam, Nhà báo Trương Gia Vi, Lilian Lệ Điệp và còn biết bao nhiêu tấm lòng rực lửa khác. Càng nghĩ, càng cảm phục các vị Tướng Việt Nam Cộng Hòa tuẫn tiết trong ngày đau thương 30/4/1975.

Tôi ngồi đây trong thinh lặng, dành những giây phút yên tĩnh quý hiếm này để nguyện cầu cho những người đã vĩnh viễn ra đi vì sứ mạng bảo toàn giang sơn gấm vóc mà tổ tiên đã để lại. Dù bóng thời gian không cho ta một kết cục "đền bù" hậu hĩnh nhưng điều đó đã thắp sáng niềm tin trong tôi, tin ở chính mình, tin ở người, tin ở lẽ phải, tin vào tiền đồ tổ quốc, tin vào chính nghĩa dân tộc.

Trước họa xâm lăng, dân tộc ta có tinh thần đoàn kết, xã hội đang bị Cộng sản quốc tế tiếm quyền chắc chắn sẽ có những anh tài thiện chí, nhiệt tình và niềm tin mãnh liệt vào ý thức sinh tồn của dân tộc tiếp tục xiển dương tính độc lập tự chủ của nước nhà. Ta có niềm tin để vững chân tiến bước, dù gặp phải khó khăn trong công việc mà ta đang theo đuổi nhưng cứ mỉm cười dấn bước trên lộ trình sứ mạng với tâm tư của một công dân nhiệt tình đầy lý tưởng vì chính nghĩa dân tộc.

Ngày Hiền Mẫu

Trung tuần tháng năm, tại Hoa Kỳ có ngày Mother's day, Ngày Hiền Mẫu. Câu chuyện bắt đầu từ bà Julia Ward Howe đã đề nghị Ngày Hiền Mẫu như một ngày hiến dâng cho hòa bình.

Bà Howe đã cử hành Ngày Hiền Mẫu tại thành phố Boston, Massachusetts từ năm 1872. Mãi đến1905, bà Anna Jarvis đã cầu nguyện trước mồ của Mẹ và hiến dâng đời mình quyết vận động thiết lập Ngày Hiền Mẫu để vinh danh các bà Mẹ còn sống cũng như đã qua đời. Tại Tiểu Bang Philadelphia, bà Anna Jarvis đã vận động dành một ngày trong năm để vinh danh các người mẹ. Năm 1907, khi cử hành lễ tưởng niệm lần giỗ thứ nhì của Mẹ bà một cách long trọng thì Tiểu Bang Philadelphia đã chấp nhận một ngày chủ nhật tháng Năm là ngày Lễ Mẹ.

Đến năm 1911, hầu hết các tiểu bang Hoa Kỳ đã tổ chức mừng ngày Lễ Mẹ. Đến ngày 10 tháng 5 năm 1913, Quốc Hội Hoa Kỳ đã thông qua đề nghị dùng ngày Chủ Nhật thứ hai trong tháng Năm như một ngày để ghi ơn các bà mẹ. Ngày 09/5/1914, Tổng Thống Woodrow Wilson đã chính thức công bố ngày Chủ Nhật thứ hai của tháng 5 là ngày Hiền Mẫu cho toàn quốc Hoa Kỳ.

Văn hóa Việt Nam tuy không quy định ngày nào làm ngày lễ Mẹ, nhưng ngày Rằm tháng Bảy Âm lịch, ngày Vu lan, đã được xem là ngày báo hiếu cha mẹ từ hàng ngàn năm qua. "Vu-lan-bồn", tiếng Phạn là "Ullambana". Trong đó, Ullam dịch là "đảo huyền tức là treo ngược" ví cho sự thống khổ của người chết như bị treo ngược; chữ "bồn" tiếng Phạn là "bana" dịch là "cứu giúp". Như vậy chúng ta có thể hiểu từ "Vu-lan-bồn" có nghĩa là giải cứu người bị tội thống khổ tột cùng. Còn "báo hiếu", là sự báo đáp, đền đáp công đức sinh thành dưỡng dục của người con đối với cha mẹ.

Lễ Vu lan báo hiếu rất lớn của đạo Phật và đã quyện vào trong văn hóa Việt hàng ngàn năm nay, nhằm tưởng nhớ, báo ân, báo hiếu công ơn sinh thành, dưỡng dục của cha mẹ, tổ tiên. Với ý nghĩa đầy nhân văn, ngày này đã trở thành ngày lễ báo hiếu của tất cả người dân Việt Nam.

Trong ngày Vu lan, chúng ta thường đi chùa cầu bình an cho cha mẹ hiện tiền hay thắp hương nguyện cầu cho cha mẹ, ông bà siêu thoát. Khi cha mẹ còn sống hãy dùng thời điểm này thể hiện sự yêu thương như lựa chọn và dành tặng những món quà thật ý nghĩa cho cha mẹ để khi cầm gói quà, bậc sinh thành cảm nhận được tình cảm của đứa con quan tâm tới mình. Với truyền thống đạo lý uống nước nhớ nguồn, ăn quả nhớ người trồng cây của dân tộc ta, báo hiếu, báo ân tổ tiên, ông, bà, cha, mẹ là một trong những cảm ơn quan trọng nhất trong cuộc đời mỗi con người, tương đương và ý nghĩa giống như ngày Mother's Day của Hoa Kỳ.

Không biết lễ Vu Lan Bồn du nhập nước ta từ bao giờ, nhưng theo sách "Đại Việt sử Ký toàn thư" của Ngô Sĩ Liên thì vào năm 1118 (Mậu Tuất), vua Lý Nhân Tông đã có tổ chức Lễ Vu Lan Bồn, lập đàn cầu siêu cho cha mẹ. Cho nên, ngày lễ này từ lâu đã trở thành ngày lễ báo hiếu của tất cả người dân Đại Việt chúng ta.

Sự tích theo kinh Vu Lan thì xuất phát từ Đại đức Mục Kiền Liên cứu mẹ thoát khỏi kiếp ngạ quỷ. Mục Kiền Liên đã tu hành thành tựu, chứng nhiều phép thần thông, Ngài dùng thiên nhãn nhìn khắp các thế giới, thấy mẹ mình đã mất đang ở cõi địa ngục, bị đọa đày và đói khát, khổ sở. Với lòng hiếu thảo của mình, Mục Kiền Liên đã đem cơm xuống tận địa ngục để dâng mẹ, tuy nhiên do đói lâu ngày nên khi ăn mẹ ngài đã khởi lòng tham, dùng một tay che bát cơm của mình, không cho các cô hồn khác đến tranh cướp, vì vậy khi thức ăn đưa lên miệng đã hóa thành lửa đỏ. Thấy vậy Mục Kiền Liên liền quay về bạch Phật thưa hỏi cách cứu mẹ. Phật dạy rằng: “Dù ông thần thông quảng đại đến đâu cũng không đủ sức cứu được mẹ, chỉ có cách nhờ hợp lực của chư tăng khắp mười phương mới mong giải cứu được. Ngày rằm tháng Bảy là ngày thích hợp để cung thỉnh chư tăng, hãy sắm sửa lễ cúng dường chí thành dâng lên vào ngày đó.”

Làm theo lời Phật dạy, Mục Kiền Liên đã giải thoát cho mẹ. Từ đó chúng sinh muốn báo hiếu cho phụ mẫu cũng y cứ cách này, và ngày lễ Vu Lan ra đời, mang một ý nghĩa thật thiêng liêng cao cả, giúp cho con cái ghi nhớ đến công ơn cha mẹ, khơi dậy trong lòng họ một tinh thần báo hiếu đáng quý, đáng trân trọng.

Một nét đẹp trong ngày Vu lan là chương trình bông hồng cài áo. Trong buổi lễ thiêng liêng ấy, ai còn cha mẹ sẽ sung sướng được cài lên ngực áo một đóa hoa hồng, ai mất mẹ lại buồn tủi cài lên ngực đóa hồng trắng buồn thương để bày tỏ lòng thành với cha mẹ tổ tiên. Nghi thức bông hồng cài áo này bắt nguồn từ thiền sư Thích Nhất Hạnh viết trong sách “Bông hồng cài áo” rằng, trước năm 1962, trong một lần thiền sư vào nhà sách ở Nhật Bản đúng Ngày Mother’s Day, thiền sư đã được một cô gái cài lên áo tràng một bông hoa trắng mà không rõ lý do. Hỏi ra mới biết trong ngày này ai còn mẹ thì được cài đóa hồng đỏ, ai mất mẹ thì cài hoa trắng. Chính câu chuyện này đã là khởi điểm cho nghi thức bông hồng cài áo trong mùa Vu Lan và bài hát “Bông hồng cài áo” của nhạc sỹ Phạm Thế Mỹ đã phổ biến đến tận bây giờ.

Nói đến Vu lan là nói đến Mẹ. Tình thương của mẹ dành cho con vô bờ, không thể diễn tả bằng văn từ ngôn tự. Chỉ biết rằng mẹ là người phụ nữ tuyệt vời nhất trên đời, là sự hy sinh và lòng tận tụy nhưng cũng hết sức can đảm và kiên trinh như những bậc anh hùng kiệt hiệt. Lịch sử còn ghi, trải qua hàng ngàn năm sống dưới chế độ phong kiến, kinh qua bao cuộc chiến tranh bảo vệ quốc gia thần kỳ và những trận tranh đấu cho một nước Việt Nam độc lập, tự do trước ách xâm lược của ngoại bang thì hình ảnh những người mẹ, người chị của dân tộc Việt Nam trở nên sáng ngời rạng rỡ. Họ đã khẳng định được phẩm chất của mình trong từng thời kỳ lịch sử. Đến ngày hôm nay, không ai có thể phủ nhận được vai trò to lớn của phụ nữ trên nhiều lĩnh vực văn hóa, chính trị, kinh tế, giáo dục, quân sự và nhất là trụ cột gia đình.

Lịch sử dân tộc Việt Nam là lịch sử của bốn ngàn năm dựng nước và giữ nước. Trong suốt hành trình ấy, người phụ nữ đóng một vai trò trọng yếu. Họ là những con người hiện thân cho cái đẹp. Bình dị mà quá đỗi vĩ đại. Nhỏ bé mà cao cả thiêng liêng. Họ là lửa, là nước, là gió, là sấm sét nổi trận lôi đình và là tất cả, bởi họ chỉ biết hy sinh cho đất nước, quê hương và gia đình.

Thoạt kỳ thủy chưa có một đất nước nào trên thế giới mà hình ảnh người phụ nữ được tôn vinh, ca tụng ngay thuở hồng hoang và gắn với những bước đi ban đầu của lịch sử dân tộc. Đó là mẹ Âu Cơ đưa các con đi mở nước và dạy dân dựng làng; là mẹ của Phù Đổng Thiên Vương kiên trì nuôi và giúp con lên đường đánh tan giặc Ân. Những phụ nữ khí chất anh dũng quật cường như Hai Bà Trưng, Bà Triệu; tài giỏi, thông minh như Thái hậu Dương Vân Nga, Ỷ Lan nguyên phi, Đô đốc Bùi Thị Xuân và còn biết bao nhiêu người mẹ, người phụ nữ Việt Nam đã đi vào lịch sử thành văn của dân tộc. Khi còn học ở lớp Năm trường làng, tôi luôn nhớ hình ảnh kiên cường của vị nữ tướng cưỡi voi đánh giặc: “Con ơi, con ngủ cho lành. Để mẹ gánh nước rửa bành cho voi.”

Ngày Mother’s Day, lễ Vu lan hay những khoảnh khắc quan trọng để tri ân và nhớ ân là điều quý báu nhất cho cuộc sống với giá trị đạo đức, tư cách con người. Ý nghĩa lớn nhất của nó là tinh thần hiếu hạnh gieo mầm yêu thương cho thế hệ trẻ trung, là nguồn cảm hứng và sự thúc đẩy con người vươn lên bằng một tâm hồn tươi đẹp, tích cực đầy nhân bản. Cuộc sống quá bận rộn mà không có những ngày này thì còn dịp nào để con cái nhớ lại những giá trị gia đình quan trọng như tình cảm, sự quan tâm và lòng thương yêu? Chúng ta sống ngay thủ đô điện tử Silicon Valley này vốn có quá nhiều người đang đối mặt với những thách thức và áp lực từ cuộc sống, thì tình cảm gia đình trở nên quan trọng và thiết yếu hơn bao giờ hết.

Từ ngàn xưa qua lời ru, điệu hát, câu hò của mẹ lại chính là bài học đạo đức đầu tiên được truyền lại trong từng đơn vị gia đình xuyên suốt đến bây giờ; một nền văn hóa Việt luôn bảo lưu, gìn giữ những câu ca dao dưới đây đã khẳng định sự thành người của từng đứa con do mẹ sinh ra mà tôi muốn mượn để bày tỏ lòng thành kính đối với những bậc sinh thành nhân ngày Mother's Day:

Lên non mới biết non cao
Nuôi con mới biết công lao mẫu từ,

Bao giờ cá lý hóa long?
Đền ơn cha mẹ ẵm bồng ngày xưa,

Thờ cha mẹ, ở hết lòng,
Ấy là chữ hiếu dạy trong luân thường,

Mẹ già ở túp lều tranh,
Sớm thăm, tối viếng mới đành dạ con,

Chiều chiều ra đứng ngõ sau,
Ngó về quê mẹ, ruột đau chín chiều.

Happy Mother's Day 2023.

Đại Lễ Vesak

Sáng Chủ nhật 21 tháng 5 của năm 2023 tại trường Trung học Yerba Buena High School đã diễn ra một sự kiện trọng đại nhất về phương diện tôn giáo tại miền bắc California, đó là đại lễ Vesak kính mừng Phật Đản Sinh lần thứ 2647, Phật lịch 2567, tính đến năm 2023.

Đây là đại lễ lần thứ 6 được KNT Foundation và chư Phật tử tại gia đứng ra tổ chức hết sức trang nghiêm, trọng thể, hòa hợp tăng đoàn và nghệ thuật Phật giáo được thực hiện. Tất cả mọi công tác chu toàn chỉ vì mục đích dâng trọn vẹn tâm ý cúng dường đấng từ phụ Thích Ca Mâu Ni nhân ngày đản sanh của Ngài. Từ 8 giờ sáng, hàng trăm Phật tử nam nữ trong Ban Tổ Chức đã quy tụ về hội trường để nhận lãnh phần công tác trước khi khởi thân đi diễu hành mừng đản sanh.

Những chiếc áo dài được may từ ba tháng trước bao gồm màu xanh vàng đỏ trắng cam được quý bà, quý cô mặc vào tôn nghiêm, vẻ quý phái và hiền dịu vô cùng. Đây là hình ảnh tái hiện lại những đoàn thiên nữ từ cung trời Đao lợi hiện xuống nhân gian để hộ trì hoàng hậu Ma Da và mừng vui nhìn thấy thái tử giáng trần.

Quý Ông, quý vị nam nhân được mặc chiếc áo dài cách tân màu hoàng kim vô cùng sang trọng trong vai trò của chư thiên hạ thế để cung đón hài nhi Sĩ Đạt Ta giáng sinh. Thêm vào đó là những đoàn Phật tử các quốc gia Nam Á như Ấn Độ, Tích Lan, Lào, Cambốt, Thái Lan với sắc phục trắng tinh cung nghinh những khí cụ tỳ bà, bông hoa, tù và, trái cây, tháp miếu, linh vật và những khí cụ thiêng liêng trong vai trò của chư vị Thiên long bát bộ, Tứ đại thiên vương, Càn thát bà, Khẩn na la... dùng tràng phan, bảo cái, cờ lọng uy nghiêm đón rước bậc Thượng sĩ đi vào cõi Sa bà.

Y phục đã được những nhà chuyên môn nghiên cứu dựa vào tạng kinh A hàm để thể hiện màu sắc của Từ bi, Trí Tuệ, Hỷ xả, Nhẫn Nhục, Tín căn, Thiền định, Tinh tấn theo ý nghĩa thiêng liêng của hào quang chư Phật. Đặc biệt có tám con voi trắng hùng dũng với mười sáu vị vương tử trong bộ áo kim cang hoàng y hộ vệ tượng trưng cho đại lực, uy nghiêm dẫn đoàn rước tôn tượng đản sanh trong không gian rộng lớn cúng dường chư Phật mười phương.

Khởi đầu là bảng hiệu Happy Vesak 2023 màu xanh cùng ba lá đại kỳ của Mỹ quốc, Phật Giáo và Việt Nam Cộng Hòa do ba thanh niên Ấn Độ, Thái Lan và Việt Nam thủ kỳ. Đặc biệt có thập nhị tiên cô tức 12 vị nữ lưu nâng lá đại kỳ Phật Giáo có bề dài và rộng cỡ chừng mười lăm, hai chục mét phủ kín một không gian rợp mát dưới nắng ban mai. Hình ảnh chim bồ câu trắng đứng trên quả địa cầu mang lời cầu nguyện cho Hòa bình thế giới được bốn vị thanh niên trong vai Pháp vân, Pháp vũ, Pháp lôi và Pháp điện chuyển vận cho sự an lành tỏa sáng muôn nơi.

Tháp xá lợi có quý tôn đức gồm ba vị Hòa Thượng Thích Thông Đạt, Thích Tuệ Uy, Thích Đồng Trí và mười tám vị trưởng lão Theravada, Vajrayana và Mahayana từ các quốc gia Phật Giáo Nam Á như Ấn Độ, Tích Lan, Lào, Cam Bốt cung nghinh.

Cảm động nhất là tháp thiêng cung đón đức Thái Tử sơ sanh với Tứ đại thiên vương trong bạch y thủ hộ cùng hình ảnh Mạn Đà La tỏa sáng được hàng trăm chư tôn đức Tăng, Ni, quý thiện nam tín nữ áo trắng của các quốc gia Đông Nam Á trên tay bưng phẩm vật cúng dường và chư Phật tử Việt Nam thiền hành trong chiếc áo tràng lam đồng niệm danh hiệu đức Bổn sư Thích Ca Mâu Ni, âm vang cả một góc trời.

Khi đoàn diễu hành vừa về tới cổng tam quan, ban chung cổ cử liên hồi chuông trống bát nhã cung đón chư tôn thiền đức và quan khách vào hội trường chánh điện. Nơi đây là một đạo tràng trang nghiêm với đại điện đươc thiết kế tuyệt vời qua hình ảnh vườn Lam Tỳ Ni khi Hoàng hậu Ma Da hạ sinh. Họa sĩ Trần Bổn vẽ bức tranh này trong ba tháng ròng như một kỳ công tuyệt hảo. Một công ty điện tử vùng Silicon Valley thiết kế những mạch điện tỏa sáng huy hoàng trong nhiều tháng mới hoàn tất, do anh Tùng chủ xướng, đủ nói lên sự chuẩn bị chu đáo vô cùng. Những tấm foam cắt bằng tay cẩn thận từng nét nhỏ được nối kết bằng chỉ xâu từng hạt cườm màu ly ty do cô Thanh, một sáng lập viên KNT đảm trách công phu không giới hạn.

Từng chậu hoa, cánh sen, cúc vàng, đèn lưu ly đều làm thủ công mà tổng công trình sư là anh Nhân, anh Tùng, chị Thanh, chị Hoa, chị Bé cũng như những thiện nguyện viên ngày đêm miệt mài cho xong những dự án đề ra là một hùng tâm, đại bi tâm, tinh tấn tâm chứ lơ mơ thì không bao giờ thành tựu huy hoàng như vậy.

Cá nhân tôi trong giây phút thiêng liêng cao quý này, trước khi đại lễ Phật đản 2567 chính thức cử hành, tôi cung kính bái tạ Ban Tổ Chức KNT Foundation và những bạn trẻ nhiệt tâm vì đạo pháp đã hoàn thành một công trình vĩ đại dâng lên cúng dường đấng từ phụ Bổn Sư, nước mắt tôi chảy ra mừng vui và lòng vô cùng tán thán công đức vô vụ lợi này.

Anh Nhân, anh Tùng KNT Foundation thay mặt Ban Tổ chức nêu ra bốn lý do thật vi diệu, anh nói: “Thứ nhất là để tôn vinh sự đản sinh, thành đạo và nhập niết bàn của Đức Phật Thích Ca Mâu Ni và ghi nhận những đóng góp của Phật giáo đối với tâm linh và văn hóa nhân loại trong hơn hai thiên niên kỷ rưỡi. Thứ hai là để nhắc nhở tất cả chúng ta về bốn ân lớn và quan trọng nhất của đời người mà ai cũng không thể quên: Công ơn cha mẹ, Tam bảo Thầy Tổ ân sư, Quốc gia xã hội ân đức, và ân nghĩa của các loại chúng sinh.

Nếu mỗi cá nhân luôn áp dụng điều quan trọng và nguyên tắc này trong mọi suy nghĩ và hành động suốt cuộc đời thì tất cả chúng ta sẽ sống với nhau trong một thế giới hòa bình và an lạc. Thứ ba là tạo cơ duyên kiên cố niềm tin chánh pháp và tôn vinh lòng từ bi, tâm trí tuệ của Đức Phật bằng cách hành động vì người khác với lòng trân trọng và đến với nhau hòa hợp và định hình những điều tốt đẹp hơn, khiến thế giới hòa bình, an ổn; và điều cuối cùng nhưng không kém phần quan trọng là cung kính mừng đón các tông phái Phật giáo Nguyên thủy, Đại thừa và Kim cương thừa trong tinh thần hòa hợp dâng lên cúng dường sự ra đời của Đức Phật và đồng gia tâm cầu nguyện cho hòa bình thế giới."

Nơi đây, vũ trụ tuần hoàn đang quay lại khoảnh khắc thiêng liêng bất khả tư nghì, giây phút bình minh mà gót chân đại hùng ghi dấu ấn đầu tiên của Bồ tát nơi vườn Lam Tì Ni được vun bồi bởi thiện nghiệp của chúng sinh, mà cũng thường trực chiến tranh, bức bách bởi ái dục, tà kiến, thù hận; khoảnh khắc cả đại thiên vũ trụ trong dòng xoáy huyễn mộng chợt biến chợt hiện, gây ra bởi cuồng phong nghiệp cảm, bỗng ngưng đọng để lắng nghe nhịp đập của trái tim đại bi, vì tiếng kêu khóc của vô vàn chúng sinh trong ngục tối hãi hùng. Trong khoảnh khắc thiêng liêng đó, hết thảy chúng ta, những người con Phật đang hiện diện tại lễ đài Phật đản hôm nay, bấy giờ không biết đang lang thang vô định trong cõi u tối nào, đang lặn chìm trong khổ lụy, bị giam hãm trong ngục tù năm uẩn, bị trùm kín bởi vô minh, không hề hay biết một đóa hoa vô ưu đang nở rộ tỏa hương.

Giờ phút này trong không gian khiêm tốn của hội trường Yerba Buena, bốn chúng đệ tử cùng thành kính lắng đọng tâm tư, chiêm ngưỡng hình tượng cao vời của đấng Chí Tôn trong ba cõi, nghe đồng vọng trong quãng hư không vô biên, khúc nhạc trời hân hoan truyền tín hiệu lan khắp mười phương thế giới: *"Hạnh phúc thay, chư Phật giáng sinh. Hạnh phúc thay, Chánh pháp cao minh. Hạnh phúc thay, Tăng già hòa hiệp. Hạnh phúc thay, tứ chúng đồng tu."*

Covid 19 đã và đang xảy ra, chiến tranh tại Ukrain đang tiêu diệt con người, khủng bố tại Trung đông ngày đêm không ngớt! Mọi loài chúng sinh đều mong an lạc, cầu được nơi an ổn chí thiện; nhưng bị lôi cuốn bởi cuồng vọng, tham, sân, bị khống chế theo quy luật cạnh tranh tồn tại nên sinh tâm tật đố, ganh tị, dẫn đến tranh đoạt tương tàn. Xã hội bành trướng với nhiều hình thái dị biệt, mâu thuẫn gay gắt; áp bức, bất công là hậu quả của tiến bộ xã hội y cứ trên tâm thức tham ái, vị ngã.

Sự xuất hiện của Đức Phật là ánh sáng đánh thức nhân tâm, tìm nẻo quay về pháp tánh bình đẳng, nhìn thấy và biết ta là ai, đang ở đâu để liễu tri bản chất của thế giới, đâu là hư vọng, đâu là chân thật, để biết định hướng phát triển tâm tư càng lúc thăng hoa cao thượng hầu tạo nguồn an lạc chân chính cho chúng ta.

Với vai trò điều khiển chương trình tổng quát, tôi cung thỉnh chư tôn đức và chào đón những giới chức chính quyền như quý Ông Bà Senator Dave Cortese, dân biểu Askara, Giám sát viên Cindy Chavez, Thị trưởng San Jose Matt Mahan, Nghị Viên khu 7 Biên Đoàn, Nghị viên khu 8 Domingo Candlelas, Ủy viên Học khu Eastside Union High School District Vân Lê, Chánh văn phòng Santa Clara County II Betty Dương v.v... Với sự tôn kính và thành tâm của chính giới đến với ngày Phật đản, tôi cảm nhận được trong tâm họ đã nhận được năng lượng từ bi, yêu thương và thiện cảm với Cộng đồng chúng ta.

Hôm nay, trước lễ đài thanh tịnh trang nghiêm, trong tinh thần hân hoan hòa hợp, chúng ta nhất tâm chí thành tưởng niệm ân đức đại từ của Bồ tát, vì thương tưởng chúng sinh đắm chìm biển khổ, nên đã trải qua vô số a-tăng-kỳ kiếp hóa sinh trong khắp các nẻo luân hồi, hóa thân như cát bụi, khơi nguồn trí tuệ như mặt trời xóa tan bóng tối tà kiến đảo điên. Do ân đức ấy, chúng ta hôm nay may mắn còn chút thiện duyên để được thấm nhuần mưa pháp, tăng trưởng thiện căn, nuôi lớn hạt giống bồ đề.

Cuộc đời ai cũng đi qua, hãy để lại cho đời những nụ cười yêu thương và lòng chân thành tri ân, khi mang đi về bên kia thế giới những tư lương bằng công đức cúng dường tối thượng này. Đó chính là hành trang thiện pháp.

Khi bế mạc chương trình, Thanh Tùng Nhân nói lời cảm tạ nhưng tôi nghĩ chính là điều mà KNT Foundation tinh tấn tích lũy công đức thiện nghiệp vô lậu cũng như Bồ tát Sĩ Đạt Ta từng cúng dường tám ngàn kiếp mới tích tụ công đức viên mãn thành bậc "thiên nhân chi đạo sư".

Hạnh phúc thay! Tôi chắp tay đảnh lễ: *"Nam mô Lam Tỳ Ni viên, Vô ưu thọ hạ, thị hiện đản sanh, Bổn Sư Thích Ca Mâu Ni Phật"*........ mà lòng tiếc nuối công trình nguy nga, lộng lẫy, trang nghiêm, hùng dũng nhưng bây giờ sắp phải gỡ xuống, trả lại khoảng không gian thinh lặng cho trường YB.

VoViNam - Việt Võ Đạo

Cuối mùa xuân Quý Mão, hạ tuần tháng Năm là một kỳ nghỉ cuối tuần thật tất bật. Ngày thứ bảy, 27 tháng Năm tôi phải đi tham dự một lễ mãn khóa Trung học của người cháu rồi tiệc mừng ra trường tới khuya mới lái xe từ Bakersfield về lại San Jose. Vậy là cháu đã qua mười hai năm kể từ ngày chập chững đi vào lớp mẫu giáo, để bây giờ tạm biệt mái trường, tạm biệt thầy cô, chia tay bạn bè rồi tiếp tục vào trường quân đội... khiến trong tôi sống dậy những cảm xúc lâng lâng khó tả về khung trời kỷ niệm của thời mình từng cắp sách tới trường, được vui đùa cùng bạn bè sau những giờ học.

Trên đường về, những suy tư chợt hiện lên quãng thời gian của một đời người, bạn bè đứa còn, đứa mất, kẻ ở quê nhà, kẻ đi lang bạt tha hương! Nghĩ cũng lạ, dù hiện nay mình đang sống trong thế giới công nghệ thông tin hiện đại giúp cho ta gần nhau hơn giữa khung trời ảo ảnh, nhưng làm sao sánh được với những giây phút chơi đùa, đạp xe đến từng nhà rủ nhau bay nhảy để rồi tay trong tay, nhìn nhau cười nói vui đùa như cái thuở mộng mơ ngọt lịm trên đường làng yêu dấu ngày xưa.

Sáng Chủ nhật, 28 tháng Năm với chương trình sinh hoạt dày đặc, bắt đầu chín giờ ba mươi sáng, tôi lãnh trách nhiệm điều hợp chương trình Đại lễ Phật Đản, Phật lịch 2567 tại chùa An Lạc do Sư bà Thích nữ Nguyên Thanh trụ trì. Quý tôn túc như Hòa Thượng Thích Phước Tịnh, Tu viện Lộc Uyển San Diego, Hòa Thượng Thích Đồng Trí, Chùa Viên Chiếu Sacramento, Thượng Tọa Thích Đồng Phước, Đại đức Thích Quảng Phú, chùa Đại Giác, Sư bà Thích Nữ Như Định,

Ni Sư Thích Nữ Tiến Liên, Tịnh Xá Ngọc Hòa, San Jose và gần bảy mươi vị tôn đức Tăng, Ni ôm bát trì bình khất thực vô cùng trang nghiêm.

Phần văn nghệ do Nhóm Phật tử Hương Sen thực hiện để cúng dường ngày đản sanh được cô MC Tâm Ngộ phụ trách, tôi phải tạm biệt cho kịp về Thiền Viện Vô Ưu do Sư bà Thích Nữ Đồng Kính trụ trì thuộc thành phố San Martin để cúng dường Lễ Vesak và tham dự chương trình văn Nghệ do Nhóm Phật Tử Tuệ Đăng trình diễn.

Ba giờ chiều hôm nay lại có buổi họp quan trọng của Small Business District San Jose về những vấn đề kinh doanh và an toàn trong thành phố. Đang họp chừng khoảng 75 phút thì điện thoại reo vang, bên đầu dây kia là Ban Tổ Chức Kỷ Niệm Bốn Mươi Năm Thành Lập Võ Đường VoViNam Việt Võ Đạo, hối thúc tôi tới sớm chuẩn bị điều khiển chương trình khai mạc. Nhìn đồng hồ còn chừng 45 phút nữa tới giờ tuyên bố lý do mà con đường Story dẫn đến khu Grand Century hôm nay kẹt xe vô cùng, khi biết được Tiệm vàng Vĩnh Thành tức Thành Tín Jewelry xổ số trúng hai chiếc xe Tesla nên bà con tới đông nghẹt không còn chỗ đậu xe. Thấy đồng hương tới đông lòng mình vui mừng khấp khởi bởi lẽ những người đến đây vừa là khách hàng của tiệm mà cũng là hình ảnh của nền kinh doanh kim hoàn khá phát triển trong cộng đồng người Việt nơi đây. Xin chân thành chúc mừng đến chủ nhân hệ thống Vĩnh Thành Jewelry.

Thực khách đến đông đủ, ngồi kín vài chục bàn tròn của Dynasty Seafood Restaurant, tôi bắt đầu khai mạc chương trình Lễ Kỷ Niệm 40 Năm khai sanh Võ Đường Vovinam tại San Jose với nghi thức chào kính Quốc kỳ Hoa Kỳ, Việt Nam Cộng Hòa và Việt Võ Đạo kỳ. Phút tưởng niệm anh hùng liệt sĩ vị quốc vong thân, đồng bào và chiến sĩ hy sinh vì lý tưởng tự do, đặc biệt tưởng niệm đến Vị Sáng Tổ Nguyễn Lộc,

Chưởng Môn và các Võ sư tiền bối đã hy hiến cho sự nghiệp phát triển Môn phái Vovinam.

Vừa xong phần chào cờ thì tiếng trống khai mạc với bảy đoàn lân xanh vàng đỏ tím... tiến vào chào mừng quan khách, râm ran theo nhịp trống cắc thùng cắc... Võ Sư Nguyễn Cẩm Bình, trưởng ban tổ chức đã điểm qua thời gian bốn mươi năm mở lớp đào tạo, bắt đầu từ sân sau của căn nhà mướn đến sự phát triển khắp nơi nơi là một chặng đường gian nan thử thách. Điều đặc biệt là các lớp học võ thuật Vovinam chưa hề ngưng nghỉ trong suốt bốn thập niên vừa qua, hàng vạn môn sinh đến rồi lại đi, kẻ làm bác sĩ, người mang quân hàm trong Quân đội Hoa Kỳ, đứa làm chủ doanh nghiệp hay có môn sinh ra mở lò luyện võ cho đàn em kế thừa, tất cả đều thành đạt và quay về hội tụ trong bữa tiệc mừng lễ kỷ niệm bốn mươi năm mở lớp đầu tiên.

Võ Sư Nguyễn Cẩm Bình là một người phụ nữ với quyết tâm sắt đá, kiên trì và bền vững tuân thủ chủ thuyết “cách mạng tâm thân” của Sáng tổ đề ra để truyền đạt và thúc đẩy môn sinh luôn canh tân bản thân, hướng thiện về thể chất lẫn tinh thần. Vovinam được phát triển dựa trên môn Vật cổ truyền Việt Nam, kết hợp với những tinh hoa của các phái võ ngoại quốc như Trung Hoa, Hàn Quốc, Nhật Bản... theo nguyên lý Cương Nhu Phối Triển, nên môn sinh Vovinam được huấn luyện những đòn thế tay không, cùi chỏ, chân, gối cho đến các loại vũ khí như kiếm, đao, mã tấu, dao, côn, quạt... cộng với phương cách đối phó địch thủ đầy vũ khí bằng tay không, các lối phản đòn, khóa gỡ và các thế vật.

Phải thừa nhận là bất kỳ môn võ thuật nào cũng giúp chúng ta tập luyện để thân thể cân bằng, mạnh khỏe, trí óc sáng suốt, phán xét nhậm lẹ và tâm tư thư thái. Chính nhờ vào những đóng góp thực tế này mà Võ đường Vovinam do Võ sư Nguyễn Cẩm Bình điều hành đã lan rộng khắp các tiểu bang và lan tận Phi Châu cũng như Bỉ quốc. Trong bữa tiệc hôm này có phái đoàn Vovinam Africa rất đông do Master Younouss Yade dẫn đầu cùng các Master Mamadou Kor, Master Abdoulaye Diege và Senegal, Instructor Abou Konate, Mauritania trong chiếc áo xanh Vovinam Africa thật oai phong nhưng cũng đầy sự cảm động. Niềm xúc cảm này do lòng thán phục của mình đối với một nữ võ sư đem hết tài năng và nghị lực để phát huy môn võ Việt Nam đến tận xứ sở giàu kim cương này. Vovinam Belgium đến từ Âu châu có Master Janos Keresztes, Instructor Stagno Giovanni và nhiều Võ sư người Việt gốc Bỉ như Master Võ Tân Tiến, Master Võ Tiến Sơn. Quả là một kỳ công sau bốn thập niên mở lớp đào tạo võ nghệ Vovinam mà cái quả thật đáng khích lệ. Riêng các tiểu bang trong quốc gia Hoa Kỳ như Massachusestts (Boston), North Carolina (Raleigh), Florida (Orange park) đều vinh dự với những võ sinh thành đạt cùng trở về hội tụ với một hoài bão duy nhất là lưu truyền Vovinam cho hậu thế, bằng đầy đủ ý nghĩa của tinh thần Vovinam -Việt Võ Đạo. Chính từ những nỗ lực không ngừng nghỉ này mà các cấp chính quyền tại Quận hạt, thành phố, Học khu đều đến chúc mừng và trao những bằng Tưởng lục ghi công cho Võ Sư Nguyễn Cẩm Bình, người đã kiên trì giáo dục hàng vạn môn sinh trong nhiều chục năm qua thành người hữu dụng. Cộng đồng Người Việt Miền bắc California cần phải tuyên dương một thành viên xuất sắc Nguyễn Cẩm Bình trong dòng lịch sử Người Việt quần cư tại xứ người, suốt gần nửa thế kỷ đong đầy những cống hiến từ vật chất đến tinh thần cho thế hệ tương lai, luôn nhận thức khả năng tinh hoa của Vovinam là Quyết Tâm, Cố Gắng và Đều Đặn.

Màn biểu diễn cổ nhạc cải lương thật sống động trong vở tuồng "Phàn Lê Huê phá Hồng Thủy Trận" do các nghệ sĩ Hoàng Lan, Ngân Linh thủ diễn được khán giả vỗ tay tán thưởng nhiệt liệt. Nhìn đồng hồ báo mười giờ đêm, tôi vội vã đến phi trường San Jose đón những người bạn từ North Carolina để ngày mai, Memorial day 29 tháng Năm, phó hội tại Yuba City, tham dự lễ Chiến Sĩ Trận Vong và tưởng niệm 58 ngàn binh sĩ Hoa Kỳ được khắc tên trên bia đá đen.

Hiệp chủng quốc Hoa Kỳ quy định Lễ Chiến Sĩ Trận Vong đúng vào thứ Hai cuối cùng của tháng Năm để tưởng niệm các chiến sĩ vị quốc vong thân. "Nước Mỹ đã được trui rèn trong chiến trận và lửa đạn chiến tranh. Tự do của đất nước này đã được bảo vệ bởi các binh sĩ nam nữ gan dạ trẻ tuổi, những người đã đáp lại tiếng gọi của lịch sử, non sông và cống hiến mọi thứ, kể cả sinh mạng để phục vụ cho lý tưởng độc lập với nền tự do, dân chủ và nhân quyền."

Từ bảy giờ sáng của ngày Thứ hai, tôi cùng những bằng hữu phương xa khởi hành từ San Jose để đến Yuba City, một thành phố hiền hòa tại Miền bắc California, nơi đang tổ chức một chương trình tưởng niệm hết sức cảm động với màn hoạt cảnh tái tạo không gian bệnh viện dã chiến tại Trung Đông tất bật cứu chữa những binh sĩ đang chiến đấu với khủng bố, bị phỏng toàn thân, kẻ mất tay, người cụt chân vì mìn và muôn vàn khó khăn trong đời binh ngũ. Nhưng một khi phải nằm xuống thì đất nước Hoa Kỳ ghi ơn muôn năm. Đặc biệt nơi đây đã tái tạo lại một tấm bia đá đen khắc tên của 58 ngàn binh sĩ Hoa Kỳ hy sinh thân mạng ngay trên đất nước Việt Nam trước ngày 27 tháng 1 năm 1973, ngày mà oan cừu còn di họa đến tận bây giờ dù đã bốn mươi tám năm trôi qua kể từ cột mốc Sài Gòn sụp đổ 30 tháng Tư đen năm Bảy mươi lăm.

Tôi chợt nghĩ trong thời cận đại, Quân Lực Việt Nam Cộng Hòa là lực lượng quân sự duy nhất mang trên vai hai trọng trách cùng một lúc: bảo vệ an ninh quốc gia và quản trị guồng máy hành chánh đất nước trong thời điểm có cuộc chiến tranh thôn tính Miền Nam của Đảng Cộng Sản Việt Nam từ miền Bắc. Vì thế, cuộc chiến tranh bảo vệ nền tự do, dân chủ tại

Miền Nam Việt Nam được coi là chính đáng và vô cùng trân trọng. Tiếc thay, chúng ta chưa có một ngày tôn vinh như lễ memorial của Hoa Kỳ, dù ngày 19 Tháng Sáu hằng năm vẫn long trọng tổ chức trang nghiêm để kỷ niệm công trạng huy hoàng của Quân Lực Việt Nam Cộng Hòa. Nét son này từng ghi dấu trong quân sử lẫn lịch sử dân tộc Việt Nam... nhưng vẫn còn thiếu món nợ ân tình.

Nếu đời tôi chưa làm được thì thế hệ hậu duệ cũng phải thể hiện một ngày toàn dân tri ân đến những anh hùng Vị Quốc Vong Thân của Quân Lực Việt Nam Cộng Hòa.

Mong lắm thay!

TỎA ÁNH TỪ QUANG

Trung tuần tháng Sáu có nhiều đại lễ quan trọng cấp quốc gia diễn ra tuần tự từ ngày Mười đến Hai mươi, với nhạc hội "Tỏa Ánh Từ quang 2" diễn ra tại Grand Century Mall khởi đầu. Tiếp đến là ngày Quốc Tang Yên Báy[1] 17 tháng 6, Ngày lễ Hiền phụ 18 tháng 6 và kế nữa là ngày Quân Lực Việt Nam Cộng Hòa trùng ngày với lễ Juneteenth 19 tháng 6 mới được công nhận cấp liên bang.

Chương trình nhạc hội Tỏa Ánh Từ Quang II được tiếp nối từ lần thứ nhất vào năm 2019 là một cách thể hiện tâm thành cúng dường Ngày Phật Đản sinh lần thứ 2647, Phật lịch 2567 tại Bắc California, do Nhóm Phật Tử Tuệ Đăng phối hợp với các tổ chức Phật giáo địa phương cũng như nhiều Gia Đình Phật Tử trong vùng Vịnh Cựu Kim Sơn thực hiện, tại Grand Century Mall ngày 10 tháng 6 năm 2023. Buổi lễ khai mạc có sự hiện diện của chư Tôn Đức Tăng Ni, quý vị đại diện tinh thần các Tôn giáo, Quý vị dân cử đại diện Liên bang, Tiểu bang, Quận hạt, Thành phố và Học Khu Eastside Union High School District; Quý vị đại diện các Đoàn thể tổ chức người Việt Quốc gia, Quý cơ quan truyền thanh truyền hình, báo chí và Đồng Hương San Jose tham dự.

Nhạc Hội Tỏa Ánh Từ Quang II với phần nghi lễ truyền thống rất trang nghiêm, các vị đại diện Tôn giáo, Hội đoàn thả những cánh chim bồ câu tung bay trên bầu trời tượng trưng cho niềm mơ ước hòa bình đến với nhân loại. Một khung cảnh vườn Lam Tỳ Ni chiếm gần hết mấy chục parking, tái tạo không gian vào ngày trăng tròn tháng Vesak theo lịch Ấn Độ

[1] Yên Báy: ngày nay địa danh này đã chuyển sang gọi là Yên Bái, nhưng Yên Báy là tên gọi lịch sử gắn liền với cuộc khởi nghĩa do Nguyễn Thái Học lãnh đạo.

cách nay 2647 năm. Nơi đây trong một buổi sáng tinh sương, khi vầng thái dương vừa ló dạng và chiếu vào những tia nắng rực rỡ đầu ngày xuống vạn vật, Hoàng hậu Ma Da đưa tay ngắt cánh hoa Vô ưu thì Thái Tử Sĩ Đạt Đa, một bậc vĩ nhân của nhân loại, thuộc dòng họ Gotama nước Ca-tì-la-vệ, đã thị hiện đản sinh. Dù lớn lên trong cung vàng điện ngọc của đức vua Tịnh Phạn, nhưng thái tử Sĩ-Đạt-Đa vẫn không bị cuộc sống giàu sang phú quý che khuất mà trái lại còn phát triển lòng từ bi của bậc Thượng Sĩ cao vời.

Thái Tử luôn luôn quán chiếu thực trạng vô thường, giả tạm của thế gian và nỗi khổ đau triền miên của chúng sinh để tìm phương cách cứu độ. Năm 29 tuổi, Thái Tử Sĩ Đạt Đa đã bỏ cung vàng điện ngọc, vào núi Hy Mã Lạp Sơn xuất gia tầm đạo. Sau sáu năm khổ hạnh rừng già và bốn mươi chín ngày đêm thiền định dưới cội cây Bồ Đề, cuối cùng ngài giác ngộ thành Phật và giải thoát mọi trói buộc phiền não khổ đau của kiếp nhân sinh. Từ đó, gần năm mươi năm dài, bằng đôi chân trần, Đức Phật du hành khắp lưu vực sông Hằng để truyền dạy giáo pháp thoát khổ, độ người hữu duyên. Đến năm 80 tuổi, Đức Phật nhập Niết bàn tại thành Kushina, Ấn Độ, đúng vào năm 544 trước Công Nguyên.

Để tỏ bày lòng biết ơn vô hạn đối với bậc giác ngộ đã soi chiếu ánh từ quang đến cho nhân sinh, một chương trình nhạc hội đã được khai diễn gồm các ca sĩ Ngọc Hạ, Mạnh Quỳnh, Thu Nga, Quang Khải, Anh Quân, Vũ Hiển, Châu Dũng, Huy An, Phương Thúy, Jenny Đan Anh, Bảo Trân, Krystal Mai, Leanne, Quỳnh Hương, Thúy Vi, Minh James, Thiên Nghi, Thúy Ân, Lainey cùng các MC Đồng Vàng, Ngân Hà, Vivian Thủy, Thanh Tùng, Hồng Dũng cùng các vũ đoàn Việt Step, Tuệ Đăng, đoàn lân Vovinam Việt Võ Đạo, Liên Đoàn Cựu Huynh Trưởng Gia Đình Phật Tử Huệ Năng, Gia Đình Áo Tím, được ban nhạc Huy Hoàng và ban Toàn keyboard hòa âm, tạo nên đêm nhạc tuyệt vời nhất được tổ chức nơi cộng cộng lớn nhất kể từ khi đại dịch Covid 19 xảy ra, để dâng lên cúng dường đức Thế Tôn.

Cũng như chương trình Tỏa Ánh Từ Quang II thì ngày Juneteenth năm nay cũng là kỷ niệm lần thứ hai sau khi Tổng Thống Hoa Kỳ Joe Biden ký thành luật từ năm 2022, được gọi là "Ngày Độc lập Quốc gia 19 tháng 6" cho phép nghỉ lễ ở cấp liên bang. Nhiều dịch vụ như ngân hàng, trường học, thư viện sẽ đóng cửa và nhân viên chính phủ được nghỉ lễ có trả lương, kể cả các thị trường chứng khoán cũng ngừng giao dịch.

Khởi đi từ ngày 1 tháng 1 năm 1863, khi cuộc nội chiến Hoa Kỳ đang diễn ra, Tổng thống Abraham Lincoln đã ra tuyên bố giải phóng tất cả các nô lệ sống ở các tiểu bang miền Nam. Nhưng lệnh này không có nhiều hiệu lực ở Texas, nơi có ít binh sĩ Liên bang miền Bắc giúp thực thi tuyên bố. Phải mất hơn hai năm, tin tức về tuyên bố này mới đến được với các nô lệ ở Galveston, Texas. Vào ngày 19 tháng 6 năm 1865, tức hai tháng sau khi nội chiến kết thúc, một vị tướng của Liên minh miền Bắc đã cưỡi ngựa đến thông báo cho thành phố rằng tất cả mọi nô lệ từ nay sẽ được tự do. Trong suốt bao thế hệ trôi qua, người Mỹ gốc Phi đều kỷ niệm ngày chấm dứt chế độ nô lệ, đúng ngày 19/6.

Ngày 19/6 hiện là ngày lễ liên bang thứ 12 của Hoa Kỳ, dân chúng thường tổ chức các bữa tiệc nướng ngoài trời và dã ngoại sơn khê. Tổng thống Joe Biden ký đạo luật này cũng có dụng ý vuốt ve người Mỹ da đen sau các cuộc biểu tình "Black Live Matter" liên quan đến George Floyd, một người da đen không vũ trang, bị một sĩ quan cảnh sát da trắng kẹp cổ tới chết vào tháng 5 năm 2020; cũng nhân cơ hội này mà dự luật đưa ra thảo luận ở cả hai Viện Lập Pháp Hoa Kỳ đều dễ dàng mang lại sự ủng hộ lớn hơn cho ngày lễ 19/6. Các hãng xưởng cũng công nhận và hưởng ứng ngày lễ này, một số công ty, chẳng hạn như Twitter, Nike, cũng biến nó thành một ngày nghỉ có trả lương cho các nhân viên. Hòa trong niềm hân hoan này mà cuộc thi hoa hậu "Miss Juneteenth" cũng được tổ chức để giúp các cô gái và phụ nữ da đen tôn vinh di sản chung của mình.

Sự công nhận của chính quyền đối với ngày lễ Juneteenth diễn ra trong bối cảnh Hoa Kỳ chia rẽ về tình hình Đảng phái giữa Cộng Hòa và Dân Chủ khá trầm trọng. Nếu liên bang công nhận ngày lễ 19 tháng 6 sớm hơn thì sự đoàn kết toàn dân có thể khả quan hơn hiện tình bây giờ. Do vậy mà Cộng đồng Người Việt chúng ta cử hành ngày Quân Lực Việt Nam Cộng Hoà 19 tháng Sáu hàng năm sẽ yên tâm tổ chức quy mô và long trọng, dù rơi vào ngày thường trong tuần cũng được nghỉ lễ.

Cái gì cũng có hai mặt, ngày Juneteenth không ngoại lệ. Một số ít người Mỹ da đen lợi dụng sự kiện này mà có những thái độ, hành vi dẫn đến tội phạm hình sự như đập phá cơ sở thương mại, lấy cắp hàng hóa, buôn bán ma túy, đòi cấp tiền bồi thường vì các tổ phụ da đen bị đưa đến đây làm nô lệ v.v... Không ý thức trách nhiệm bản thân và sống theo lối ích kỷ nên họ vi phạm nhiều tội ác, hay nói theo kinh điển thì đó là phạm giới.

Cho nên, trong truyền thống Phật giáo Việt Nam, Vua Trần Thái Tông có bản lĩnh của một thiền sư, rất coi trọng đạo đức và giới luật. Trong "Thọ giới luận", vua dẫn bài luận như sau: "Giới như mặt đất bằng, mọi điều thiện từ đó sinh ra; giới như thầy thuốc giỏi, chữa được các loại bệnh; giới như ngọc minh châu, phá tan mọi tối tăm; giới như thuyền bè, vượt qua biển khổ; Giới như chuỗi ngọc, trang nghiêm pháp thân".

Có nhiều người chịu ảnh hưởng của thuyết hoài nghi phương Tây, cho rằng thiện và ác rất khó phân biệt, thậm chí họ còn nói: Cực ác là thiện và cực thiện là ác. Sự sai lầm này nguy hiểm cùng cực, dẫn con người đi trong ngục tối của sự tà kiến si mê. Chúng ta phải sáng suốt phân tích hành vi thiện, ác cho rõ ràng minh bạch như là: Sát sanh là ác. Phóng sanh, hiếu sanh là thiện. Lấy của không cho là ác, bố thí là thiện. Tà dâm, tà hạnh là ác, sống chánh hạnh là thiện. Nói láo là ác, nói chân thật là thiện. Nói chia rẽ là ác, nói đoàn kết là thiện. Nói lời độc địa là ác, nói lời dịu hiền dễ nghe là thiện. Nói lời vô nghĩa, không đúng thời là ác, nói lời có ích, đúng thời là thiện. Tham là ác, không tham là thiện. Sân là ác, không sân là thiện. Tà kiến là ác, không tà kiến là thiện.

Khi phân biệt ranh giới giữa thiện và ác, chúng ta luôn tâm niệm: "Thật là xa thật xa, khoảng cách giữa mặt đất và bầu trời, thiện ác cũng vậy, không hề lẫn lộn chánh tà."

Kinh điển dùng từ ngữ "Tỏa ánh từ quang" nghĩa là sống thiện đối trị các pháp bất thiện, sống thiểu dục, tri túc để đoạn trừ dục vọng. Hãy tìm đến nguồn vui cao cả và bất tận của một nếp sống đạo đức từ ánh hào quang chiếu diệu yêu thương, biết nhàm chán những thú vui thấp hèn của năm dục, vị ngọt ít, khổ não nhiều; sống đạo đức, tri túc, phụng sự chúng sanh, ban vui cứu khổ là hành hoạt trí tuệ, không những cho đời này mà kiếp vị lai cũng trổ quả đơm hoa.

Để cúng dường và tán thán một cách tốt đẹp nhất đến Đức Phật Thích Ca Mâu Ni nhân ngày Đại Lễ Phật Đản, mỗi người chúng ta hãy tự mình "tỏa ánh từ quang" bằng cách sống có ý thức, sống theo nếp sống chói sáng của đạo đức tâm linh, sống trong trắng như núi tuyết, như mặt trăng không mây che. *"Ai dùng các hạnh lành, làm xóa mờ nghiệp ác, sẽ chói sáng đời này, như trăng thoát mây che."* Đó mới đúng là sự cúng dường tối thượng.

Quốc Tang Yên Báy

Cách đây đúng 96 năm, thanh niên Nguyễn Thái Học, vị anh hùng dân tộc đã thành lập Việt Nam Quốc Dân Đảng ở tuổi 25 nhằm chống thực dân Pháp giành độc lập cho dân tộc.

Ngược dòng lịch sử từ năm 1920, khi những phong trào đấu tranh giành độc lập đã không còn lấy triều đình làm điểm tựa, nhiệm vụ đánh đuổi thực dân Pháp là do quần chúng tự phát dưới nhiều hình thức khác nhau. Lúc bấy giờ ở Hà Nội có nhóm tri thức trẻ gồm anh em Phạm Tuấn Lâm, Phạm Tuấn Tài, cùng với Hoàng Phạm Trân đứng ra thành lập nhà xuất bản Nam Đồng Thư Xã nằm bên bờ hồ Trúc Bạch. Sự ra đời của nhóm này thu hút rất đông thanh niên có lòng yêu nước tìm đến gặp gỡ nhau để bàn luận chuyện đất nước, xã hội, chính trị. Nam Đồng Thư Xã vừa là một nhà xuất bản, một hiệu sách, đồng thời cũng là một nhóm biên soạn, dịch thuật, phát hành sách báo phổ biến các tư tưởng cách mạng. Những cuốn sách của Nam Đồng Thư Xã đã có tác động mạnh cổ vũ tinh thần yêu nước của thanh niên lúc bấy giờ, đặc biệt là những cuốn sách ca ngợi tấm gương các anh hùng cứu quốc của Việt Nam và nước ngoài; những cuốn sách về cuộc cách mạng Tân Hợi ở Trung Hoa, các cuốn sách nói về nhà tư tưởng nổi tiếng của Pháp như Rousseau, Montesquieu... Trong số những thanh niên thường lui tới nơi đây có Nguyễn Thái Học, Phó Đức Chính, Hồ Văn Mịch... họ đều là những thanh niên trí thức, tuy tuổi đời còn rất trẻ nhưng đã có hoài bão giải phóng dân tộc khỏi ách đô hộ của thực dân Pháp.

Cuối tháng 10 năm 1927, Nguyễn Thái Học, khi đó mới 25 tuổi, đưa ra đề nghị thành lập một đảng cách mạng bí mật nhằm lật đổ chính quyền thực dân Pháp. Kiến nghị này được các thành viên trong Nam Đồng Thư Xã tán thành, nên ngày 25 tháng 12 năm 1927, Việt Nam Quốc Dân Đảng (VNQDĐ) ra đời và Nguyễn Thái Học được bầu làm chủ tịch Tổng Bộ của đảng.

Việt Nam Quốc Dân Đảng ra đời đã đáp ứng được lòng mong mỏi của giới thanh niên trí thức, công chức, và các binh lính người Việt trong quân đội Pháp, nên Đảng đã lớn mạnh rất nhanh chóng. Đến năm 1929, Đảng thu hút được nhiều ngàn thành viên. Trong quá trình hoạt động, VNQDĐ chủ trương đường lối bạo động, dùng vũ trang để lật đổ thực dân Pháp. Tháng 2 năm 1929, thành bộ của VNQDĐ đã ám sát tên trùm thực dân khét tiếng Bazin. Sự kiện này đã làm chấn động dư luận Pháp, thực dân Pháp đã khủng bố gay gắt các đảng viên của VNQDĐ. Sở mật thám Pháp do được nội ứng chỉ điểm, nên đã bắt được hơn hai trăm đảng viên.

Đứng trước tình thế không còn lựa chọn nào khác, ngày 26 tháng Giêng năm 1930, Nguyễn Thái Học và các đồng chí của ông đã tổ chức một hội nghị khẩn cấp tại làng Võng La, để ra quyết định tổng khởi nghĩa. Trong cuộc họp, Nguyễn Thái Học đã nhận định rằng Đảng có thể sẽ thất bại khi nổi dậy, nhưng sẽ để lại tấm gương hy sinh cho người sau. Bài phát biểu của ông có một câu nói nổi tiếng và đã trở thành châm ngôn:

"... Âu là chết đi, để lại cái gương hy sinh phấn đấu cho người sau nối bước. Chúng ta 'Không thành công thì thành nhân', có gì mà ngần ngại."

Cuộc khởi nghĩa đã diễn ra trong khoảng thời gian từ rạng sáng ngày 9 đến ngày 11 tháng 2 năm 1930 ở nhiều nơi như Hưng Hóa, Lâm Thao, Phú Thọ, Yên Báy, Sơn Tây, Hải Dương, Hải Phòng, Kiến An, Bắc Ninh, Đáp Cầu, Phả Lại và

Hà Nội, nhưng lớn nhất là ở Yên Báy, nay thường gọi là Cuộc Khởi Nghĩa Yên Báy. Do sự tổ chức khởi nghĩa trong tình trạng khẩn cấp, tin tức bị tiết lộ, lại thiếu sự đồng bộ giữa các địa phương về thời gian phát khởi, nên cuộc khởi nghĩa đã không thành công như mong muốn.

Ngày 20 tháng 2 năm 1930, Nguyễn Thái Học bị bắt tại làng Cổ Vịt, Chí Linh, Hải Dương. Ông bị thực dân Pháp kết án tử hình, và ngày 17 tháng 6 năm 1930 Nguyễn Thái Học và 12 đồng chí của ông đã bị thực dân Pháp hành quyết bằng máy chém tại Yên Báy. Trước khi hy sinh, Nguyễn Thái Học và các anh hùng VNQDĐ đều hô lớn "Việt Nam Vạn Tuế!"

Phong trào yêu nước tuy thất bại, nhưng các nghĩa sĩ Việt Nam Quốc Dân Đảng đã để lại những tấm gương sáng trong lịch sử đấu tranh giải phóng dân tộc. Nguyễn Thái Học và các nghĩa sĩ VNQDĐ xứng đáng tiêu biểu cho một thế hệ thanh niên trí thức sớm nhận thức lòng yêu nước và dám xả thân vì tổ quốc.

Sự kiện ngày 17 tháng 6 năm 1930 trở thành một biến cố lịch sử trọng đại, thời khắc rạng sáng ngày này tại pháp trường Yên Báy từ lúc 5 giờ kém 5 phút: Mười ba đảng viên Việt Nam Quốc Dân Đảng hiên ngang đền nợ nước. Trước khi bước lên máy chém, các nhà cách mạng đều biểu hiện ý chí yêu nước và nguyện vọng phục vụ dân tộc với khí thế hào hùng, dõng dạc hô to, "Việt Nam vạn tuế" đến 5:35 phút sáng thì tất cả mười ba anh hùng VNQDĐ đã bị rơi đầu.

Từ đấy, lịch sử đất nước trang trọng ghi thêm tên 13 anh hùng của dân tộc vị quốc vong thân: Bùi Tử Toàn, Bùi Văn Chuẩn, Nguyễn An, Hà Văn Lạo, Đào Văn Nhít, Ngô Văn Du, Nguyễn Đức Thịnh, Nguyễn Văn Tiềm, Đỗ Văn Sứ, Bùi Văn Cửu, Nguyễn Như Liên, Phó Đức Chính và Nguyễn Thái Học. Tất cả đều là thanh niên, trung bình tuổi đời chưa quá ba mươi. Thi hài mười ba anh hùng liệt sĩ được chôn chung vào một huyệt mộ dưới chân đồi Cao, bên cạnh đền thờ Lý Trần Quán, cách ga xe lửa Yên Báy chừng một cây số.

Ngưỡng mộ lòng yêu nước và sự hy sinh cao cả của các anh hùng dân tộc, hằng năm, đến ngày 17 tháng 6, người Việt tị nạn Cộng Sản khắp nơi trên thế giới đều tổ chức lễ kỷ niệm quốc tang Yên Báy, ngày đau thương và cũng là ngày vinh quang không những của Việt Nam Quốc Dân Đảng, mà còn của cả dân tộc.

Sở dĩ chủ trương của VNQDĐ là đánh đuổi thực dân Pháp để nước nhà không bị nô lệ và Xây Dựng Dân Chủ cho một Việt Nam theo thể chế Cộng Hòa, bởi vì thực dân Pháp đến Việt Nam bằng những khẩu đại bác bắn vào Hội An năm 1858 hòng xâm chiếm nước ta, nhằm tìm kiếm thị trường và tài nguyên thiên nhiên, rồi chúng dựng lên một bộ máy cai trị hà khắc, đối xử với dân ta vô cùng tàn nhẫn. Không chịu đựng được nỗi nhục mất nước và cảnh khốn khổ bị áp bức và bóc lột, toàn dân quật cường vùng lên chống lại thực dân bằng các phong trào văn hóa, chính trị ái quốc, và các cuộc võ trang nổi dậy. Tiếp nối truyền thống ái quốc hào hùng ấy, Việt Nam Quốc Dân Đảng dùng bạo lực, thực hiện Tổng Khởi Nghĩa năm 1930 tấn công thực dân Pháp nhằm thiết lập một chế độ dân chủ, đem lại tự do, và mưu tìm hạnh phúc cho nhân dân.

Tổng Khởi Nghĩa đạt được nhiều chiến thắng, nhưng không nắm được chính quyền, bị Pháp trả thù vô cùng tàn bạo. Hàng trăm chiến sĩ VNQDĐ tử trận, hàng ngàn cán bộ và đảng viên bị bắt cầm tù, lưu đày và tử hình, tiêu biểu nhất và được thế giới chú ý đến nhiều nhất là vụ xử chém mười ba chiến sĩ VNQDĐ. Khi bị dẫn ra khỏi nhà lao, Nguyễn Thái Học dặn dò các đồng chí của ông còn lại: “Chúng tôi đi trả nợ nước đây, các anh em còn sống cứ công nào việc ấy nhé. Cờ Độc Lập phải nhuộm bằng máu. Hoa Tự Do phải tưới bằng máu. Tổ Quốc còn cần sự hy sinh của con dân nhiều nữa, nhiều nữa. Rồi thế nào cách mạng cũng thành công. Thôi kính chào anh em ở lại!"

Sự hy sinh cao cả của mười ba chiến sĩ VNQDĐ là một mất mát lớn nhưng cũng chính ngày này là nguồn xúc cảm mạnh mẽ khơi dậy lòng căm thù đối với chủ nghĩa thực dân xâm lược, đồng thời cũng là biểu tượng ý chí quật cường hun đúc nhiều thế hệ kế tiếp trong công cuộc bảo vệ độc lập quốc gia và xây dựng tự do dân tộc.

Vì dân tộc độc lập, dân quyền tự do và dân sinh hạnh phúc nên sứ mạng của VNQDĐ cũng chống lại những tham vọng độc tài, độc đảng mà chế độ Cộng Sản là một mục tiêu cần phải loại trừ trên quê hương Việt Nam. Sự hy sinh của VNQDĐ không chỉ giới hạn trong khoảng thời gian trước và sau Tổng Khởi Nghĩa mà còn trải dài hơn nửa thế kỷ từ ngày thành lập Đảng.

Thời kỳ Việt Minh cướp chính quyền năm 1945, VNQDĐ trước mặt chống Pháp sau lưng chống Cộng. Các đồng chí VNQDĐ vì nhiệt tình yêu nước, bị lừa gạt, bị phản bội, sa cơ thất thế, bị hành hạ đến chết trong tù, bị thủ tiêu hay chôn sống, ngay cả bị Cộng Sản vu khống hạ nhục mà điển hình là ngụy tạo vụ Ôn Như Hầu ở Hà Nội và vụ Cầu Chiêm Sơn ở Quảng Nam, như lấy xác chết đem chôn tại trụ sở Đảng rồi vu cáo cho VNQDĐ giết người cướp của, và cho người mở ốc đường "rây xe lửa," khai láo "phá cầu Chiêm Sơn cướp khí giới đoàn tàu chở quân đi Nam Bộ" làm lý cớ triệt hạ hoạt động VNQDĐ.

Chính vì thế mà ngày nay Kỷ niệm Quốc tang Yên Báy 17 tháng Sáu, chúng ta tưởng nhớ đến các tiên liệt anh hùng vì Tổ Quốc, mất đi mạng sống là hy sinh cao cả nhất, nhưng chịu đựng những đau khổ về tinh thần và thể xác ở trong tù hoặc những nơi bị đày ải, chịu đựng những đau khổ tinh thần hoặc thiệt thòi vật chất vì thiếu vắng người thân, chịu đựng những trù ếm lâu dài của cường quyền áp bức, cũng là những hy sinh không phải nhỏ. Trong gần một thế kỷ qua, đảng viên VNQDĐ có mặt hầu hết ở các nhà tù của cả thời kỳ từ Pháp thuộc cho đến Cộng sản, vì VNQDĐ luôn đấu tranh cho sự thật, vì dân, cho dân nên bị liệt vào thành phần nguy hiểm mâu thuẩn với Cộng Sản thường dùng dối trá và khủng bố để cai trị.

Tưởng niệm Quốc tang Yên Báy đến những anh hùng hy sinh vì đại nghĩa dân tộc, giờ này đây chúng ta cần nhìn lại chính mình liệu xem đã làm được gì xứng đáng là những người nối gót tiền nhân? Kỷ niệm Ngày Quốc Tang Yên Báy, chúng ta tôn vinh ý chí diệt thù cứu nước cao cả của tiền nhân, tôn vinh khí thế oai hùng dũng liệt của cuộc Tổng Khởi Nghĩa, và tôn vinh sự hy sinh anh dũng của tất cả những anh hùng với khát vọng đem lại độc lập, tự do, hạnh phúc cho dân tộc.

Hiện nay trong bối cảnh Việt Nam bị tụt hậu so với thế giới do hậu quả của nhiều năm sai lầm về chính sách kinh tế. Thêm vào đó, nạn tham nhũng, quan liêu, hệ thống hành chánh cồng kềnh kém hiệu quả đang là những rào cản cho sự hội nhập và phát triển kinh tế. Tệ hại nhất là đất nước bị đảng Cộng Sản Việt Nam cai trị độc tài, độc đoán. Thái độ của thanh niên nói chung là thờ ơ trước thời cuộc và đối với đất nước, bởi Cộng Sản chủ trương như vậy. Cho nên ngày này chúng ta cần đánh trống thổi kèn thức tỉnh giới thanh niên bừng dậy. Tại sao? Vì thanh niên vốn là nòng cốt của đất nước, mọi phong trào yêu nước muốn thành công phải có được sự ủng hộ và tham gia nhiệt tình của thanh niên. Tiền thân của VNQDĐ là Nam Đồng Thư Xã, vốn là một hạt nhân có mục đích để thức tỉnh tầng lớp thanh niên, cổ vũ lòng yêu nước. Ngày nay, hơn lúc nào hết, thanh niên cần quan tâm và ý thức được vị thế của Việt Nam so với thế giới và những gian nan mà đất nước đang gặp phải khi hội nhập với kinh tế toàn cầu.

Thanh niên cần có "sân chơi" để tự do hội họp, đóng góp ý kiến, truyền bá tư tưởng cho nhau, tự nảy sinh những sáng kiến mới, thu hút được nguồn lực chất xám. Ở đó thanh niên được tự do bàn luận, viết lách, dịch thuật, phát hành sách báo v.v... để lớp trẻ ý thức đứng lên đòi tự do dân chủ. Học tập tinh thần từ thế hệ cha ông, thanh niên nên xây dựng và ủng hộ các phong trào tự phát như phong trào Dân Chủ, phong trào Chống Tham Nhũng, phong trào Cải Cách Hành Chánh, tổ chức Xã Hội Dân Sự..., để góp phần cho xã hội Việt Nam đi vào quỹ đạo công bằng, tự do dân chủ và văn minh.

Bốn nghìn năm lịch sử của đất nước đã chứng minh rằng con người Việt Nam thời đại nào cũng có hào kiệt yêu nước, nhờ thế mà chúng ta còn giữ được đất nước cho đến bây giờ. Lớp thanh niên ngày nay cần phá bỏ sự cai trị độc tài toàn trị của Cộng Sản Việt Nam. Trước tình hình thế giới biến động, Biển Đông ngày đêm Tàu Cộng xâm chiếm trong khi nhà đương quyền Cộng Sản thi nhau vơ vét của cải và tài nguyên quốc gia vào túi riêng. Vì vậy, hơn lúc nào hết, tổ quốc cần sự quan tâm gánh vác của thanh niên trong sự nghiệp chấn hưng nước nhà!

Hỡi các bạn thanh niên trí thức, những người dám đấu tranh chống Cộng theo gương tinh thần Nam Đồng Thư Xã, phổ biến tâm vô úy không sợ hãi trong lòng người dân đặng khuếch trương hồn Yên Báy bất diệt mà can đảm cất lên tiếng nói của mình, vì đất nước và tương lai thế hệ mai sau.

Sen Vàng Trên Sa Mạc

Sau chuyến đi công tác ở Miền nam California trong tuần lễ Father's day trở về, tôi dừng lại ở Thiền viện Chân Nguyên, ngôi chùa Việt trên sa mạc lớn nhất toàn cầu mà người đời thường gọi theo lối bình dân là chùa Sa mạc, thuộc thành phố Adelanto, California. Thiền viện này được Thượng tọa Thích Đăng Pháp thành lập vào năm 2005 trên diện tích sáu hecta giữa vùng đất sa mạc nhiều nắng gió và đầy cát bụi.

Công trình xây dựng đầu tiên và nổi tiếng của thiền viện là tôn tượng Bồ tát Quán Thế Âm bằng đá cẩm thạch, cao tám thước, nặng tám mươi tấn, khánh thành long trọng, trang nghiêm vào ngày 25 tháng 11 năm 2007. Lúc đó có hào quang phản chiếu một cách khác thường nên được nhiều cơ quan truyền thông Mỹ, Việt giới thiệu sự linh ứng kỳ diệu của Ngài. Ngôi chánh điện uy nghiêm được hoàn thành vào năm 2012, tôn trí đức Phật Thích Ca Mâu Ni, hai bên thờ tượng Bồ tát Quán Thế Âm và Bồ tát Địa Tạng Vương tạo nên một đại hùng bửu điện trang nghiêm thanh tịnh.

Sau khi đảnh lễ, tôi ngồi tĩnh tọa. Thường thì hằng đêm tôi thực hành thiền chỉ, giữ hơi thở, dừng lại các mong đợi và bất thiện pháp, đưa đến sự an lạc, chánh tâm, tăng trưởng trí tuệ... Nhưng trong khung cảnh tuyệt vời này, tôi thực hành thiền quán, hướng mắt lên đấng từ phụ, tôi quan sát sự vật hiện tượng như thật mà đoạn trừ vô minh phiền não, tăng thêm trí tuệ. Trong khoảng một tiếng đồng hồ trước giờ cúng ngọ, tôi xả thiền nhưng sự quán chiếu vẫn còn y nguyên về sự tiếp nhận Phật giáo và nền văn hóa nhân bản, hòa bình trên một địa hình khô cằn, sỏi đá, sa mạc nóng cháy mà hoa vẫn nở, thơm ngát hương sen.

Ngược dòng lịch sử, cách nay chừng hai mươi mốt thế kỷ, người Việt đã đón nhận đạo Phật bằng thủy lộ bởi các nhà sư Ấn Độ và bằng đường bộ do các thiền sư Trung Hoa mang đến. Tổ tiên ta theo đạo Phật bằng lý trí trước, sau mới đến niềm tin. Thời đại nhà Trần có thể gọi là thời đại của lý trí và niềm tin tôn giáo mãnh liệt nhất. Tiền nhân ta được trang bị bằng trí tuệ để ứng xử trong đời sống xã hội, không quá say mê với giáo lý, không quá ép mình trong khuôn khổ nghi lễ gò bó, không dùng hào quang của đức Phật biến vua thành những ông trời con như bên Trung Hoa, vốn tính chất tôn giáo của họ luôn luôn là sự chuyên chế. Người Việt không mất quá nhiều công sức mồ hôi của tín đồ để xây dựng nhiều chùa tháp nguy nga, kỳ vĩ như bên Trung Hoa, mà ngược lại tổ tiên ta chú trọng vào công việc đào tạo những con người "Đại Hùng, Đại Lực, Đại Từ Bi".

Đạo lý từ bi và hiếu sinh được các vị hoàng đế Việt Nam đem ra ứng dụng trở thành một truyền thống, vì thế mà trong mười năm kháng chiến chống giặc Minh của anh hùng Lê Lợi, văn quan Nguyễn Trãi đã thể hiện tinh thần nhân bản của đạo Phật trong bài "Bình Ngô Đại Cáo" là "Lấy đại nghĩa thắng hung tàn, đem trí nhân để thay cường bạo". Có lẽ cụ Nguyễn Trãi đã thâm nhập kinh Pháp Cú: "Hận thù diệt hận thù, Đời này không có được, Từ bi diệt hận thù, Là định luật ngàn thu" chăng?

Tinh thần từ bi, yêu chuộng hòa bình, tôn trọng sự sống và đức hiếu sinh đã ảnh hưởng tâm hồn người Việt một cách sâu đậm mà bản chất các lời dạy của đức Phật mang tinh thần nhập thế rất cao, thông qua học thuyết tùy duyên bất biến... trong đó có tứ trọng ân: "Ơn Tổ Quốc, ơn Đồng Bào, ơn Cha Mẹ, ơn Thầy Tổ", mà ơn Tổ Quốc được đặt lên hàng đầu làm cho tinh thần yêu nước chống ngoại xâm của dân ta vượt qua các cơn phong ba bão táp.

Tự tin ở nơi mình lấy bi-trí-dũng làm cốt lõi, thừa nhận chư vị tiền nhân có công giữ nước như nhị vị Trưng Trắc, Trưng Nhị, bà Triệu, Lý Thường Kiệt, Trần Thái Tông, Trần Thánh Tông, Trần Nhân Tông, Trần Hưng Đạo, Lê Lợi, Quang Trung... là những vị Bồ Tát hóa thân để hộ đạo cứu đời. Từ đó, đất nước thạnh trị thái bình, Phật giáo giúp nhân sinh xây dựng cộng đồng hòa thuận êm ấm, tránh lòng tham và thói xấu, trau dồi đạo đức nhân nghĩa, tôn ti trật tự trong xã hội, bảo vệ hạnh phúc gia đình, thăng hoa cuộc đời cho mỗi cá nhân.

Sự hội nhập giữa đạo Phật và nhân gian cùng triều đình với ý thức dân tộc cao độ. Ở đây Tổ Quốc linh thiêng và cái tinh hoa cao quý tột cùng là lòng đại từ, đại bi quyện vào nhau, nâng đỡ nhau, tạo nên niềm tự hào sáng giá nhất của dân Việt từ nhiều thế kỷ. Chính vì thế, lịch sử Phật giáo không thể tách rời ra khỏi lịch sử văn hóa và xã hội Việt Nam. Trong tất cả những sự ảnh hưởng hòa quyện đạo đời của Phật giáo và dân tộc đã un đúc nền văn hóa Việt Nam thâm sâu nhất, bởi vì trong hơn hai thiên niên kỷ thời gian qua, những nguyên tắc đạo lý và tư tưởng giáo pháp đã thấm nhuần trong ý nghĩ, cảm xúc của con người Việt Nam, đặc biệt là giới lãnh đạo đất nước, triều chính.

Các triều đại Đinh, Lê, Lý, Trần chịu ảnh hưởng sâu đậm tư tưởng Phật Giáo nên bản ngã, tức cái tôi, không nặng nề như bên Trung Quốc. Các bậc quân vương quy y Tam bảo, áp dụng hành động hơn là giáo nghĩa ngôn từ. Thái độ của nhà vua đối với đời sống không chỉ là trí thức quyền uy mà là những hành động tốt đẹp, hữu ích cho dân chúng. Trải qua bao thế hệ của triều chính hoàng gia, chúng ta khá chú ý đến các bậc quân vương, những vị vua Phật Giáo không coi trọng quyền uy thế tục, công danh, phú quý tựa như bèo bọt, thậm chí không bám víu quyền lực, ngôi vua hay sát phạt nhau trong hoàng tộc để tranh bá đồ vương.

Tuy nhiên, dưới triều đại nhà Trần, nước ta đã ba lần đánh bại quân Nguyên Mông xâm lấn cõi bờ. Điều này nói lên tài chỉ huy, lãnh đạo của các vua triều Trần, đầy ý chí can cường và tài trí dũng lược.

Khi đất nước yên bình thì hình ảnh đạo đức, tu trì, khuyến thiện thể hiện rõ nhất ở triều đình nhà Trần. Vua Trần Thái Tông bỏ ngôi báu vào núi Yên Tử xuất gia làm cả triều đình phải đi tìm. Vạn bất đắc dĩ Ngài mới phải quay về, gượng lên ngôi. Sau truyền cho Thánh Tông, cũng tôn hiền trọng đạo, không thích làm vua lâu, truyền ngôi cho Hoàng thái tử Trần Khâm. Trong “Thánh Đăng Lục” có ghi rằng: “Vua Thánh Tông tính chuyện truyền ngôi cho hoàng tử Trần Khâm, song Hoàng tử từ chối muốn nhường ngôi cho em mình là Đức Việp. Triều đình và Thái thượng hoàng không cho phép nhường ngôi vua cho em, nên Hoàng tử rời chốn hoàng cung đi lên núi Yên Tử xin tu hành. Sau đó vua Thánh Tông cho quần thần tung ra bốn phương tìm kiếm, Hoàng thái tử bất đắc dĩ phải trở về lên ngôi hoàng đế lấy hiệu là Trần Nhân Tông. Năm 1293, Vua nhường ngôi cho Hoàng Thái Tử Trần Thuyên tức là vua Trần Anh Tông rồi quyết chí tu hành trở thành vị tổ Trúc Lâm Yên Tử.

Đến Trần Nghệ Tông, đời vua thứ năm cũng thực lòng không muốn làm vua. Chí của Nghệ Tông là một khu rừng vắng, được tiêu dao với suối, với hoa, nhưng Trần Nguyên Đán, một người cùng chí hướng với Nghệ Tông khuyên bảo: “Ông phải làm vua thôi! Tình thế lúc này bắt buộc, không thể có ý nào khác. Tôi xin hết lòng, hết sức phò tá.”

Những vị vua tài đức vẹn toàn này không có ý bám lấy quyền lực, trị quốc an dân là trách nhiệm được tiên đế giao phó mà thôi.

Tinh thần này là sự tự nhiên của đất trời, của tạo hóa, tự do sáng tạo, tự do thể hiện bản thân mình, rút ra từ sự bình đẳng mà giáo lý căn bản của đạo Phật đã thâm nhập. Không gian vô ngã trong cái tôi ở đây rộng thênh thang đến kinh ngạc, so với các dân tộc khác cùng thời, cha ông chúng ta thật văn minh, sáng tạo và hòa đồng cùng bá gia bá tánh. Thời kỳ đó có lẽ không hề quan niệm dân chủ, nhân quyền nhưng cung cách điều hành đã thực thi chế độ dân chủ xuyên qua Hội Nghị Diên Hồng, Hội Nghị Bình Than để Vua hỏi ý kiến dân trong việc bảo vệ bờ cõi non sông trước nạn xâm lăng của Nguyên Mông.

Nguyên tắc bất thành văn là Tổ Quốc có uy lực bao trùm muôn dân, là mái nhà chung bất khả phân mà nhà Vua thay mặt thần dân có vai trò dẫn đầu trong các cuộc kháng chiến vệ quốc. Ở một đất nước thẩm thấu giáo lý Phật Đà thì chư vị tôn túc tăng lữ lẫn các Phật tử nhân dân đều nuôi dưỡng lòng trung thành với tổ quốc, không chấp nhận những kẻ thống trị ngoại nhân ngạo mạn, hà hiếp dân lành. Biểu tượng Thiền sư khoác áo bào ra trận tiền với tâm vô úy để phụng sự quốc gia, bảo vệ chủ quyền dân tộc. Hình ảnh Sư Vạn Hạnh với "Trụ tích trấn vương kỳ", dùng gậy Thiền để gìn giữ lãnh thổ quốc gia thì có cái đẹp uy dũng nào hơn. Một thiền sư Đỗ Pháp Thuận, bậc cao tăng đức trọng mà khi quốc gia cần đến thì sẵn sàng cởi chiếc áo cà sa, mặc lên mình bộ y phục của người lái đò để đối đáp với sứ giả nhà Tống, khiến Bắc phương không dám khinh miệt dân Nam. Lại nữa Thiền sư Mãn Giác được vua Lý Nhân Tông tha thiết khẩn cầu, xin Ngài làm cố vấn, vua nói: *"Bậc chí nhân thị hiện, tất lo việc cứu đời, không hạnh nào chẳng đủ, không việc gì chẳng làm, không phải chỉ có sức định huệ, mà cũng có công phò tá. Vậy xin kính bổ nhiệm ngài." Liền trao cho ngài chức Giáo Nguyên Thiền viện Hoài Tín Đại Sư, lo việc truyền tâm ấn vô tu vô chứng của chư Tổ, lại phụng chiếu vào Đạo tràng trong cung, được vua phong là Tử Đại Sa-môn, phẩm hàm đồng bậc*

Tam công."[1] Do đó, "Phật pháp bất ly thế gian giác", người tu hành không phải chỉ biết Cực lạc, Niết bàn mà Sa bà, Địa ngục cũng cần xông vào để giáo hóa chúng sanh, không bao giờ tách mình ra khỏi hơi thở của dân tộc mà luôn luôn thực hiện song hành hợp nhất giữa "Đạo" và "Đời" để được đề huề.

Cám ơn ngôi già lam Thiền viện Chân Nguyên cho ta một không gian mát rượi giữa sa mạc nắng cháy. Sau một canh giờ thiền toạ, đầu óc tôi minh mẫn hơn. Ôi! Hạnh phúc và an lạc biết bao! Tôi không thọ trai phạn mà bụng chưa đói, lái xe về lại San Jose để kịp tham dự Ngày Quân Lực Mười chín tháng Sáu và Ngày Juneteenth.

Đối với lịch sử, những sự việc thiện mỹ khiến trái tim ta rung cảm bồi hồi và nỗi rung cảm ấy dễ dẫn đến trong ta một đời hoài niệm, tri ân tiền nhân. Tri ân không phải chỉ là cúi lạy cảm tạ, mà là một cử chỉ, một tấm lòng ta biết ơn để tự thấy mình phải cố gắng hơn hầu tìm cách đền đáp. Tri ân là đạo đức cần thiết của một chúng sanh, một con người trong thế giới hiện đại, càng có văn hóa, càng phải biết tri ân. Ngược lại kẻ tham nhũng là kẻ không biết tri ân, và đương nhiên là kẻ thiếu văn hóa, làm sao mà thăng hoa cuộc đời cho được?

[1] Trích từ sách Thiền uyển tập anh (禪苑集英): "至人示現必務濟生, 無行不具, 無事不修, 非維定惠之力亦有贊襄之功, 宜敬任之. 乃授教源禪院懷信大師傳祖無師無證心印奉詔入內道場賜紫大沙門同三司公事"

Bài học Bạch Đằng giang

Khi học lớp Năm bậc tiểu học, lớp tôi chia làm bốn đội, đội một là toán nữ mang tên Mê Linh, đội hai, ba, bốn là toán nam mang tên Lam Sơn, Bạch Đằng và Diên Hồng. Tôi làm đội trưởng toán Bạch Đằng lấy bài ca Bạch Đằng Giang của Nhạc sĩ Lưu Hữu Phước làm nhạc hiệu sinh hoạt. Thứ hai chào cờ ngoài sân trường thì không cần hát trong lớp, nhưng thứ ba đến thứ sáu thì mỗi toán phải cùng hát một lần trước khi bắt đầu tiết học. Thầy dạy là Nguyễn Diên Cầu, cùng xã, nghiêm nghị và chuẩn mực, áo sơ mi trắng dù đã ngả màu ố vàng nhưng sạch sẽ, bỏ trong quần tây màu hột gà, đi sandal da màu đen với chiếc xe đạp cũ kỹ thường dựng bên gốc cây bàng khi thầy vào lớp. Tôi có nhiệm vụ hô cho học sinh đứng dậy chào Thầy và bắt nhịp bài hát của đội mình.

Bài hát Bạch Đằng Giang theo tôi suốt cả cuộc đời. Từng lời, từng chữ, lúc trầm lúc bổng cứ in sâu trong tâm trí tôi như bản hùng ca muôn thuở. Lời bài hát như thế này:

"Đây Bạch Đằng Giang sông hùng dũng của nòi giống Tiên Rồng, giống Lạc Hồng, giống anh hùng Nam Bắc Trung. Trên trời cao, muôn sắc đua chen bóng ô. Dưới đáy dòng nước, ánh sáng vởn vơ nhấp nhô. Hàng cây cao soi bóng, gió cuốn muôn ngàn lau. Hồn ai đang phảng phất, trong gió cảm xiết bao. Mây nước thiêng liêng còn ghi chép rành, thời liệt oanh của bao người xưa trung chánh. Vì yêu quốc gia, vui lòng hiến thân. Liều mình ra tay, tuốt gươm bao lần.

"Dòng nước trắng xóa dưới trời quang đãng. Từ xưa nêu cao tấm gương anh hùng. Dù có sấm sét bão bùng mưa nắng. Đằng Giang vẫn sáng để cho nòi giống soi chung."

Bài hát này đã đi vào lòng tôi hơn nửa thế kỷ rồi, nhưng

mỗi lần có dịp nghe lại hay tổ chức kỷ niệm sự kiện lịch sử oai hùng này thì ký ức của tuổi thơ ngày ấy như vẫn còn in đậm trong trí nhớ, tưởng chừng có chết cũng không quên.

Trận Đại Chiến Bạch Đằng Giang giữa thủy quân nhà Nguyên với thủy quân nước Đại Việt vào ngày 9 tháng Tư năm 1288 khó có thể phai mờ trong ký ức người dân Việt. Nghĩa quân Đại Việt bao gồm toàn bộ thủy quân với sự phối hợp của một số đơn vị bộ binh chủ lực và dân binh địa phương đã kháng cự và đánh tan tành đại thủy quân nhà Nguyên với hơn 80.000 binh lính trên 400 chiến thuyền hùng hổ xâm lăng nước ta.

Trong cuộc kháng chiến chống quân Nguyên Mông lần thứ ba cuối thế kỷ mười ba, đây là trận chiến đầy oai hùng, sáng tạo và can trường. Khi quân Nguyên thôn tính được một số thành trì của Đại Việt thì những cuộc phản công liên tục và mạnh mẽ của nghĩa quân Đại Việt diễn ra trên khắp lãnh thổ. Sau bốn tháng quân Nguyên nằm trong thế bị bao vây uy hiếp bốn bề, tuyệt đường lương thực, nên chúng phải tính đến chuyện rút quân về nước. Khi đã quyết định rút lui, thì phương tiện lui binh diễn ra bằng cách nào? Theo An Nam Chí Lược thì Thần Nỗ Tổng quản Giả Nhược Ngu dâng lời nói rằng: "Quân có thể về, không thể giữ." Và chính chủ soái Thoát Hoan cũng bảo: "Đất nóng ẩm thấp, lương thiếu, quân mệt." Sau đó những cuộc bàn thảo giữa các tướng Nguyên Mông đi đến quyết định rút quân về nước theo hai hướng đường thủy và đường bộ.

Tình báo của Đại Việt nắm được ý đồ thối lui của giặc. Vua Trần Nhân Tông và Hưng Đạo Đại Vương Trần Quốc Tuấn đã quyết định đánh một trận tiêu diệt đạo quân thủy chiến lớn của Ô Mã Nhi trên sông Bạch Đằng trước, rồi tiêu diệt quân bộ binh sau. Nghiên cứu nắm chắc lộ trình đường thủy do Ô Mã Nhi dẫn đầu, Hưng Đạo Đại Vương liền vạch ra kế hoạch tiêu diệt toàn bộ thủy quân của giặc trên dòng sông Bạch Đằng.

Lúc bấy giờ, cửa sông Bạch Đằng còn nằm sâu trong nội địa. Các đoạn sông núi đá Tràng Kênh và rừng rậm bên tả ngạn sông Hồng là những nơi hiểm yếu, bề rộng hơn một cây số từ vùng Đông Bắc đổ ra Vịnh Hạ Long vốn cửa sông vừa rộng lại vừa thấp nên chịu ảnh hưởng của thủy triều rất mạnh, mực nước chênh lệch giữa hai con nước thủy triều lên, xuống đạt đến gần 4 mét. Chỗ này khi thủy triều lên cao gặp gió chướng, sóng bạc đầu nổi trắng xóa, dâng nước lên ngút ngàn cả vùng mênh mông nên mới có tên là "Bạch Đằng". Còn bờ biển phía Nam sông Bạch Đằng là dãy núi đá vôi Tràng Kênh cao ngất trời mây với nhiều hang động, khe núi cùng các thung lũng kín đáo tiện cho việc giấu quân chờ giặc. Quân Nguyên muốn rút về nước bằng đường thủy buộc phải đi qua cửa sông Bạch Đằng, hoặc giả bắc phương muốn xâm nhập vào nước ta bằng đường biển cũng phải xuyên cửa sông độc nhất này.

Nhà quân sự đại tài của chúng ta, Hưng Đạo Đại Vương lợi dụng địa thế hiểm yếu và quy luật thủy triều lên xuống, nên cho quân lính và dân binh chặt những cây gỗ lớn, cứng và to trong những cánh rừng hai bên sông, vót thành những cọc nhọn, bọc sắt ở đầu, rồi đóng xuống lòng sông thành bãi cọc dày nơi khúc sông đã được chọn lựa. Một mặt Ngài tập trung lực lượng đại binh lục quân mai phục ở hai bên bờ sông. Thủy quân Đại Việt vận dụng những thuyền nhẹ, cơ động, giấu trong những rạch nhỏ ăn thông ra sông, được che kín bởi rừng cây chịu sống dưới nguồn nước mặn. Mặt khác, một bộ phận thiện chiến chủ lực được bố trí bên trên các hàng cọc một quãng, được tính toán kỹ để có thể đánh vỗ mặt vào đoàn chiến thuyền có Tướng soái Ô Mã Nhi và các chỉ huy Nguyên Mông dẫn đầu đang ở phía trên đầu hàng cọc nhọn.

Hưng Đạo Đại Vương lại bố trí một số đoàn quân nhỏ và bộ phận đội thủy chiến hải quân Đại Việt có nhiệm vụ khiêu chiến rồi bỏ chạy, nhử cho đoàn thuyền quân Nguyên Mông vào sâu trong bãi cọc, khiến chúng càng thêm chủ quan. Đoàn nghĩa quân khác có nhiệm vụ mai phục hai bên sông làm sứ mạng khóa chặt đoàn chiến thuyền của Ô Mã Nhi, không thể tiến được mà lui cũng không xong. Lúc này Thủy quân của nhà Trần ở thượng lưu khởi binh đánh xuống, kết hợp với quân mai phục hai bên bờ sông bắn tên vào thuyền giặc.

"Bạch Đằng Giang sông hùng dũng" là vậy, vì điểm hẹn lịch sử lại tái lập một lần nữa trên đoạn sông này. Cũng nơi đây, vào năm Mậu Tuất (938), nghĩa là hơn ba thế kỷ trước đó, Ngô Quyền đã phá tan quân Nam Hán cũng trên dòng sông bí hiểm Bạch Đằng giang, chấm dứt đêm dài đen tối khi nước nhà bị đô hộ hơn một ngàn năm. Tiền nhân chúng ta vẫn thừa sức mạnh và trí tuệ để chiến thắng kẻ thù khổng lồ phương Bắc, không cho chúng thực hiện mưu đồ xóa sổ nước Nam trên bản đồ thế giới.

Thời gian kỳ diệu vô vàn, hơn ba thế kỷ sau, năm 1288, thủy quân thống soái Ô Mã Nhi tiến vào sông Đá Bạc, nơi Hưng Đạo Đại Vương đã chuẩn bị xong trận địa và dàn binh, bố trận mai phục sẵn sàng chờ quân Nguyên. Nhân lúc nước triều dâng lên, Ngài cho một số chiến thuyền tiến ra khiêu khích rồi bỏ chạy. Phía thủy binh của Ô Mã Nhi lập tức đuổi theo tiến sát vào bãi cọc lúc nước thủy triều còn đang cao. Đại binh ta đợi cho chiến thuyền cuối cùng của quân Nguyên lọt vào trận địa cọc thì bấy giờ cũng vừa lúc thủy triều rút xuống, lập tức những cánh quân mai phục hai bên sông và chiến thuyền khởi động nhiệm vụ, khóa đoàn thuyền của quân Nguyên, kiềm hãm chúng không cho di chuyển qua lại.

Lúc bấy giờ vào khoảng giữa trưa ngày 9 tháng 4 năm 1288, mặt trời đứng bóng thì nước thủy triều rút xuống rất cạn. Ô Mã Nhi nhìn thấy trận đồ liền ra lệnh cho đạo quân lao nhanh theo dòng nước triều xuống hòng thoát được vòng nguy hiểm bủa vây. Nhưng không thể dễ dàng tháo chạy được, hỡi những kẻ xâm lược Nguyên Mông! Thình lình lúc đó từ nhánh sông Giá, nhiều đoàn chiến thuyền lớn của quân Đại Việt đột nhiên xuất hiện như từ trên trời thả xuống. Chỉ huy đội quân nhà Nguyên là Ô Mã Nhi thấy chiến thuyền Đại Việt tiến ra chặn đầu nên khiếp đảm vội ra lệnh cho những bộ phận tiền phương lao thật nhanh để mở đường rút chạy. Than ôi! Hàng rào cọc đã chờ sẵn, sừng sững chặn đứng, chắn ngang. Khi địch quân đang rối loạn, hoảng hốt, sắc khí bần thần thì từ trên thượng lưu xuất hiện hàng trăm chiếc mảng bốc lửa cao ngùn ngụt đang lao thẳng xuống theo hướng nước rút. Lúc đó, những chiếc cọc bịt sắt nhọn đã nhô khỏi mặt nước thành một hàng rào kiên cố làm cho hết thuyền nọ đến thuyền kia của quân Nguyên nối đuôi nhau đâm vào hàng cọc, cái bị đâm vỡ chìm, cái muốn quay lại thì đường đã đóng. Thế trận quân Nguyên lúc bấy giờ như bị nhốt trong một chảo lửa khổng lồ, đằng trước, đằng sau, bên trên, bên dưới, tứ bề đều bị chặn đánh. Kẻ sống sót bơi ngược vào bờ thì bị phục binh và quân địa phương tiêu diệt.

Trận đánh diễn ra vô cùng chớp nhoáng chỉ trong vòng nửa ngày từ lúc thủy triều lên đến khi con nước xuống, trong không gian thu hẹp giữa khu vực sông Đá Bạc, sông Giá, vùng hạ lưu Bạch Đằng giang. Chiến thắng rực rỡ này kết thúc số phận tám vạn quân Nguyên cùng các tướng thống lĩnh Nguyên Mông bao gồm Ô Mã Nhi, Tích Lệ Cơ, Phàn Tiếp đều bị bắt sống.

Nói về mặt trận trên bộ, nghĩa quân Đại Việt mai phục trên các tuyến đường hiểm yếu phía trục lộ giao thông đi sang Tàu tại Bắc Giang và Lạng Sơn, sẵn sàng chờ giặc đến để tiêu diệt. Còn quân chủ lực lập tức được quay lại Vạn

Kiếp, tiêu diệt đoàn quân chủ chốt Nguyên Mông do thái tử Thoát Hoan lãnh đạo để đánh đuổi ngoại xâm hoàn toàn ra khỏi mảnh đất thiêng liêng của Tổ quốc.

Thoát Hoan ở Vạn Kiếp, nghe tin thủy quân của phe mình đã bị tan vỡ, bèn vội vàng cùng các tướng Trình Băng Phi, A Bát Xích, Lý Quán, Áo Lỗ Xích cố đánh mở đường máu để tháo chạy về Tàu.

Đại Việt Sử Ký Toàn Thư chép rằng: *"Hưng Đạo Vương lại giao chiến với Thoát Hoan và Lý Hằng ở Vạn Kiếp, đánh tan, giặc Nguyên chết đuối rất nhiều. Tướng Lý Hằng đem quân hộ vệ Thoát Hoan chạy về Tư Minh. Quân ta lấy tên tẩm thuốc độc bắn trúng đầu gối bên trái Lý Hằng, Hằng chết. Tỳ tướng là Lý Quán thu nhặt 5 vạn tàn quân, giấu Thoát Hoan vào trong ống bằng đồng rồi khiêng chạy, trốn về Tàu. Đến Tư Minh thì Hưng Vũ Vương đuổi kịp, dùng tên tẩm thuốc độc bắn chết Lý Quán, toàn bộ quân Nguyên tan rã."*[1]

Trận chiến giữa quân dân triều Trần do Hưng Đạo Đại Vương chỉ huy tại Vạn Kiếp đã đuổi Thoát Hoan về Tàu, đánh tan tác 50 vạn quân Nguyên, khiến cho mộng xâm lăng nước Việt của đế quốc Nguyên Mông chấm dứt từ đấy. Chiến thắng Bạch Đằng nói lên trí tuệ siêu việt và khả năng lớn mạnh của dân tộc ta, có thể đương đầu trực tiếp và chiến thắng đội quân hung tàn và hùng mạnh nhất thế giới thời bấy giờ. Đây là sự chiến thắng kết hợp nhịp nhàng giữa quân và dân, đã ngày đêm tận tụy chặt gỗ, cưa cây, bọc đầu sắt đóng dưới lòng sông. Hình ảnh "một bà già bán nước vối, quà bánh ở bến đò Rừng, do nghề nghiệp quanh năm sống bên sông đã chỉ bảo cặn kẽ mực thủy triều và ngày giờ lên xuống của con nước Bạch Đằng để nghĩa quân Đại Việt lập kế hoạch đánh giặc đúng thời điểm," là một đại công đáng ghi danh vào trang sử vàng.

[1] Đại Việt Sử Ký Toàn Thư, phần Bản kỷ, quyển 5.

Chiến thắng Bạch Đằng càng làm sáng chói bậc đại tài năng Hưng Đạo Đại Vương, một danh tướng dũng cảm và gương mẫu trong trận chiến với quân Nguyên lần thứ nhất (năm 1258), vị tướng thiên tài binh lực trong cuộc chiến giữ nước lần thứ hai (năm 1285) và bây giờ là một Hưng Đạo Đại Vương Trần Quốc Tuấn Quốc Công Tiết Chế, thống lĩnh toàn bộ quân đội kháng chiến chống quân Nguyên Mông đến thắng lợi cuối cùng lần thứ ba (năm 1288), triệt tiêu tham vọng xâm lăng của quân Nguyên Mông, khiến cho chúng đến ngàn đời còn khiếp đảm.

Kính lạy hồn thiêng sông núi Việt Nam, đứa học trò lớp Năm ngày nào với bài hát Bạch Đằng Giang nay lưu lạc xứ người, vẫn luôn hướng về "Bạch Đằng Giang sông hùng dũng của nòi giống Tiên Rồng" mà cầu nguyện quê hương sản sinh một bậc thánh nhân như Hưng Đạo Đại Vương, viết ra "Binh Thư Yếu Lược" dẫn dắt con dân Việt Tộc đứng lên trên đôi chân chính mình mà lập nên một chế độ thuần Việt, không Cộng Sản, để giữ cho đất nước được tự chủ, nhân quyền, tự do và cường thịnh.

Lễ Độc Lập Hoa Kỳ

Tháng Bảy năm 2023, mùa hè nóng bức như chảo lửa phủ lên thung lũng hoa vàng. Tuần lễ đầu tiên là ngày quốc khánh Hoa Kỳ, lễ độc lập đúng nghĩa để trở thành một quốc gia hùng cường nhất thế giới cách nay 247 năm. Tính chất thiêng liêng của ngày 4 tháng 7 năm 1776 được biểu hiện bằng cờ hoa rực rỡ, vì đó là ngày vinh quang và đáng nhớ nhất, từ nay về sau sẽ luôn được tổ chức cho toàn nước Mỹ để ghi nhớ bản Tuyên Ngôn Độc Lập, từ năm này đến năm khác, cho đến khi nào thời gian không còn nữa. Đó là di chúc của các tổ phụ lập ra đất nước Hiệp Chủng Quốc Hoa Kỳ.

Ngược dòng thời gian, vào cuối thế kỷ thứ XV, năm 1492, Christopher Columbus đã khám phá ra châu Mỹ. Sau đó, nhiều dân thuộc địa đến đây sinh cơ lập nghiệp, tìm tự do tín ngưỡng bao gồm Espagne, Portugal, Anh, Pháp, Hòa Lan v.v... Cho đến hạ bán thế kỷ XX thì người Việt chúng ta đã quần cư bên bờ Tây khá đông.

Dân hành hương, còn gọi là Pilgrims, được xem là những người dân tị nạn đầu tiên tại Hoa Kỳ. Lần lượt được kể ra là nhóm Puritans định cư tại Massachusetts, nhóm Quakers đến vùng Pennsylvania và người Công Giáo định cư tại Maryland. Dân thuộc địa Hòa Lan và Pháp đến Mỹ để mua bán, còn người dân Pháp thật sự thì định cư tại Canada; dân Espagne đến Florida và dân Hòa Lan đến New York.

Năm 1763, Anh Quốc thắng quân Pháp và chiếm Canada rồi đặt nền cai trị 13 tiểu bang đầu tiên của Hoa Kỳ dưới quyền của Vua George III (1738-1820, Windsor). Lúc bấy giờ các thuộc địa Anh ở Mỹ phải trả thuế cho mẫu quốc quá cao nhưng lại không có đại biểu trong Quốc Hội Anh nên người tỵ nạn ở Mỹ nổi dậy, đòi quyền tự do và độc lập. Năm 1774, đại biểu của 13 thuộc địa bao gồm Connecticut, New Hampshire, New York, New Jersey, Massachusetts, Pennsylvania, Delaware, Virginia, North Carolina, South Carolina, Georgia, Rhode Island, Maryland họp lần đầu tiên tại Philadelphia, Pennsylvania. Cuộc họp này gọi là Quốc Hội Lục Địa (Continental Congress), do Tướng George Washington thống lãnh quân đội chống lại Anh Quốc chủ trì.

Từ năm 1774 thì 13 thuộc địa gởi đại diện đến Philadelphia, Pennsylnania để thành lập Quốc Hội Lục Địa Thứ Nhất (First Continental Congress). Họ nôn nóng chuẩn bị xây dựng quân đội nhưng chưa tuyên chiến. Đến năm 1775 thì quân đội của vua George đệ tam tiến về Concord, Massachusetts. Nơi đây đã xảy ra trận chiến bao quanh vùng Concord, tiếng súng vang vọng đến khắp thế giới, đánh dấu bước đầu cuộc cách mạng Mỹ.

Đến năm 1776, với nhiều cuộc đàm phán và cố gắng giải quyết sự khác biệt với Anh quốc, các thuộc địa gởi một lần nữa các đại diện đến nước Anh để có tiếng nói bảo vệ tại 13 tiểu bang nhưng không thành. Do sự nỗ lực dàn xếp vô vọng nên công cuộc vận động tiến hành một nền độc lập được khởi đầu bởi ông Richard Henry Lee tại Virginia và một Ủy ban được thành lập để soạn thảo bản Tuyên Ngôn Độc Lập công khai. Đứng đầu Ủy ban là ông Thomas Jefferson và quý ông John Adams, Ben Benjamin Franklin, Philip Livingston và Roger Sherman. Sau khi soạn thảo xong thì ngày 6 tháng 7 năm 1776, tờ Pennsylvania Evening Post có số báo đầu tiên đăng bản Tuyên Ngôn Độc Lập và hai hôm sau là ngày 8 tháng 7 năm 1776, bản Tuyên Ngôn được đọc trước công chúng lần đầu tiên tại Independence Square của Philadelphia. Cái chuông trong Independence Hall được đặt tên là "Province Bell", sau này đổi thành "Liberty Bell", tức dấu tích lịch sử chứng minh cho sự độc lập kỳ diệu này.

Thật ra, việc ký Bản Tuyên Ngôn Độc Lập bắt đầu ngày 4 tháng 7 năm 1776 và hoàn tất vào tháng 8 cùng năm, nhưng ngày bắt đầu được 13 tiểu bang đầu tiên công nhận như ngày kỷ niệm chính thức cho sự độc lập của Hoa Kỳ, tách khỏi nước Anh. Ngày 4 tháng 7 năm 1777 cử hành ngày Lễ Independence Day đầu tiên, tức Ngày Độc lập Hoa Kỳ tại Philadelphia.

Bản Tuyên Ngôn Độc lập trở thành một tài liệu chính trị được ca tụng nhiều nhất và thời nào cũng được chép ra. Thomas Jefferson soạn ra bản Tuyên Ngôn Độc Lập rồi được duyệt lại bởi John Adams, Benjamen Franklin và Jefferson, tiếp đến 56 hội viên ký tên và xác nhận không còn là thuộc địa của Anh Quốc nữa. John Hancock, chủ tịch Second Continental Congress là người đầu tiên ký bản Tuyên Ngôn. Đây là văn kiện làm bằng chứng của Cách Mạng Hoa Kỳ, tuyên bố về lãnh thổ và dân chúng cũng như niềm tin được độc lập, một triết lý sống trong tinh thần tự do, nhân quyền chiếu theo những bài viết của các triết gia John Locke, Jean Jacques Rousseau. Bản Tuyên Ngôn khẳng định rằng mọi người đều do Thượng Đế, thiên nhiên tạo ra, vậy phải có những quyền lợi tự nhiên nào đó, không được xâm phạm quyền tự do của họ. Qua đó, Bản Tuyên Ngôn và Cách Mạng Hoa Kỳ là nguồn cảm hứng cho mọi thế hệ, kể cả nhiều người trên khắp thế gian này.

Ngày nay, July Fourth (4 tháng 7) Independent Day là đại lễ liên bang. Người dân mừng đón ngày độc lập với pháo bông ngập trời khắp 50 Tiểu bang cùng những biểu hiệu bày tỏ lòng yêu nước. Dân chúng thường tổ chức diễu hành, tổ chức những buổi liên hoan ngoài trời để ăn mừng bằng hamburger, xúc xích, bia rượu... Đây cũng là cơ hội họp mặt gia đình, thân hữu.

Cũng trong tinh thần đại lễ quan trọng này, chúng tôi trong Ban vận động tổ chức bầu cử chọn nhân sự đại diện Cộng Đồng Người Việt Quốc Gia Miền Bắc Tiểu Bang California, với danh xưng được chứng nhận bởi Tiểu bang Vàng là "The United Vietnamese American Community of Northern California".

Sáng Chủ Nhật, ngày 2 tháng 7 năm 2023 tại Grand Century Mall, dưới ánh nắng gay gắt của mùa hè Thung Lũng Hoa Vàng, chúng tôi đã mời gọi nhiều cơ quan truyền hình, báo giới, các thân hào nhân sĩ, thanh niên, sinh viên, các vị đại diện các Tổ chức Chính trị Đảng phái Quốc gia, Hội đoàn, Đoàn thể và Đồng hương đến tham dự một chương trình văn nghệ do nhóm Gio Linh đảm trách, để giới thiệu ba liên danh tranh cử vào Hội Đồng Đại Diện. Thứ nhất là Liên Danh Đoàn Kết, Xây Dựng, Phát Triển có Ông Thụ Ủy Triệu Ngọc Hà và Bà Cao Diễm Đoan Trang. Thứ hai là Liên Danh Tiếng Nói Người Việt Bắc California, có Ông Thụ Ủy Huỳnh Quang Hải và Ông Dương Hạ Phong. Thứ ba là Liên Danh Vì Cộng Đồng, Cho Cộng Đồng có Cô Thụ Ủy Tina Thúy Hằng Phạm và Ông Nguyễn Văn Lợi. cả ba liên danh đều có lập trường rõ ràng là luôn giữ vững ngọn cờ vàng, không hòa giải hòa hợp với Cộng sản, Đoàn kết Cộng đồng, Bảo tồn và Phát huy Văn hóa Việt, Quyết tâm phục vụ Cộng Đồng Việt Nam bắc California thăng tiến.

Trưởng ban Tổ chức Bầu cử Cộng Đồng là Luật Sư Nguyễn Paul Bick và chúng tôi là những thành viên gồm có Bác Sĩ Phạm Đức Vượng, Ông Tony Đinh, Ông Jimmy Phan, Ông Trần Đức Túc, Ông Trần Song Nguyên, Bà Phan Hà, Bà Maria Phạm Lê Ngọc, Ông Trần Bách Túc, Ông Phát Kiên, Bà Dũng Minh Dung, Ông Hoàng Thưởng, Ông Nguyễn Hồng Dũng và rất nhiều thiện nguyện viên khác đã sinh hoạt và vận động liên tục trong chín tháng qua, mời gọi được sự hỗ trợ của 50 Hội Đoàn và đại diện các Tổ chức Người Việt Quốc

Gia trong những Thành phố, County trực thuộc Miền Bắc California tham gia.

Bản Tuyên Ngôn và Hiến Chương để Cam Kết thực hiện có nội dung như sau:

"Đấng Tạo Hóa đã dành cho Dân Tộc Việt một chỗ đứng trong nhân loại từ nghìn xưa. Qua bao nhiêu thăng trầm của lịch sử, dân tộc Việt còn tồn tại đến ngày nay, do sự hy sinh của tiền nhân qua nhiều thế hệ. Trong tiến trình tranh đấu sinh tồn, Dân Tộc Việt đã tạo nên và duy trì một nền văn hóa đặc trưng riêng biệt. Nền văn hoá ấy đặt nặng sự kính trọng và biết ơn Trời Đất, các bậc Tiền Nhân và các chiến sĩ đã hy sinh bảo vệ tổ quốc. Sự tương kính hài hòa trong xã hội là đầu mối mọi mối tương quan và sinh hoạt xã hội tốt lành. Tinh thần tương thân và tương trợ cũng là một truyền thống tất yếu. Nguyên tắc hy sinh cá nhân cho quyền lợi tối thượng của Tổ Quốc đã được chứng minh bằng sự dâng hiến mạng sống của Tiền Nhân cho Tiền Đồ Dân Tộc. Danh dự là một nhân phẩm căn bản của Con Người Việt. Văn hóa cội nguồn gồm các tố chất đó hòa thêm bản sắc dân tộc tạo thành danh tính chính đáng của Con Người và Dân Tộc Việt. Nền văn hóa ấy cần phải được duy trì và phát huy để Dân Tộc còn có thể tồn tại và tiến lên một vị trí xứng đáng trong kỷ nguyên mới của thế giới.

"Người Việt Quốc gia lánh nạn Cộng sản, và chọn Hiệp Chúng Quốc làm quê hương thứ hai. Văn Hóa cội nguồn là nền tảng trên đó Người Việt Quốc gia áp dụng tinh thần và nguyên tắc kể trên cho đời sống xã hội và sinh hoạt ở đây. Người Việt Quốc gia tôn trọng tinh thần Bản Tuyên Ngôn Độc Lập 1776 và Hiến Pháp 1787. Nền Văn Hóa ấy cũng cần được Người Việt Quốc Gia Miền Bắc California duy trì để có sự hài hòa và đoàn kết trong mọi sinh hoạt Cộng đồng. Để duy trì tinh thần đó, Người Việt Quốc Gia Miền Bắc California

thành lập một Cơ chế, với danh xưng Cộng Đồng Việt Mỹ Bắc California, và cũng là nơi sinh hoạt trong tinh thần kể trên. Văn Bản này còn là Hiến chương, là nền tảng căn bản cho Cơ chế đó. Bằng sự phê chuẩn Tuyên Ngôn và Hiến Chương này, Người Việt Quốc gia nguyện ước sẽ sinh hoạt với mục tiêu đóng góp xây dựng Hiệp Chúng Quốc, và xây dựng một Cộng Đồng Việt Nam, phi cộng sản, không chấp nhận các chế độ độc tài, với tinh thần Một Cộng Đồng Việt thăng hoa về tương lai huy hoàng. Tổ Quốc, Danh Dự, Trách Nhiệm; Đoàn Kết, Tương Kính, Tương Trợ."

Chúng tôi cũng soạn thảo Bản Nội Quy Sinh Hoạt Cộng Đồng Việt Mỹ Bắc California để chiếu theo đó, như văn kiện cao nhất mà sinh hoạt. Đại khái gồm một số điều khoản như sau:

"Cộng đồng Việt Mỹ Bắc California gồm tất cả thường trú nhân hay công dân Hoa Kỳ gốc Việt cư ngụ tại Bắc California. Chủ trương tinh thần quốc gia, đặt nặng tinh thần trách nhiệm, mọi hoạt động trên danh dự, và đề cao sự tương kính, chủ trương duy trì và phát huy nền văn hóa cội nguồn của dân tộc Việt. Cộng Đồng này thành lập một cơ chế để đạt được những nguyện vọng của người Việt Quốc Gia Bắc California, gồm có một Hội Đồng Đại Biểu và một Ban Đại Diện. Cơ chế cũng gồm một Community Foundation, một công quỹ nhận sự đóng góp để dùng cho những chương trình xã hội, y tế, giáo dục, văn hóa... Các bộ phận trong cơ chế này sẽ tuân thủ theo nguyên tắc dân chủ & luật pháp Hoa Kỳ.

"Nhiệm kỳ Hội Đồng Đại Biểu và Ban Đại Diện là 3 năm, bắt đầu tháng 9 năm 2023. Thành viên trong các Hội Đồng đều là tình nguyện viên của Cộng Đồng, không nhận lương hay bất kỳ thù lao nào."

Là điều hợp viên chương trình, tôi yêu cầu quý cử tọa nêu câu hỏi để các ứng viên có cơ hội trả lời. Vì nhiều câu hỏi nêu lên và được trả lời thích đáng giữa trưa hè với nắng gắt bốc lửa 102 độ Fahrenheit, tôi xin tóm gọn những câu trả lời thiết yếu như sau: Tôn trọng những tổ chức Cộng đồng khác, phối hợp với mỗi cá nhân hay các đoàn thể trong tinh thần tương kính để cùng xây dựng một Cộng Đồng hòa ái, phát triển nhằm nối kết chính quyền địa phương để tranh đấu cho quyền lợi cư dân Việt Nam được bình đẳng đúng mức.

Bảo tồn và phát triển văn hoá truyền thống của dân tộc Việt Nam tại hải ngoại, Cộng đồng chúng ta luôn hướng tới mục tiêu duy trì văn hóa sinh hoạt truyền thống nhằm xây dựng tinh thần Lạc Hồng, từng thể hiện trong các lễ chào cờ, tiết nhật, giỗ Tổ hay húy kỵ các anh hùng dân tộc. Điều quan trọng là dạy tiếng Việt cho thế hệ tương lai, dù biết rằng đây là cuộc chiến không cân sức giữa một bên là trường học và xã hội Hoa Kỳ, nơi các cháu luôn cần sử dụng tiếng Anh và một bên chỉ có cha mẹ, ông bà. Do đó chúng tôi sẽ hỗ trợ các trung tâm Việt Ngữ, mời gọi phụ huynh cần phải kiên định trong việc đưa con đi học Việt ngữ cuối tuần, dùng tiếng Việt ở nhà để nói chuyện giúp con hiểu lợi ích khi sử dụng tiếng Việt vì "Con sẽ trở nên thông minh, học giỏi hơn nếu con nói được tiếng Việt lưu loát".

Cũng có những ý kiến bên lề khi bàn về hòa giải hòa hợp dân tộc. Câu trả lời thích đáng nhất là nếu chế độ Cộng Sản trong nước chấp nhận đa nguyên, tôn trọng khác biệt ý kiến, dân trong nước có nhân quyền, được bình đẳng thì tự nhiên sẽ hòa giải được toàn xã hội ngay trong nước. Nếu chế độ không thay đổi, thì bao nhiêu chủ trương chính sách cũng không thể nào thuyết phục, không bao giờ giải quyết được vấn đề nhức nhối này. Không phải không nhắc đến, gạt bỏ quá khứ chiến tranh, thù hận ra khỏi suy tư là sẽ đạt được hòa giải hòa hợp dân tộc! Nếu muốn được vậy thì Cộng Sản phải có đường lối lãnh đạo đất nước theo xu hướng tiến bộ, dân chủ văn minh, nhân quyền, chấp nhận đối lập, thì mới đoàn kết được toàn dân để bảo vệ chủ quyền quốc gia, dân tộc, bảo vệ quyền tự do của người dân, từ đó mới làm nền tảng cho sự kêu gọi đoàn kết dân tộc, tiền đề cho sự hòa hợp hầu đi đến hòa giải. Khi Cộng Sản Việt Nam làm được như vậy thì Cộng Đồng Việt Nam Hải Ngoại sẵn sàng trả lời câu hỏi xa vời này!

Một tuần lễ Độc lập của Hiệp Chúng Quốc Hoa Kỳ đã cho Cộng Đồng Người Việt một cơ hội tốt đẹp trong tinh thần tự do, đối thoại và thông hiểu để cùng nhau chung tay xây dựng nơi quần cư này thăng hoa cuộc đời.

Vốn Quý Của Giáo Dục

Hôm thứ Sáu, 7 tháng 7 năm 2023, khai giảng Semester III Trường Cao Đẳng Phật Giáo Thực Dụng trên phương tiện Zoom ảo cũng như một số học viên thường trực tại Tu Viện Huyền Không, 14335 Story Rod, San Jose, CA 95127, vì nơi đây là văn phòng tạm thời, nơi điều hành việc tuyển sinh và giảng dạy.

Xin chào mừng quý học viên khắp nơi trên hoàn cầu đã ghi danh vào Trường Cao Đẳng Phật Giáo Thực Dụng, Semester III, để chúng ta cùng nhau tiến bước trên đường chánh đạo, khẳng định lại giá trị đích thực tự bản thân mình, hầu tìm được mục tiêu trong đời sống hiện tại. Có lẽ trong quá khứ chúng ta đã có được ít nhiều duyên lành bởi hạt giống Phật pháp vun bồi, nên giờ đây lại tiếp tục dưỡng nuôi cho đại bi tâm sớm thành tựu.

Khi đức Phật giác ngộ dưới cội Bồ đề, thấu đạt quả vị Nhất Thiết Chủng Trí, thì giá trị đích thực của con người mới được chỉ bày, Ngài đã thành Phật và chúng sanh sẽ được thành Phật, nếu như chúng ta phát huy tiềm năng tuệ giác, năng lực tu tập để thăng hoa những diệu dụng từ bi và trí tuệ như Đức Phật Thích Ca Mâu Ni. Chắc chắn một ngày kia chúng ta sẽ hạnh phúc an vui, giúp đời bớt khổ, kiến tạo thế giới hòa bình.

Trong cuộc đời ngắn ngủi, chúng ta cần phải tinh tấn mong tìm lối quang minh để hoàn thiện bản thân theo hướng chân, thiện, mỹ. Ai có mục đích đúng thì hướng đi đúng, mục tiêu sai sẽ dẫn đến đau khổ triền miên. Tiền tài, danh vọng, sắc đẹp là mục tiêu của thế gian, nhưng nó chỉ là phương tiện và chịu sự tan biến qua thời gian, bởi vô thường là chân lý bất biến. Phẩm hạnh và đạo đức của chúng ta mới tồn tại dài lâu, thuộc về chính mình. Nếu học cách tu dưỡng hằng ngày thì đức hạnh sẽ có năng lực tạo ra tướng hảo quang minh, tiền tài và phẩm vị. Muốn có đức hạnh thì tâm thiện lương phát khởi, trí tuệ minh mẫn, tín căn tăng trưởng, dũng mãnh tinh chuyên, lễ nghĩa thấm nhuần, khiêm cung hòa ái. Được như vậy thì phần lớn là do chúng ta nỗ lực học tập, thực hành nghiêm mật, tích lũy kiến thức để phân định chính, tà, thiện, ác.

Học Phật để có trí tuệ, để soi sáng những uẩn khúc vô minh, để thấy cuộc đời tươi đẹp, để phụng sự chúng sanh, để khẳng định giá trị bản thân, lấy trí tuệ làm sự nghiệp. Vì vậy mà kẻ thiếu đức hạnh sẽ mãi chịu đau khổ, không kiến thức, không thiện lương, không từ bi và dũng khí nên ý nghĩ, hành động, lời nói mang đầy tà kiến, xảo quyệt, ảo vọng.

Trường Cao Đẳng Phật Giáo Thực Dụng chú trọng đến sự hành trì tự thân, dùng giáo lý Phật Đà như kim chỉ nam để học viên nhắm đúng hướng, tự vận dụng hạt ngọc trí tuệ vốn sẵn có trong tâm mà ứng dụng cho đời sống phong phú và thánh thiện.

Xin lưu ý, chữ “áp dụng” là lấy những gì ở bên ngoài để bắt tự thân mình phải thực hành theo quy ước. Trường chúng ta không chủ trương như vậy. Nơi đây, chữ “thực dụng hay ứng dụng” là dùng những gì có sẵn trong tâm, mà lâu nay chúng ta bị vô minh che khuất, mang ra sử dụng sao cho thích hợp với từng học viên. Do đó, Trường Cao Đẳng Phật Giáo Thực Dụng sẽ là nơi gạn đục khơi trong, để mỗi cá nhân nhận biết hạt minh châu của mình đồng với hạt minh châu mà chư Phật ba đời đều có.

Tám vạn bốn ngàn pháp môn như một kho thuốc chứa hàng vạn loại thần dược trị bá bịnh. Tuy nhiên tùy theo căn bịnh của mỗi người mà ta khế hợp chỉ với một loại thuốc mà thôi, không vì căn bịnh trầm kha mà ta cứ gặp loại nào cũng uống, nguy hiểm vô cùng. Chân lý không nằm ngoài tấm thân ngũ uẩn; thực dụng nơi đây là trở về với thân, thọ, tâm, pháp, để soi rọi tự ngã rồi nương theo căn lành đó để tín tâm kiên cố, xác quyết niềm tin rằng bản thân mình sẵn có khả năng thiết lập một tương lai tươi sáng và thiện lương.

Chúng ta sẽ giàu có thật sự khi biết cách thức vận hành kinh tế qua con đường Bát Chánh Đạo, mưu sinh bằng nghề chân chính, nỗ lực lao động, không buôn gian bán lận, không dùng đồ quốc cấm hay hàng hóa gây độc hại cho sức khỏe mọi người thì kết quả sẽ vững chãi, sung mãn, an vui. Khi thực hành Tứ vô lượng tâm, giới đức tinh chuyên để tự phát huy năng lực yêu thương của chính mình đến tha nhân, là góp phần cho nền đạo đức xã hội được chuẩn mực, các sinh hoạt văn hóa thêm phong phú và tinh thần nhân bản thăng hoa, phát huy vai trò tích cực của Phật giáo hướng con người tới những giá trị tốt đẹp.

Ngày nay, xã hội phát triển với nền khoa học kỹ thuật tân tiến lại càng tỷ lệ thuận với tâm tham, sân, si, danh vọng, sắc tài khởi sinh. Sự lôi cuốn của vật chất khiến cho tâm bị lu mờ, dẫn đến ý nghĩ, lời nói và việc làm đầy ác nghiệp. Do đó, Trường Cao Đẳng Phật Giáo Thực Dụng hướng chân tâm của mỗi chúng ta về hành động và nghĩ suy, mọi sinh hoạt đời thường luôn trở về với bản thể tự tánh nơi mỗi người, biết cách dùng tâm thanh tịnh, sáng suốt sẵn có để đối trị với mọi hoạt động thường nhật, nhằm phát huy năng lực từ bi, trí tuệ và đạo đức ở mỗi người để thăng hoa cuộc đời.

Trường Cao Đẳng Phật Giáo Thực Dụng có cơ duyên được sự chứng minh của chư tôn Hòa Thượng, chư Thượng Tọa Giáo Thọ Sư đầy năng lực từ bi và các vị Giáo Sư thỉnh giảng có nhiều trải nghiệm từ các học đường, đạo tâm luôn bồi dưỡng, hành hoạt thực tế trong cuộc đời, ý hướng phụng sự đạo pháp và dân tộc nồng nàn... sẽ trực tiếp nối kết để chia sẻ những bài học thực dụng với các học viên khắp nơi.

Ban Tu Thư Giáo Trình luôn nghiên cứu những phương pháp thực tiễn để khế hợp với mục tiêu mang đến lợi lạc, an vui. Do đó Ban Điều Hành một lần nữa chúc mừng tất cả học viên ghi danh đến từ khắp năm châu, với hy vọng trên hành tinh này, nơi nào có giáo lý Phật Đà và sự thực dụng tích cực của quý học viên, nơi đó sẽ có ánh sáng của hòa bình, an lạc.

Chúng ta cùng nhau thắp lên ánh sáng Phật Pháp, để lan tỏa khắp muôn phương cho hết thảy chúng sanh thoát ly biển khổ. Hãy quyết tâm tạo thêm duyên lành để người học Phật có cơ hội tinh tấn trên con đường tu dưỡng, rèn luyện tự thân theo bước chân giải thoát của Đức Từ Phụ Thích Ca Mâu Ni. Cầu nguyện tâm Bồ đề của tất cả chúng ta luôn được trưởng dưỡng, trí tuệ minh mẫn. Chúc các học viên và bằng hữu luôn chánh niệm và thành công trên đường học Phật.

Cuộc đời tôi đã gắn bó với ngành giáo dục hơn ba thập niên qua. Bắt đầu từ vai trò Trưởng ban Giáo Dục trong trại tỵ nạn Phi Luật Tân PFAC. Đảo này có gần mười ngàn đồng hương vượt biên bằng đường biển vào thập niên tám mươi. Nơi đây, bà con Việt Nam chúng ta phải học Anh văn, Pháp văn và Việt ngữ. Cái khó là trại tỵ nạn nằm dưới quyền chỉ đạo của Cao ủy Liên Hiệp Quốc. Họ yêu cầu những ai muốn đến xứ sở nào, phải học ngôn ngữ xứ sở đó, mà dân tỵ nạn vốn lớn tuổi, học sinh ngữ là một cực hình. Nếu ai chuẩn bị đi định cư thì Trưởng ban Giáo dục phải ký tên gọi là "clearance", để xác nhận việc người đó có học đủ chương trình đào tạo ngôn ngữ hay không? Vị tiền nhiệm Trưởng ban Giáo dục PFAC là Thầy Nguyễn Công Hoàn, bây giờ là Thượng Tọa Thích Minh Thiện, Trụ trì Tu Viện Tuệ Viên, San Jose, phải đứng lớp giảng dạy Anh Văn. Tôi lo đôn đốc các lớp Việt Ngữ cho trẻ em, tức các cháu thiếu nhi Minor và anh Đinh An coi sóc việc nội vụ trong ban. Sau khi tôi đi định cư tại Hoa Kỳ, thì anh Đinh An, bây giờ là Giáo Sư Đinh An dạy Ngôn Ngữ tại trường Mission College, Santa Clara, USA, đảm trách chức Trưởng ban Giáo dục kiêm nhiệm việc đứng lớp luôn.

Tôi vẫn còn nhớ nhiều kỷ niệm vui buồn ở Đại học Hayward, tức là California State University, Eastbay. Từ vụ khủng bố 911 (ngày 11 tháng 9) năm 2001 đến 2015, lớp sinh viên tôi đảm trách gồm những gương mặt đến từ khắp nơi trên thế giới như Iraq, Trung Đông, Ấn Độ, Nam Mỹ, Mễ, Việt, Tàu, Nhật, Hàn... Nhờ đó mà tôi học được những nét văn hóa đặc thù của từng quốc gia, dù chưa thông thạo lắm. Riêng về các du học sinh Việt Nam và Trung Hoa thì hầu hết các em đều tự phản ánh nền giáo dục Xã Hội Chủ Nghĩa từng được đào luyện, đó là sợ phát biểu, ngại đặt câu hỏi... bởi cái gì cũng do "nhà nước lo" nên dân chúng không cần sáng kiến...!

Khi trung tâm Anh Ngữ Nguyễn Phú Lâm, nơi đào tạo hàng nghìn học viên theo học ESL cho Cộng đồng Việt Nam bị đóng cửa bởi Thầy đột ngột qua đời sau cơn bạo bịnh, Nhà báo Nguyễn Xuân Nam và tôi đã thành lập Trung tâm Giáo dục Phù Đổng năm 2016 tại cơ sở nơi này, để tiếp tục các lớp ESL, luyện thi SAT, After Learning Program và Việt Ngữ. Nhưng rồi đại dịch Covid 19 buộc trường phải đóng cửa vào ngày 17 tháng 3 năm 2020.

Thật ra, giáo dục cần thiết cho cả đời sống tinh thần lẫn vật chất. Mục đích của giáo dục không chỉ là đào luyện con người trở nên giỏi giang về kỹ năng mà còn phải làm cho con người trở thành cao thượng hơn trong tâm hồn. Ngành Tội phạm học (Criminology) đã chứng minh là đa số những người liên hệ đến tội phạm thường có trình độ văn hóa kém, hoặc thuở nhỏ không được giáo dục, nuôi dưỡng đúng cách. Vì thế, người ta thường nói "cửa trường học mở ra, cửa nhà tù khép lại".

Đặc điểm của người có học vấn và biết tu hành là ít bị sự lo âu quấy nhiễu. Bởi có văn hóa, có đạo đức thì khả năng hiểu biết hợp lý về mối liên hệ giữa các sự việc xảy ra, nhờ đó có phương cách ứng phó thích hợp nên có thể bình tĩnh mà vui sống.

Giáo dục thế gian hay trong Phật pháp đều giúp cho con người ý thức phân biệt thiện ác, nhận hiểu nhân quả, không tự kiêu, tự phụ, mà dầu có tai họa ập tới cũng không đến nỗi cuồng si, điên loạn ưu phiền. Đi chùa học pháp thường tránh được lầm lỗi, vì dễ nhận biết được phải, trái trong các quyết định sinh hoạt hằng ngày. Trong Phật giáo có nói về tâm vô úy, tức là không sợ hãi. Sự sợ sệt thường do tham lam và thiếu hiểu biết chân chánh. Tham lam thì sợ mất đi những gì đang có; thiếu hiểu biết thì lo lắng vì không biết được việc gì sắp xảy ra. Hãy nhìn kỹ những kẻ độc tài trên thế gian này, họ nắm quyền lực đàn áp dân chúng nhưng bản thân lại luôn sống trong sự sợ sệt. Họ sợ không khuất phục được quần chúng, sợ bị lật đổ, bị mất đi quyền lực, do vậy nên thường áp dụng biện pháp khủng bố, đàn áp. Những chế độ toàn trị không dùng vương đạo mà dùng bá đạo trị nước, nên không biết cách giải quyết vấn nạn quốc gia theo tinh thần dân chủ, dẫn đến sự chống đối của dân chúng. Không tiên đoán được phản ứng của người khác là vì tự phụ, cố chấp, tham lam và chuyên chế... Tất cả những điều này phát xuất từ sự vô minh, thiếu hiểu biết và luôn dẫn đến sự sợ hãi. Cho nên, muốn phán đoán mọi việc được sáng suốt thì đừng lấy ý riêng, tư dục, mà phải xét theo lẽ phải, theo đạo đức thường tình; không quyết đoán chủ quan bác bỏ những ý kiến hữu ích của kẻ khác; nhất là không nên cố chấp, phải biết nhìn xa hiểu rộng, theo phép chánh trực mà thi hành; phải chí công vô tư để phục vụ nhân quần xã hội, hành sự căn cứ vào lẽ phải, chứ không chỉ làm những việc có lợi cho cá nhân, cho đoàn thể của mình mà thôi.

Sách Luận ngữ dạy rằng: “Người ham điều nhân mà không học thì bị cái hại là ngu muội. Người ham đức trí mà không học thì bị cái hại là phóng đãng. Người trọng chữ tín mà không học thì có cái hại là dễ bị lường gạt. Người thích sự ngay thẳng mà không học thì hóa ra nóng nảy. Người dũng cảm mà không học thì dễ biến thành phản loạn. Người cương quyết mà không học thì hoá ra cường bạo."

Cho nên, một khi chịu học thì phải biết phục thiện, không tự ái. Mình có địa vị thì "bất sỉ hạ vấn" là chuyện bình thường, hỏi người nhỏ tuổi hơn mình vẫn không cảm thấy hổ thẹn. Đức Khổng Tử đã nói trong Luận ngữ rằng thế gian này có bốn hạng người: Thứ nhất là "sinh nhi tri giả, thượng giả", tức là hạng siêu việt, sinh ra đã tự biết, không ai dạy mà biết, là bậc vô sư trí, như các bậc thánh, như đức Như Lai. Thứ nhì là "học nhi tri chi giả, thứ giả", tức là hạng tiếp theo, là hạng khoa bảng thường tình, nhờ có đi học mới biết. Thứ ba là "khốn nhi học chi, hựu thứ giả", tức là hạng tiếp theo nữa, do hoàn cảnh bức bách mà phải học, nhưng thực sự chịu học nên cũng có hiểu biết. Thứ tư là "khốn nhi bất học, dân tư vi hạ", tức là hạng cuối cùng, là hạng thấp kém nhất trong hàng thứ dân, vì ngay cả khi rơi vào hoàn cảnh bức bách mà vẫn không chịu học hỏi, nên chẳng bao giờ có được sự hiểu biết.

Cho nên, trong chương trình Cao Đẳng Phật Giáo Thực Dụng tôi thường chia sẻ với học viên rằng, cuộc đời vô thường nên chúng ta phải tâm niệm mỗi ngày: "Mình giúp ai việc gì, có giúp hết lòng không; giao du với bạn bè có giữ được sự trung tín không; mình có học hỏi thêm được điều gì mới mẻ không; tích lũy chút công đức thiện nghiệp nào trong từng hành động nhỏ nhặt trong ngày không?" Đây là thực dụng trong việc hành trì hạnh bố thí, tâm từ bi, lòng nhẫn nại và luôn dùng trí tuệ trong từng hơi thở đi đứng nằm ngồi.

Người ta thường nói: "Tri thức tôn giáo thường do mặc khải. Tri thức triết học do lý trí quan niệm mà lãnh hội. Tri thức khoa học do thực nghiệm. Còn tri thức Đạo Phật do hành trì mà nên." Đó chính là thực dụng trực tâm, thâm tâm và đại bi tâm tự thân thành tựu.

Chia Đôi Đất Nước (20/7/1954)

Mỗi người có những duyên số đưa tới sự trùng phùng, dẫn đến bao thay đổi nhất định trong cuộc đời. Đầu thập niên chín mươi của thế kỷ hai mươi, tôi được bầu làm Tổng đoàn trưởng Tổng đoàn Thanh Sinh, trong Đại Hội của một chính đảng Quốc gia tại Miền nam California và Cụ Phan Như Toản, bí danh Võ Vân Kỳ là Chủ Tịch Hội Đồng Chỉ Đạo.

Công tác thanh sinh cần phải đào tạo Cán bộ về mặt tuyên nghiên huấn, tổ chức từng chi bộ v.v... nên tôi phải học tập cách thức điều hành trong vòng ba tuần lễ để thông thạo phương hướng. Trực tiếp giảng huấn có Luật sư Nguyễn Tường Bá và Cụ Võ Vân Kỳ, người Thầy mà tôi kính mến, đã rót những kinh nghiệm đau thương, vinh nhục của cả đời Người đấu tranh cho dân tộc độc lập, dân quyền tự do và dân sinh hạnh phúc vào cái đầu non trẻ này. Sau gần một tháng "training", tôi chuyển địa chỉ về thung lũng điện tử Silicon Valley để làm việc và cái duyên mà tôi nói ở trên đã gắn liền hai thầy trò chúng tôi sát cánh, đi sinh hoạt khắp nơi, làm báo, viết bản tin, họp hành, đấu tranh, biểu tình v.v... cho đến khi Thầy nhắm mắt từ giã cõi đời ở tuổi bá tuế (100) ngày 18 tháng 4 năm 2019.

Sinh ra và lớn lên ở đất Ngũ Phụng Tề Phi miền Trung Nước Việt, Thầy đi vào đường đấu tranh cách mạng từ thuở thiếu thời, lấy hình ảnh thanh niên ái quốc Nguyễn Thái Học làm mẫu người hướng thượng. Tham gia chính quyền với vai trò Dân Biểu Quốc Hội Lập Hiến, Thầy tận tụy ngày đêm quyết tâm nối chí tiền nhân xây dựng một nước Việt Nam dân chủ phú cường. Gần ba mươi năm cận kề, tôi đã học cách can cường, sống thật và trực tính của Thầy. Tôi hiểu Người từng hơi thở cũng như những ước vọng mà Thầy chưa đạt được trong cuộc đời trăm năm!

Mỗi lần đến tháng Bảy, Thầy đều nhắc đến Hiệp định Genève chia đôi đất nước và khẳng định rằng, chính Cộng Sản Hồ Chí Minh là kẻ tội đồ, chủ mưu chia cắt giang sơn. Thầy nói tôi tin 100%, bởi Thầy là nhân chứng, là người quen biết sâu đậm với Luật Sư Trần Văn Tuyên, Nguyễn Trung Vinh và Nguyễn Duy Thanh... những thành viên của phái đoàn Việt Nam Cộng Hòa tham dự Hội nghị Genève vào tháng 7 năm 1954. Câu chuyện thầy kể như sau:

Khởi đi từ năm 1847, Pháp bắn đại bác vào Đà Nẵng từ biển rồi xâm lược nước ta, xua quân chiếm lục tỉnh Nam kỳ rồi tiến ra đánh phá miền Bắc. Triều đình Huế không đủ sức kháng cự nên buộc lòng ngồi xuống ký Hòa ước Giáp Thân năm 1884, hay còn gọi là hòa ước Patenôtre biến nước ta thành thuộc địa của Pháp. Như vậy là toàn cõi Việt Nam, Ai Lao và Cao Miên thuộc Pháp còn gọi là Indochine Française. Nước ta mất độc lập chủ quyền. Triều đình làm kiểng, mọi việc hành chánh, kinh tế, ngoại giao đều do người Pháp cai quản.

Suốt thời gian thực dân Pháp chiếm Việt Nam, triều đình và sĩ phu tìm cách khởi nghĩa như vua Duy Tân, vua Thành Thái, Trương Công Định, Phan Đình Phùng, Nguyễn Tri Phương, Hoàng Hoa Thám, Thủ Khoa Huân, Phan Bội Châu, Phan Chu Trinh, Nguyễn Thái Học và bao nhiêu anh hùng khác đứng lên đấu tranh giành độc lập.

Thế chiến thứ hai bùng nổ do Hitler (Đức), Mussolini (Ý) và Thiên Hoàng (Nhật Bản) lập thành khối "Trục", bắt đầu vào ngày 1 tháng 9 năm 1939 tại Âu Châu. Quân đội Đức Quốc Xã của Hitler chiếm Ba Lan, Hòa Lan và Bỉ đồng thời đánh vào nước Pháp. Paris bị dội bom, chính phủ Pháp lúc đó do thống tướng Pétain cầm đầu đã tuyên bố ngưng bắn lúc nửa đêm ngày 17 tháng 6 năm 1940. Nước Pháp đã lọt vào tay của Đức. Chính phủ Pétain rút về đóng tại Vichy và cộng tác với kẻ xâm lược. Bấy giờ De Gaulle bay sang Anh hô hào kháng chiến, kêu gọi người Pháp gia nhập "Lực Lượng Pháp Tự Do", chiến đấu chống Đức.

Trong khi đó chính quyền bảo hộ Việt Nam phải phục tòng chính phủ Vichy ở Pháp, do đó mà thực dân Pháp ở Đông Dương là đồng minh của lực lượng "Trục". Sau khi Nhật tiến chiếm Hà Nội năm 1940 rồi Pháp đầu hàng Đức, quân đội Nhật vẫn để chính quyền thực dân tiếp tục cai trị ở Đông dương.

Khi quân đội Đồng Minh đổ bộ lên bờ biển Normandie, giải phóng nước Pháp, chính phủ Vichy bị lật đổ, De Gaulle lãnh đạo nước Pháp. Chính quyền thực dân tại Đông Dương quay lại thần phục De Gaulle và vì vậy đã ở thế thù nghịch với quân đội Nhật.

Quân đội Nhật thấy tình thế bất lợi nên sáng ngày 10 tháng 3 năm 1945, cờ Nhật kéo phất phới khắp nơi thị uy và Đại Sứ Yokohama yết kiến vua Bảo Đại ở Điện Kiến Trung, tuyên bố trao trả độc lập cho nước Việt Nam. Vua liền tuyên bố hủy bỏ tất cả những Hiệp ước ký kết với Pháp trước đó và mời Ông Trần Trọng Kim làm Thủ tướng thành lập chính phủ. Dĩ nhiên, chính phủ mới này phải theo đường lối thân Nhật.

Lúc đó, đảng Cộng sản Đông Dương và các đảng phái Quốc gia đang hoạt động mạnh để giành độc lập. Mặt Trận Việt Minh thành lập đã chiếm ưu thế nên khi Nhật vừa đầu hàng vào tháng 8 năm 1945 thì Việt Minh vội vàng tổ chức cướp chính quyền, rồi Hồ Chí Minh đọc tuyên ngôn độc lập ngày 2 tháng 9 năm 1945 tại Hà Nội, đẻ ra nước Việt Nam Dân Chủ Cộng Hòa. Quân đội Trung Hoa Quốc Dân Đảng của Tưởng Giới Thạch chống Chủ nghĩa Cộng sản có nhiệm vụ đến tước khí giới quân đội Nhật đã gây lo sợ cho Hồ Chí Minh và đảng Cộng sản. Vì vậy, Hồ Chí Minh âm thầm ký với Sainteny Hiệp Ước Sơ Bộ ngày 6 tháng 3 năm 1946, chấp nhận Việt Nam là một nước tự do trong Liên Hiệp Pháp và để quân đội Pháp tiến vào miền Bắc. Ngày 19 tháng 5 năm 1946, Hồ Chí Minh cho treo cờ đón Tướng Leclerc của Pháp với đoàn quân hơn 10.000 bộ binh và trên 100 chiến xa vào Hà Nội và Hải Phòng. Dân chúng phản đối treo cờ đón Pháp thì Cộng Sản phao tin là sinh nhật của Hồ Chí Minh.

Dưới quyền của De Gaulle tại Paris, Leclerc quyết làm chủ tình hình Đông Dương nên Việt Minh và các Đảng phái Quốc Gia đứng lên chống Pháp. Năm 1950 sau khi Mao Trạch Đông chiếm được toàn bộ Trung Quốc, Hồ Chí Minh cầu cứu xin hỏa lực, vũ khí, quân trang, quân dụng để đánh Pháp theo kiểu du kích và kết quả là hệ thống đồn bót của quân đội Pháp bị cô lập.

Quân đội Pháp tiến hành chiến tranh vũ trang nhưng không kham nổi bèn nhờ tới vua Bảo Đại hỗ trợ, với cam kết công nhận nền độc lập cho Việt Nam không Cộng sản, bởi Bảo Đại làm Quốc trưởng của "Quốc Gia Việt Nam". Những người không chấp nhận chủ nghĩa Cộng sản và những nạn nhân Cộng sản lần lượt quy thuận Quốc Gia Việt Nam. Quân Đội Việt Nam được hình thành và chiến đấu bên cạnh quân đội Pháp.

Đến tháng 7 năm 1954, thực dân Pháp dồn hết binh đội vào thung lũng Điện Biên Phủ, xa mọi hậu cứ tiếp vận, tạo cơ hội cho Việt Minh với sự trợ lực của đạo quân Mao Trạch Đông tổ chức trận địa tiến hành cận chiến dẫn đến sự thất thủ tại Điện Biên Phủ, buộc quân Pháp phải đầu hàng lúc17 giờ 30 chiều ngày 5 tháng 5 năm 1954. Hội nghị Genève về Việt Nam khai mạc sau khi Điện Biên Phủ thất thủ. Tại Paris, bấy giờ chính phủ Laniel sụp đổ, Mendès France lên nắm quyền vào ngày 17 tháng 6 năm 1954 và hứa rằng: "Nếu trong 4 tuần lễ, vào ngày 20 tháng 7 tới đây, tôi không đạt được một cuộc ngưng bắn tại Đông Dương, tôi sẽ từ chức."

Cuộc chiến tranh Pháp Việt bùng nổ từ cuối năm 1946 và cuộc chiến tranh Triều Tiên khởi sự vào ngày 25 tháng 6 năm1950 đều khốc liệt, là gánh nặng cho các quốc gia tham chiến, khiến họ cần phải có một cuộc đàm phán để chấm dứt sự hiện diện tại Triều Tiên và Pháp tìm mọi cách đưa vấn đề Việt Nam vào cuộc đàm phán trong Hội Nghị tứ cường gồm Anh, Pháp, Hoa Kỳ, Liên Xô.

Sau khi Điện Biên Phủ thất thủ, Hội nghị Geneve về Việt Nam khai mạc vào ngày 8 tháng 5 năm 1954 với các phái đoàn cường quốc đứng đầu hai phe là Cộng sản có Liên Xô do Molotov làm trưởng đoàn, Trung Cộng do Chu Ân Lai hướng dẫn. Phe thế giới tự do có Hoa Kỳ với ngoại trưởng John Foster Dulles, Anh Quốc với Anthony Eden và Pháp với Georges Bidault. Các nước liên hệ có phái đoàn Quốc Gia Việt Nam, Việt Minh, Lào, Cao Miên, Nam Triều Tiên và Bắc Triều Tiên.

Phái đoàn Quốc Gia Việt Nam gồm có các ông Ngoại trưởng Nguyễn Quốc Định là trưởng đoàn, Nguyễn Khắc Khê, Trần Văn Tuyên, Trương Văn Chình, Bửu Kính, Đoàn Thuận, Phó thủ tướng Nguyễn Trung Vinh, Nguyễn Duy Thanh. Phái đoàn Việt Minh có Phạm Văn Đồng là trưởng đoàn và các ông Phan Anh, Trần Công Tường, Hoàng Văn Hoan, Tạ Quang Bửu, Nguyễn Thanh Hà, Hà Văn Lâu, Nguyễn Thanh Sơn, Đặng Tính, Trần Lâm, Hoàng Nguyên, Trần Thanh, Lê Văn Chánh.

Tiến trình Hội Nghị tại Geneve, Việt Minh luôn đòi chia đôi lãnh thổ. Với chiến thắng Điện Biên, Phạm Văn Đồng đòi chia hai nước Việt ở vĩ tuyến 13. Phía Pháp đòi vĩ tuyến 18. Phái đoàn Quốc Gia Việt Nam từ đầu luôn chống lại biện pháp chia đôi đất nước. Dưới sức ép của Liên Xô và Trung Cộng, Việt Minh từ bỏ đòi hỏi vĩ tuyến 13 và chấp thuận vĩ tuyến 17. Trưởng phái đoàn Quốc Gia Việt Nam, ông Nguyễn Quốc Định đã tuyên bố ngay: "Tôi để cho phái đoàn Việt Minh chịu trách nhiệm đối với lịch sử... Chia đôi, nghĩa là sớm muộn cũng lại có chiến tranh."

Trong lúc đang diễn ra Hội Nghị Genève thì tại Việt Nam, Vua Bảo Đại đã mời Ông Ngô Đình Diệm làm thủ tướng. Ngày 7 tháng 7 năm 1954, ông Diệm thành lập chính phủ và Bác sĩ Trần Văn Đỗ làm Bộ Trưởng ngoại giao thay thế Nguyễn Quốc Định làm trưởng phái đoàn Việt Nam tại Genève. Bác Sĩ Trần Văn Đỗ khi biết Việt Nam bị chia đôi đã đứng lên phản đối, giọng nghẹn ngào vì xúc động trong bầu không khí im phăng phắc của cả hội nghị. Biến cố này được nhà báo Pháp Jean Lacouture tường thuật trên công luận thế giới và Luật Sư Trần Văn Tuyên về kể lại cho Thầy tôi và các bạn đồng liêu cùng nghe trong ngậm ngùi, xót xa và đau đớn.

Nội dung Hiệp Định có 47 điều được tóm tắt như sau: Lệnh ngưng bắn có hiệu lực từ ngày 22 tháng 7 năm 1954 vào lúc 0 giờ, giờ Genève. Lằn ranh giới tuyến chia đôi Việt Nam là vĩ tuyến thứ 17, địa thế là từ cửa sông Bến Hải ngược đến làng Bồ Hô Su giữa biên giới Việt-Lào. Hai bên bờ sông, một vùng phi quân sự rộng năm cây số là trái độn hai bên. Theo Hiệp Định, lằn ranh này chỉ tạm thời và sẽ có cuộc tổng tuyển cử để thống nhất hai miền vào tháng 7 năm 1956. Trong thời gian chờ tổng tuyển cử, mỗi bên có quyền quản trị hành chánh ở khu vực của mình. Trong vòng 300 ngày, dân chúng hai miền có quyền di chuyển từ vùng này sang vùng khác không bị hạn chế hay bị ngăn cản.

Khốn nạn thay! Việt Minh và các trưởng đoàn đại biểu khác đã ký vào bản Hiệp Định NHƯNG phái đoàn Quốc Gia Việt Nam và Phái đoàn Hoa Kỳ không ký, từ chối công nhận hiệp định này. Tin tức về việc chia đôi đất nước là một chấn động khủng khiếp đối với dân chúng miền Bắc và đồng bào cả nước ngỡ ngàng với mối đau nhức của dân tộc. Nhớ thuở xưa khi Trịnh Nguyễn phân tranh, lấy sông Gianh làm biên giới đã khiến cho người đời nguyền rủa mãi đến tận ngàn sau. Phái đoàn Quốc Gia Việt Nam họp báo sáng ngày 21 tháng 7 năm 1954 để ra một bản tuyên ngôn mang chữ ký của Trưởng phái đoàn là Bác Sĩ Trần Văn Đỗ: "Long trọng phản đối việc ký kết hấp tấp thỏa hiệp ngưng chiến do hai cơ quan Tư Lệnh Tối Cao Pháp và Việt Minh mà thôi" và "yêu cầu Hội nghị ghi nhận một cách chính thức rằng Việt Nam long trọng phản đối cách ký kết Hiệp Định cùng những điều khoản không tôn trọng nguyện vọng sâu xa của nhân dân Việt Nam".

Trong vòng ba trăm ngày, đã có hàng triệu người bỏ miền Bắc vào Nam. Chính phủ Ngô Đình Diệm đã phải có đối sách khẩn cấp để tìm cách ổn định cho đồng bào di cư. Sau khi hết hạn 300 ngày, nhiều người còn tiếp tục vượt biên bằng thuyền bè, đã bị Việt Minh đuổi theo bắn bỏ. Một số người tìm cách vượt sông Bến Hải cũng bị tên độc bắn trong lúc đang bơi chưa tới bờ phía Nam. Họ dùng tên độc vì trong vùng phi quân sự không được nổ súng.

Với uy tín và khả năng lãnh đạo Trung phần, Thầy là người giúp đồng bào tỵ nạn vào miền Trung định cư, ổn định cuộc sống, làm ăn phát đạt, con cái được giáo dục đến nơi đến chốn. Thầy luôn nhấn mạnh trong những buổi thảo luận chính trị rằng, chính Hồ Chí Minh và Cộng Sản Việt Nam chủ trương với quốc tế chia đôi đất nước tại Hội Nghị Genève năm 1954. Phạm Văn Đồng và thực dân Pháp đã đặt bút ký văn bản ô nhục này. Hồ Chí Minh từng âm thầm ký kết Hiệp Định Sơ Bộ với Bộ Trưởng thuộc địa Marius Moutet để quân đội Pháp được trở lại miền Bắc năm 1946 là một bằng chứng rằng, Cộng Sản không tôn trọng danh dự, quốc thể và độc lập của nước nhà.

Thầy khẳng định rằng, dân tộc Việt Nam không thể tha thứ tội chia cắt đất nước của Cộng Sản. Chính họ đã tự phản bội chữ ký của mình khi mang quân tấn công miền Nam, gây ra cuộc chiến tương tàn với bao tang tóc thê lương. Giờ đây, đất nước thật sự chia cắt lòng người, văn hóa, đạo đức suy đồi, thanh niên mất niềm tin vào tiền đồ dân tộc, Tàu Cộng được dịp tìm cách thống trị giang sơn, lịch sử sẽ phán xét tội phản dân hại nước của Cộng Sản Việt Nam; rồi đây Thầy sẽ ra đi trước khi kịp nhìn thấy quê hương không còn Việt Cộng, nhưng thế hệ mai sau nhất định không quên dòng lịch sử đớn đau này mà tìm cách tranh đấu cho Dân tộc thật sự độc lập, Dân quyền thật sự tự do và Dân sinh thật sự hạnh phúc, đó là ước nguyện của đời Thầy.

Tôi viết lại dòng sử này qua lời kể chí thiết của Thầy năm xưa và hy vọng con cháu tôi sẽ có tư liệu sống để thẩm định những gì mà Mẹ Việt Nam từng oằn vai gánh chịu tủi nhục bởi sự đốn mạt, tham lam của lũ con hoang tôn thờ chủ thuyết Marxist ngoại lai hơn Tổ tiên nòi giống Lạc Hồng.

Quyền Phá Thai

Thứ ba, ngày 25 tháng 7 năm 2023 là ngày Mùng tám tháng Sáu năm Quý Mão, một ngày bình thường trong tuần nhưng trước tiền đình thành phố San Francisco có vẻ nhộn nhịp, đặc biệt là sự tụ tập của quý bà, quý phụ nữ khá đông, mang khẩu hiệu trên tay với hàng chữ "Pro Choice" hay "Abortion Right", hoặc có nhóm khác mang biểu ngữ "The Pro-Life Generation" đi tuần hành từ đường McAllister qua đường Porlk vòng vào Abraham Lincoln Monument để tranh đấu cho quyền phụ nữ được phá thai hoặc chống phá thai.

Tôi dừng xe ở Public Parking, đi bộ lên phòng họp của Hội đồng Thành phố San Francisco để tham dự buổi điều trần về ngân sách trợ cấp hay cắt giảm cho tổ chức "Planned Parenthood", một tổ chức vận động lớn nhất cho quyền phá thai, và thúc đẩy thuốc ức chế dậy thì cùng các biện pháp chuyển đổi giới tính cho trẻ em. Đây là mục tiêu mà Planned Parenthood nhắm đến trẻ em nên các loại thuốc đó được gọi là thuốc ức chế dậy thì.

Khi anh Sam Hồ giới thiệu tôi làm Cố vấn Cộng đồng Thiểu số cho Dr. Keith Aytch, Viện trưởng Trường Evergreen Vallege College thì công việc của tôi chú trọng về giáo dục giới tính trong học đường, nên buổi điều trần quan trọng này tôi cần có mặt để lên tiếng.

Cũng cần nhắc lại đôi nét về sự kiện của Tòa án Tối cao Hoa Kỳ ngày 25 tháng 6 năm 2022 đưa ra phán quyết lịch sử về vụ án Dobbs kiện Tổ chức Sức khỏe Phụ Nữ Jackson trong vấn đề nạo phá thai, trong đó Tòa án Tối cao đã đảo ngược án lệ "Roe kiện Wade năm 1973", và do đó kết thúc quyền "đương nhiên được phá thai" vì cho rằng điều đó không được nêu ra trong Hiến pháp.

Vụ Dobbs kiện Tổ chức Sức khỏe Phụ nữ Jackson là một phán quyết quan trọng của Tối cao Pháp viện Hoa Kỳ, trong đó xác định rằng Hiến pháp Hoa Kỳ không ghi nhận quyền phá thai và do vậy không còn dựa theo án lệ của cả hai vụ "Roe kiện Wade năm 1973" và "Planned Parenthood kiện Casey năm 1992". Đa số quan tòa khẳng định rằng phá thai không phải là một quyền được ghi trong hiến pháp, do đó các tiểu bang có quyền tự đưa ra quyết định về việc có cho phép phá thai hay không, dựa theo nguyện vọng của người dân.

Ngay sau khi phán quyết này được ban hành, nhiều cuộc biểu tình lớn từ cả phe ủng hộ lẫn phe phản đối việc phá thai đã diễn ra trên khắp nước. Phán quyết này mở đường cho việc nhiều tiểu bang có thể thông qua đạo luật cấm nạo phá thai, bảo vệ thai nhi còn trong bụng mẹ. Tuy nhiên, những người phản đối thì cho rằng, Tối cao Pháp viện Hoa Kỳ đã tước đi quyền lợi của nhiều phụ nữ, đặc biệt là những phụ nữ thiểu số ít được giáo dục với những biện pháp ngừa thai cần thiết và những nạn nhân của bạo lực tình dục. Đó là lý do có hai xu hướng biểu tình "Pro-Life" hoặc "Con-Life" xuất hiện liên tục ở các cơ quan chính quyền có nghị sự về vấn đề thai nhi.

Ngược thời gian, vào năm 1973 xảy ra sự kiện mang tên "Roe kiện Wade", liên quan đến trường hợp của một người phụ nữ tên Norma McCorvey, biệt danh "Jane Roe", sinh sống ở Tiểu bang Texas. Năm 1969, bà mang thai đứa con thứ ba và muốn phá thai nhưng bị cấm. Bà nhờ cậy luật sư Sarah Weddington và Linda Coffee đệ đơn kiện lên tòa án liên bang Hoa Kỳ, chống lại công tố viên tại Texas là Henry Wade, cho rằng luật phá thai của Texas là vi hiến. Sau khi Tòa án Quận North Texas xét xử vụ án và phán quyết có lợi cho bà thì Tiểu bang Texas đã kháng cáo phán quyết này lên Tòa án Tối cao Hoa Kỳ.

Tháng 1 năm 1973, Tòa án Tối cao đã ban hành quyết định với đa số 7 - 2 trong 9 thẩm phán, phán quyết rằng, Điều khoản về thủ tục tố tụng, Tu chính án thứ mười bốn của Hiến pháp Hoa Kỳ, cung cấp "quyền riêng tư", do đó bảo vệ người phụ nữ mang thai được lựa chọn phá thai hay không.

Phán quyết đó của Tòa án Tối cao tái khẳng định quyền của người phụ nữ được lựa chọn phá thai, cho rằng nó được bảo vệ bởi Hiến pháp. Điều này đi ngược một số niềm tin tôn giáo và đạo đức gia đình bảo thủ, cho nên cuộc chiến giữa hai phe ủng hộ và chống phá thai trở nên sôi nổi qua những cuộc tranh biện trong các giảng đường hoặc nơi công cộng thường xuyên.

Tuy nhiên, ngày 24 tháng 6 năm 2022, phán quyết cuối cùng của Tối cao Pháp viện trong vụ Dobbs kiện Tổ chức Sức khỏe Phụ nữ Jackson đã đảo ngược về cả hai vụ Roe và Casey. Phán quyết mới xác định rằng "Hiến pháp không ghi nhận quyền phá thai", do đó đây không phải là một quyền đương nhiên, và "thẩm quyền quy định việc phá thai được trả lại cho người dân và những người đại diện được họ bầu ra".

Theo tôi, hôn nhân được xem như vấn đề cá nhân, một quy ước của xã hội do con người tạo ra nhằm mục đích sống hòa hợp, an vui và hạnh phúc xuyên suốt quá trình sinh sản để duy trì nòi giống. Chúng ta không thể bắt buộc một người phải kết hôn hay sống độc thân, và việc sinh con là do vợ chồng tự do quyết định, căn cứ vào khả năng nuôi dưỡng, giáo dục và kinh tế gia đình. Mối quan hệ hôn nhân là một sự cam kết hết lòng hỗ trợ và bảo vệ nhau, cùng phát huy đời sống thăng hoa dựa trên sự hiểu biết chứ không phải bị ràng buộc, gượng ép. Đôi bên đều xuất phát từ lòng chung thuỷ và thành thật chứ không chỉ hoàn toàn dựa trên sự ham muốn. Hôn nhân cung cấp một nền tảng tốt đẹp cho sự phát triển của văn hóa xã hội, một sự hội nhập hài hòa của hai cá nhân để được nuôi dưỡng và thoát khỏi trạng thái cô đơn, nghèo khổ và sợ hãi. Mục đích của hôn nhân là để cùng nhau phát huy vai trò bổ sung cho nhau, tạo sức mạnh đạo lý, không trọng nam khinh nữ, tôn trọng chế độ một vợ một chồng căn cứ trên sự bình đẳng, nhã nhặn, yêu thương với nhau.

Phát xuất từ sự kết hợp thiêng liêng này mà vấn đề kế hoạch hóa gia đình phải được sự đồng thuận của cả hai bên nam nữ, dựa theo điều kiện gia đình và xã hội. Việc hạn chế sinh đẻ bằng khoa học theo phương pháp tránh thai truyền thống hay tân tiến đều được chấp nhận. Tuy nhiên, khi đã có thai thì việc phá bỏ giọt máu phôi nhi là không công bằng.

Hãy thông minh thực hiện phương thức ngăn chặn sự xuất hiện của một chúng sanh mới, điều này không phạm đến việc sát sanh và chẳng tạo nghiệp bất thiện. Nhưng nếu chúng ta đưa ra bất kỳ hành động nào để thực hiện việc nạo phá thai, thì chính đó là động tác trực tiếp sát hại sanh mạng, hủy diệt sự sống tượng hình, bất nhân và thất đức. Cho nên năm điều kiện hiện hữu đưa đến hành động sát sanh bao gồm bào thai là một chúng sanh, mình tự ý thức đó là một chúng sanh, có ý định tìm mọi cách để giết, thực hiện ý định giết và sau cùng là chúng sanh đó mất đi sự sống.

Thứ nhất là khi nam nữ ân ái với nhau, người phụ nữ thụ thai có nghĩa là một chúng sanh hiện hữu trong bào thai. Kế đến vài tháng sau, người phụ nữ biết rằng có một cuộc sống mới bên trong thân thể của mình. Thứ ba là vì bất cứ lý do nào đó phụ nữ này muốn giết đi mạng sống bên trong thân thể của mình. Thứ tư là hành động nhờ bác sĩ chuyên phá thai để trục thai nhi ra khỏi thân thể, và thứ năm dẫn đến sinh mạng bị giết chết. Như vậy là người phụ nữ này đã phạm vào trọng tội sát hại chúng sanh.

Chúng ta không có quyền tước đi mạng sống của những sinh vật khác, kể cả tước đi mạng sống của chính mình, dù biện minh bất cứ tình huống nào cũng đều được xem là ngược với tinh thần nhân bản và luân lý đạo đức. Những hành động nêu trên là việc bất thiện, khích lệ tâm hồn con người chất chứa tâm tham lam, sân hận và si mê, không dám đối diện với những vấn đề trong cuộc sống, không hiểu bản chất và điều kiện sống nơi trần thế.

Hết giờ họp nhưng mục thảo luận về ngân sách trợ cấp cho Tổ chức Planned Parenthood chưa được đưa ra, có lẽ phút chót xảy ra sự trục trặc nội bộ nên những mục linh tinh được thay thế mà không thông báo trước. Nhìn thấy các Tổ chức Tôn giáo đứng lên ra về, tôi cũng đành theo chân tiến đến khu parking ngang qua tiền sảnh của Abraham Lincoln Monument. Nơi đây lại có một đám đông mang cờ Ukrain tụ tập vì Hòa bình cho xứ sở Trung Âu này.

Chúng ta đang sống giữa cảnh Ta-bà đầy sự mâu thuẫn cực kỳ kinh hoàng. Ai cũng sợ chiến tranh, nhưng nước nào cũng chuẩn bị cho chiến tranh với một sự hăng say cuồng nhiệt. Ngân sách quốc gia chi tiêu khủng khiếp để sản xuất vũ khí quá ư dư thừa hầu phân phát khổ đau và chết chóc. Con người càng sinh sôi mà dường như vẫn cô đơn trong thế giới ảo tưởng, tách biệt với láng giềng và nghi kỵ, mất tin tưởng cũng như thiếu đi sự cảm thông, đối thoại và hỗ trợ lẫn nhau.

Liên Hiệp Quốc được hình thành sau những nỗi kinh hoàng của chiến tranh thế giới lần thứ hai. Những vị lãnh đạo quốc gia ký kết một hiến chương đồng ý với lời mở đầu rằng: "Bởi vì chính trong tâm của con người mà chiến tranh bắt đầu, chính trong tâm con người mà thành lũy bảo vệ hòa bình phải được xây dựng." Lời này có lẽ rút trong Kinh Pháp Cú khi đức Phật tuyên bố: "Ý dẫn đầu các pháp; Ý làm chủ, ý tạo; Nếu với ý ô nhiễm; Nói lên hay hành động, Khổ não bước theo sau, Như xe, chân vật kéo."

Chúng ta đang chứng kiến cuộc chiến do Nga phát động trên lãnh thổ Ukrain và hai bên đều tin rằng con đường duy nhất để chống lại bạo lực là phải áp dụng nhiều quyền lực hơn, nên sự xung đột vũ trang càng ngày càng khốc liệt. Cả hai bên đều tăng cường vũ khí hủy diệt trang bị khắp nơi, khiến nhân loại đứng trước nguy cơ hủy diệt hoàn toàn sự sống. Nếu chúng ta không làm gì để ngăn chặn hành động đó thì đại chiến thứ ba sẽ là sự kết thúc của thế giới, nơi mà than ôi, không còn kẻ chiến thắng hay bại trận trên đời.

Đức Phật đã dạy: "Hận thù không thể dập tắt bằng hận thù; Hận thù chỉ có thể dập tắt bằng tình thương." Đây là công thức giải quyết bài toán thù hận, giảm thiểu sự kiêu căng, ngã mạn để chuyển hóa ác tâm thành thiện tâm. Sự hy sinh lòng ích kỷ để đạt được hạnh phúc cho số đông có giá trị biết là dường nào? Quyền lực và bạo động sẽ tạo thái độ không khoan dung thì hòa bình còn xa vời miên viễn. Mỗi người nên thực tập phương pháp đưa đến sự chấm dứt của tham lam, sân hận và si mê, là gốc của các quyền lực đầy tội lỗi. Hòa bình đạt được không chỉ bằng cầu nguyện và lễ nghi cúng bái mà chính là kết quả của sự hài hòa giữa con người với đồng loại và môi trường sống xung quanh.

Cuộc đời như một tấm gương phản chiếu, khi khuôn mặt mỉm cười, tấm gương tươi cười tuyệt mỹ. Tương tự, nếu ta đối xử với thế giới tử tế, nhã nhặn thì vũ trụ sẽ đối xử đến ta một cách an hòa, tin tưởng. Do vậy, thực tập hạnh an lạc, hòa bình nơi chính bản thân mình ắt thế giới sẽ hòa bình với chúng ta.

Viện Guttmacher cho biết theo dữ liệu tại Hoa Kỳ, năm 2020 có 930.160 ca phá thai và tăng khoảng 8% mỗi năm kế tiếp. Có cuộc chiến nào chết chóc một cách âm thầm, tủi nhục, đớn đau để rồi khi quả báo của nghiệp sát chất chồng thì liệu hòa bình chừng nào mới có?

Xin thôi đừng mang dầu đổ vào lửa nơi nhà người khác khi chính tâm mình vẫn sục sôi ngọn lửa vô minh. Mong lắm thay!

Cám Ơn Người Thương Binh Việt Nam Cộng Hòa

Ngày 30 tháng 7 năm 2023, thời tiết San Jose khá nóng, ước chừng 90 độ Fahrenheit (hơn 320C), giữa vận động trường của Yerba Buena High school, vào lúc 12 giờ 30 phút trưa bắt đầu khai mạc chương trình nhạc hội "Cám Ơn Anh Người Thương Binh Việt Nam Cộng Hòa".

Tôi có mặt rất sớm, mong làm được điều gì đó cho công tác thiện nguyện sớm chu toàn, cũng như mời đồng hương và quan khách lần lượt bước vào những dãy ghế đặt dưới các tấm bạt che ánh nắng tựa như thiêu đốt da người.

Cờ Hoa Kỳ và cờ vàng Việt Nam Cộng Hòa khổ 12" x 18" được Ban Tổ Chức cắm vào từng chiếc ghế để đồng hương cùng phất cao tạo khí thế hùng tráng. Sân khấu rộng đủ chỗ cho ban hợp xướng ba, bốn chục ca sĩ đồng biểu diễn nhạc cảnh "Mẹ Việt Nam Ơi Chúng Con Vẫn Còn Đây", như đưa một thông điệp thiêng liêng về quê hương yêu dấu, rằng chúng con không quên Mẹ Việt Nam.

Vâng! Chúng con không bao giờ quên Mẹ. Kể từ ngày Tướng Dương Văn Minh tuyên bố ngừng bắn, buông súng, thì dường như đất trời nghiêng ngả. Đạo quân tinh nhuệ nhất của Đông nam Châu Á lẽ nào trong một phút buông súng đầu hàng? Chuyện gì xảy ra đây? Ai cũng ngơ ngác như kẻ mất hồn. Dân chúng nháo nhào đi tìm nơi lánh nạn Cộng Sản. Người quân nhân sĩ khí năm xưa vội vàng trút bỏ quân phục, vứt quân trang quân dụng, đành đoạn chia tay những chứng tích chiến chinh trên thân thể mệt nhoài, chán nản và tuyệt vọng! Có những điều vô lý, tủi nhục và bất công phủ chụp trên đầu những chiến binh từng cầm súng bảo vệ Tổ quốc. Họ kiệt sức, buồn đau, không ngã quỵ trước quân thù mà đành bó tay chấp nhận thua cuộc trước một lời tuyên bố đầu hàng phi lý. Than ôi, vận nước suy vi!

Anh tôi bị thương trong trận chiến Bình Long cuối tháng Ba năm ấy và đang được điều trị tại Quân Y Viện Sài Gòn. Một cánh tay đã để lại chiến trường, viên AK cách cuống phổi chưa đầy 4 ly được gắp ra nhưng vết thương vẫn còn rỉ máu. Những tên bộ đội Việt Cộng đầu đội nón cối, chân mang dép râu, tay cầm AK với vẻ mặt đằng đằng sát khí, miệng quát tháo ầm ĩ, lớn tiếng đuổi tất cả thương bệnh binh rời khỏi nơi này. Ôi chao! Anh tôi và hàng trăm thương binh khác lê chân từng bước ra khỏi cổng bệnh viện mà không biết đi về đâu? Đoàn hùng binh ấy bây giờ trở thành những thây ma áo trắng, bởi bệnh nhân nào có áo quần nào khác. Trên đầu họ quấn những băng trắng thấm máu đỏ, loang xuống gương mặt xanh xao, hoặc có chiến binh cụt một hay cả đôi chân, phải vin vào hàng rào lê chân từng bước mà không có được cái nạng gỗ để di chuyển tấm thân. Bao chiến binh khác bò lếch trên sàn vì bụng đã mổ ra mà chưa kịp khâu vào thân thể. Sự tàn nhẫn đến mức đó là cùng. Cộng sản thiếu lương tâm mà dư thừa hận thù cùng cực.

Chuỗi ngày tiếp theo đó, thân tàn thương tích, đồng đội sống còn thì bị tù đày vô thời hạn. May mắn cho những ai nhanh chân thoát vòng khổ ải, đến được bến bờ tự do, sinh cơ lập nghiệp, nhưng cũng đoạn mất đường giây liên lạc. Những thương binh không biết nương tựa vào ai khi gia đình họ cũng loạn ly xa cách, đi "kinh tế mới" hay chết giữa biển khơi. Có ai còn nghĩ đến số phận của những chàng trai tuấn kiệt một thời, hiên ngang cầm súng chống lại quân thù, giữ an bờ cõi cho hàng triệu người dân miền Nam sống trong phú cường yên ổn. Họ đã hy sinh một quãng đời thanh xuân để phục vụ đất nước, một phần thân thể tô điểm non sông; hy sinh hạnh phúc cá nhân, lìa xa gia đình yêu dấu, chỉ vì phải cầm súng chống lại kẻ xâm lược bạo tàn.

Anh tôi đã chết sau hai năm cam chịu sự đau đớn vì vết thương nhiễm trùng và cuống phổi rỉ máu chưa lành đã bị đuổi ra khỏi quân y viện. Nhưng 48 năm qua, đồng đội của anh thì sao? Họ vẫn phải sống trong kiếp đoạ đày ngay trên chính quê hương mình, bị phân biệt kỳ thị dã man bởi cái gọi là "chính quyền cách mạng" cai trị độc ác không chút tình người.

Tôi nhìn thấy đồng hương tấp nập đi vào vận động trường để ủng hộ người thương binh Việt Nam Cộng Hòa. Mắt tôi rươm rướm dường như chực tuông ra dòng nước u uẩn cũng như mừng vui. U uẩn là thương cho người anh năm xưa và những người tật nguyền còn lăn lóc đôi chân không trọn vẹn để kiếm sống hằng ngày nhờ sự bố thí của khách qua đường. Mừng vì nhiều đồng hương vẫn còn nặng tình với quê hương, bao nhiêu tấm lòng vàng đang hướng về mẹ Việt Nam để nói lời cám ơn người thương binh Việt Nam Cộng Hòa, bằng hiện kim lên đến trên bốn trăm ngàn dollar.

Có nhiều người tỵ nạn đang sống trên đất nước Hoa Kỳ này nhưng dễ dàng quên đi hàng triệu người Việt đang sống trong nghèo khổ, không còn một mái nhà che nắng che mưa như dân oan, hay thậm chí là những ân nhân của cuộc sống ấm êm tại Miền Nam trước năm bảy lăm. Đó chính là những quân nhân cầm súng chiến đấu bảo vệ sự vẹn toàn cho dân chúng an bình, và không may họ đã trở thành những người thương phế binh chưa một ngày bình an trên chính quê hương mình! Hãy so sánh cuộc đời của ta với họ để cám ơn những gì ta đang có được, và còn có nhiều hơn sự đủ đầy. Vậy thì hãy mở rộng vòng tay yêu thương, nghĩ về họ, những ân nhân một thời đã cống hiến thân xác và máu xương cho đất nước để bảo vệ hạnh phúc cho thân bằng quyến thuộc của chúng ta. Không có những người anh hùng đó thì chúng ta cũng chẳng được cơ hội sống tốt ở chốn này. Xin cám ơn những người thương binh Việt Nam Cộng Hòa!

Chúng ta không thể sống cô độc để tự mình phát triển thành công, mà cuộc sống thăng hoa cần nương tựa lẫn nhau. Sự tồn vong của xã hội đều phụ thuộc vào đạo đức, nhân nghĩa con người. Lòng biết ơn và đền ơn thường tạo nên sức mạnh huyền diệu cho đời sống tuyệt vời ít ai ngờ tới.

Văn hóa tổ tiên Hùng Việt phù hợp với Phật giáo đề cao bốn ơn sâu nặng: Ơn cha mẹ sanh dưỡng, ơn chúng sanh vạn loại, ơn quốc gia xã hội, ơn Đạo pháp thiêng liêng. Vì vậy, lòng biết ơn và đền ơn là nền tảng đạo đức căn bản của con người. Bước đường tiến hóa lên bậc chân nhân vốn dài xa và không phải dễ dàng, nên chúng ta hãy bắt đầu từ những công hạnh có thể làm được trong tầm tay của mình: Luôn nhớ ơn và dốc lòng đền đáp, từ ơn nhỏ cho đến ơn lớn, quyết không bao giờ quên. Vẫn biết cuộc đời là giả tạm, mọi thứ rồi cũng sẽ đi qua theo lẽ vô thường luân chuyển, nhưng nếu biết ơn và đền ơn thì cuộc đời trở nên vô cùng ấm áp, chan chứa nghĩa tình.

Sự sống của chúng ta được hình thành từ những mối quan hệ chằng chịt trùng trùng trong tinh thần đạo lý duyên sinh. Nhờ thấy rõ nhân duyên sinh nên biết rằng một mình ta thì không thể tồn tại, cần phải hàm ơn tất cả, từ hữu tình cho đến vô tình. Chúng ta được sống hạnh phúc ở đời là nhờ cha mẹ sanh dưỡng, nhờ mọi người trợ duyên nâng đỡ, nhờ đất nước có quân đội ngày đêm cầm súng bảo vệ chở che, nhờ đạo lý soi đường để chúng ta hành động đúng chân thiện mỹ. Cho nên, đối với cha mẹ phải hiếu kính, đối với bạn hữu phải thương yêu và quý trọng, đối với đất nước phải trung thành, đối với chân lý phải tín thuận và thực thi trong đời sống hằng ngày.

Nghĩ lại mà xem, có ai trong chúng ta sống đời vĩnh cửu? Rồi đây, sớm muộn cũng đều phải ra đi. Chỉ có điều, sống cho có ý nghĩa kiếp người thì chết đi sẽ không phải ôm lòng tủi hận. Thương thay, những người lính năm xưa dù thương tật nhưng xem như đã chết. Xã hội hiện tại không nhìn thấy sự tồn vong của những linh hồn vất vưởng, bởi thân thể của họ một phần gởi lại chiến trường năm xưa, hay những đồng đội đó đã từng hy sinh hứng pháo giặc thù, bảo vệ bầu trời an toàn, hỗ trợ dòng sông lặng sóng, giúp cho chúng ta bình yên di tản đến Hoa Kỳ để tiếp tục cuộc sống thành công, học hành đỗ đạt rồi biến thành kẻ ngoại cuộc, trong khi "đỉnh cao trí tuệ loài người" đang hút máu đồng bào Việt Nam.

Những con người một đời đem máu đào xương trắng phụng sự chính nghĩa, bảo vệ lá cờ thân yêu của tổ quốc, nhưng người lính không thua trên chiến trường khốc liệt mà bại trận trên bàn đàm phán Paris. Một quốc gia hùng cường non trẻ, một dân tộc hiếu hòa lễ nghĩa nhưng bất hạnh trước gian manh lừa bịp của đạo quân truyền thông dối trá và những kẻ máu lạnh giết người không gớm tay. Chính vì điều đó mà nước mất nhà tan, binh lính rã ngũ tan hàng. Cuộc đời những chiến binh từng hy sinh thân mạng phải nổi trôi theo dòng sông lịch sử. Dù vô lý, dù hờn căm, dù bất công thương hận, nhưng thực tế ở đây là những thương phế binh Việt Nam Cộng Hòa, những hồn ma cô quạnh, sống với quá khứ liệt oanh, qua những vết thương đời cống hiến cho tổ quốc chưa một lần hối tiếc.

Xin kính cẩn nghiêng mình bày tỏ lòng tri ân với những lớp trai hùng xứ Việt. Những nghĩa quân cỡi sóng Bạch Đằng giang, những tráng sĩ vươn vai chống Nguyên Mông, Mãn Thanh hay đánh Pháp, những trai hùng thời loạn của Đệ nhất, Đệ nhị Cộng Hòa, qua bao thời đại đều nguyện một lòng bảo vệ quốc gia. Tất cả xuất phát từ tinh thần trách nhiệm, tiếng gọi hồn thiêng sông núi làm tròn bổn phận công dân thời tao loạn. Ôi! Đức tính cao quí của hàng lớp thanh niên tuấn kiệt, kẻ sĩ phu thời đại chiến chinh gãy súng nửa chừng, thương tật đầy người nhưng vẫn âm thầm sống trong bao bất hạnh, bất công, bởi chế độ bất lương đối xử với phe thua cuộc vô cùng bất nhân, bất nghĩa.

Bốn mươi tám năm trôi qua cứ ngỡ như vừa chợp mắt. Tôi ngồi đây trong đại nhạc hội ngoài trời "Cám Ơn Anh Người Thương Binh Việt Nam Cộng Hòa", giữa vận động trường Yerba Buena High School mà lòng se thắt. Vào lúc này, nơi quê nhà ngàn trùng xa cách, những người thương binh năm nào, không biết ai còn ai mất? Nhưng chắc chắn, nếu còn sống một ngày với mảng đời cay đắng muộn phiền thì cuộc đời đó vẫn còn giá trị muôn vàn vì đã lấy máu xương tô đậm nét giang sơn trọn vẹn. Kẻ từng cầm súng bắn vào thân thể anh, họ đã mang quân hàm và huy chương lấp lánh. Nhưng khốn nạn thay! Huy chương và quân hàm đó đã đổi chác bằng hiệp định bán nước, nhượng biển, cầu cạnh ngoại bang.

Người Thương Binh Việt Nam Cộng Hòa dù ở bất cứ nơi đâu cũng là một phần của tập thể cựu chiến sĩ đang sinh hoạt ngoài lãnh thổ Việt Nam. Hãy làm điều gì mình cảm thấy đúng nghĩa với từ ngữ đền ơn đáp nghĩa, chuyển tình thương xoa dịu nỗi đau triền miên đến từng linh hồn bất hạnh tại quê nhà. Xin một lần nữa dâng tặng đóa hoa hồng và lời Cám Ơn Anh Người Thương Binh Việt Nam Cộng Hòa.

CÁCH MẠNG MÙA THU

Cuộc chiến diễn ra tại Ukrain do quân Nga xâm lược, từ ngày 24 tháng 2 năm 2022, đang đe dọa sẽ có nạn đói tại các quốc gia Phi Châu, vì lương thực sản xuất từ nước này không có cơ hội xuất khẩu xuyên qua Biển Đen để cung ứng tới đó. Trong lịch sử phát triển của dân tộc Việt Nam, chúng ta đã từng thấm thía nạn đói năm Ất Dậu (1945) tại phía bắc, khiến cho hai triệu người tử vong, trong khi vựa lúa ở đồng bằng sông Cửu Long phải thiêu rụi hoặc bán rẻ cho cơ xưởng nấu rượu, chỉ vì không có đường tiếp tế ra bắc. Nguyên do thì rất nhiều, trong đó có cả những hậu quả của cuộc chiến tranh Đông Dương, Nhật và Pháp lợi dụng khai thác nền nông nghiệp bản địa để mang gạo về Nhật, cũng như dự phòng chiến tranh do Pháp phát động. Bên cạnh đó, Nhật ra lịnh cho nông dân trồng cây đay thay cho cây lúa để lấy sợi đay làm vải, trong khi vụ mùa thu năm 1944 đến mùa xuân 1945 bị mưa bão triền miên khiến cái đói chất chồng rét mướt, làm cho nông dân không đủ lương thực sinh nhai.

Hàng triệu người chết do chế độ thực dân Pháp và phát xít Nhật gây ra, nhưng chính phủ của Thủ tướng Trần Trọng Kim cũng phải gánh chịu trách nhiệm vì sự bảo hộ của Nhật mà chính phủ phải tuân hành những yêu sách của họ, rằng ưu tiên bán gạo cho Nhật trước khi chuyển ra miền Bắc cứu dân.

Thế chiến thứ hai vừa chấm dứt, hội nghị Yalta được tổ chức để các nước Đồng Minh như Hoa Kỳ, Anh, Pháp quyết định trả lại độc lập cho các quốc gia thuộc địa như Trung Hoa, Đại Hàn, còn Việt Nam thì đang giải giới phe Nhật, do quân đội Anh quốc phụ trách từ vĩ tuyến 16 đến mũi Cà Mau và quân đội Trung Hoa phụ trách phía bắc từ Lạng Sơn đến vĩ tuyến 16. Liên quân Anh, Pháp có mặt tại miền nam và quân đội

Trung Hoa dưới quyền chỉ huy của Tiêu Văn và Lư Hán đến Hà Nội giải giới Phát-xít Nhật. Vì các tướng này dưới trướng của Tưởng Giới Thạch, kẻ thù của Mao Trạch Đông, khiến Hồ Chí Minh không ưa nên muốn mượn tay Pháp chống lại bọn Tiêu Văn và Lư Hán đang có mặt tại Hà Nội.

Nhật trao trả độc lập cho chính quyền vua Bảo Đại từ ngày 10 tháng 3 năm 1945. Thay vì nhân cơ hội này vận dụng sự chính danh của một quốc gia độc lập thì ngược lại, Hồ Chí Minh lấy cớ nạn đói hoành hành, kêu gọi dân chúng cướp kho lúa rồi vận dụng đoàn quân đó đến vườn hoa Ba Đình đọc tuyên ngôn độc lập ngày 2 tháng 9 trước đám dân ô hợp này. Sở dĩ Hồ Chí Minh dùng ngày đó vì có thông tin Nhật chịu ký văn kiện đầu hàng Đồng Minh trên tàu Hoa Kỳ USS Missouri, đang neo ngoài khơi Tokyo. Bản tuyên ngôn của Hồ Chí Minh lấy nguyên bản của Tuyên ngôn Độc lập Hoa Kỳ, do các chuyên viên OSS, tiền thân của CIA, hướng dẫn Việt Minh khi nhóm này đang hoạt động trên vùng biên giới Việt Trung. Tuyên ngôn độc lập này không có giá trị pháp lý, không kế thừa một chính quyền hiện hữu là Đế quốc Việt Nam do Bảo Đại tuyên bố độc lập vào tháng 3 năm 1945, lúc Nhật trao trả độc lập chủ quyền cho Việt Nam. Khốn nỗi Đế quốc Việt Nam ra đời cũng chưa có quốc gia nào trên thế giới thừa nhận và chưa có thực quyền, vì còn phải dựa vào quân Phát-xít Nhật trong mọi lãnh vực, từ kinh tế, ngoại giao, đến giáo dục, quốc phòng... nên giá trị độc lập của một quốc gia chủ quyền thật sự chưa được thiết lập.

Hơn năm tháng sau, Hồ Chí Minh dựng nên một nước Việt Nam Dân Chủ Cộng Hòa khơi khơi như một ý tưởng phát khởi trong bối cảnh hỗn quân hỗn quan giữa lòng dân đang chịu cảnh chết đói khủng khiếp nhất trong lịch sử dựng nước và giữ nước Việt Nam, tạo nên loạn sứ quân và manh nha hai thể chế trong một quốc gia!

Nguyễn Ái Quốc không phải là người yêu nước. Ông ta bị Cộng Sản Đệ tam Quốc tế lợi dụng, đem về Mạc Tư Khoa huấn luyện để hòng nhuộm đỏ Đông dương. Mùa xuân năm 1941, Nguyễn Ái Quốc chính thức lấy tên là Hồ Chí Minh, hoạt động ở Hoa Nam, nhận lệnh từ Nga phải kết hợp với các nhóm Quốc Gia yêu nước để chờ cơ hội cướp chính quyền.

Bấy giờ, Hồ Chí Minh tự xưng mình là chiến sĩ quốc gia, chủ trương đánh Nhật cứu nước nên quy tụ khá đông nhân sĩ yêu nước và những đảng phái quốc gia. Nhờ vậy, Hồ Chí Minh thành lập được Mặt Trận Việt Minh. Để các nhóm Quốc gia tin tưởng, Hồ Chí Minh mua chuộc cảm tình của Đồng Minh, tự nguyện đem tổ chức bí mật của mình làm tình báo cho quân đồng minh Anh, Mỹ, lãnh nhiệm vụ trinh sát các cuộc di chuyển quân sự của Nhật để báo cáo cho Đồng Minh và giúp đưa các phi công Mỹ bị cao xạ Nhật bắn rơi sang Trung Hoa. Đáp lại, Hồ được sự giúp đỡ của Anh-Mỹ trong việc xây dựng, củng cố và phát triển du kích Việt-Minh.

Sau khi Phát-xít Nhật thua phe Đồng Minh rồi rút về nước, Hồ Chí Minh hô hào cướp chính quyền vào ngày 19 tháng 8 năm 1945. Theo Hiệp ước Postdam thì quân Anh đổ bộ lên Sàigòn, còn quân Trung Hoa Tưởng Giới Thạch tiến vào Hà Nội để tước vũ khí bại quân Nhật Bản và ngăn chặn Việt Minh, tức là tay sai của Cộng Sản Quốc tế. Các tổ chức Quốc Gia yêu nước tỏ thái độ chống đối Việt Minh, nên Hồ Chí Minh đã phải nhượng bộ và dành cho Quốc Gia 80 ghế trong Quốc hội, và lập một chính phủ Liên Hiệp ba phe gồm có Quốc Gia, Cộng sản và Trung lập, giả vờ nhiệt tâm với chính nghĩa Quốc Gia, tuyên bố tự giải tán đảng Cộng sản, thành lập đảng Lao động Việt Nam.

Đây là mưu sâu kế độc của Cộng Sản quốc tế chỉ đạo Hồ Chí Minh thi hành, ra sức tuyên truyền chủ nghĩa Marxit, ve vãn Pháp để được thừa nhận Việt Nam Dân Chủ Cộng Hòa là phe quốc gia tự do trong khối Liên Hiệp Đông Dương của Pháp.

Sau khi giải giới quân Nhật, Pháp chiếu theo Hiệp Định Sơ bộ nên được quyền thôn tính lại Việt Nam kiểu thực dân trước đây. Điều này khiến dân chúng phản đối quân Pháp khắp nơi. Hồ Chí Minh nhìn thấy cơ hội ngàn vàng liền hô hào chống Pháp, nên Việt Minh được nhân dân tin tưởng hỗ trợ. Bấy giờ, nhóm Cộng Sản trong Tổ Chức Việt Minh được Nga hướng dẫn, tiêu diệt hầu hết các thành phần Quốc gia yêu nước, chiếm lấy trọn quyền độc đảng, Hồ Chí Minh trở thành tên tuổi nổi tiếng trong công cuộc kháng chiến chống Pháp từ năm 1946 đến năm 1954.

Trong chừng ấy năm, Hồ Chí Minh ráo riết hoạt động tuyên truyền rằng Đảng Cộng Sản là những kẻ chống áp bức, bất công, giải phóng dân tộc ở những quốc gia bị nô lệ bởi thực dân. Hồ Chí Minh âm thầm chủ trương tiêu diệt thành phần quốc gia hay trung lập. Đảng Cộng Sản đưa ra những bánh vẽ an cư lạc nghiệp, dụ dỗ dân chúng ít học ở các vùng nông thôn chạy theo lời hứa hão huyền về một đời sống thiên đường bình đẳng Xã Hội Chủ Nghĩa, cách mạng Vô Sản tuyệt vời nhất trên trần gian. Bài học từ cách mạng vô sản của Nga thành công, Đệ tam quốc tế rút kinh nghiệm chiến thuật mơ hồ, lúc đóng vai quốc gia, lúc thể hiện cộng sản nhưng bí mật thi hành chính sách đỏ, lập ra Thanh Niên Cách Mạng Đồng Chí Hội, tuyển mộ người yêu nước có khuynh hướng quốc gia nhưng biến họ thành kẻ làm tay sai cho Cộng sản quốc tế, đến nỗi bây giờ là thế kỷ 21 mà cái tên Hồ Chí Minh vẫn còn mơ hồ bàn cãi rất nhiều. Khi thành lập chính phủ lâm thời Việt Nam Dân Chủ Cộng Hòa do Hồ Chí Minh làm chủ tịch, mọi người đều thắc mắc về cái tên với lý lịch bất minh và sau đó mới vỡ lẽ ra là Nguyễn Ái Quốc, người lập ra Đảng Cộng Sản Việt Nam. Khi ấy thì nhiều nhân sĩ Quốc gia đã hối hận không kịp.

Trong bài "Chia Đôi Đất Nước", tôi có đề cập đến trận chiến Điện Biên Phủ dẫn đến Hội Nghị Geneve 1954 chia đôi đất nước, bởi Cộng Sản quốc tế hỗ trợ phong trào Phản Đế, Phản Phong nhằm mục đích triệt tiêu thành phần không theo Cộng sản. Tiếp đến là những khích động giữa hai giai cấp bằng khẩu hiệu "Tiêu diệt trí thức, địa chủ" khiến cho hàng triệu người dân Miền Bắc phải lánh nạn Cộng Sản chạy vào Miền Nam sinh cơ lập nghiệp. Những bước chân này là bản tuyên án cho kẻ giết người không gớm tay, chính là Cộng sản Đệ Tam Quốc Tế, ủy nhiệm cho Hồ Chí Minh trực tiếp thi hành. Đảng Cộng Sản và Hồ Chí Minh chỉ là một thứ Đế Quốc Phát Xít độc địa, cay nghiệt và dã man được liệt kê trong dòng lịch sử nhân loại. Riêng nhân dân Việt Nam đã ý thức sâu sắc rằng, kẻ "rước voi về giày mả tổ" chính là Hồ Chí Minh.

Dân tộc Việt Nam dưới bao nhiêu triều đại thăng trầm, khi bị Tàu đô hộ, khi bị Pháp thực dân, khi bị Phát-xít Nhật xâm lược, nhưng người dân cũng còn được chút ân huệ bởi pháp lý minh bạch, không lùa dân thất học đấu tố cha ông mình. Chỉ có Cộng sản mới dùng hình thức tù đày, khổ sai chung thân để hành hạ giới trí thức như Nhân Văn Giai Phẩm, bắt buộc cải tạo tư tưởng từng người, đẩy dân tộc xuống đáy xã hội loài người: nghèo đói, lạc hậu, tham nhũng, khủng bố, dối trá, bất công, không kể Ông Bà, Tổ Tiên, Trời Phật, Chúa Thần, mà chủ trương nghi kỵ để rình rập tố cáo lẫn nhau, hòng dễ bề kiểm soát từng li từng tí. Đó là phương pháp trị dân vô đạo đức, thiếu nhân bản, làm cho đất nước đảo điên, tụt hậu.

Những hệ quả của "cách mạng mùa thu" năm 1945 kéo dài không dứt. Nhìn vào thực tế xã hội Việt Nam hiện tại, đất nước đã mất đi cơ hội chuyển mình thành con rồng Á châu như các quốc gia lân bang. Hồ Chí Minh chết đi năm 1969 vẫn để lại lời di chúc độc địa và ngu xuẩn, dặn dò đệ tử tiếp tục làm tay sai cho Cộng Sản bằng võ lực tàn ác bội phần. Tết

Mậu thân (1968), Cộng Sản tấn công vào cổ thành Huế, sát hại biết bao nhiêu sinh linh vô tội. Năm 1972, Cộng sản tấn công Quảng Trị, Thừa Thiên bắn giết và pháo kích quốc lộ 1 gọi là "Đại Lộ Kinh Hoàng", khiến vài trăm ngàn người dân di tản thiệt mạng. Mùa hè đỏ lửa (1973), Cộng sản gây ra các cuộc cận chiến Bình Long, Kontum hay pháo kích vào trường tiểu học Cai Lậy làm cho nhiều sinh mạng tử vong.

Sau năm 1975, hàng triệu quân dân cán chính Việt Nam Cộng Hòa, bao gồm rất nhiều trí thức, bị bắt nhốt, bị khủng bố tinh thần và hành hạ thân xác đến tiều tụy, què quặt, rất nhiều người vong mạng. Đây là nguyên nhân dẫn đến sự thất thoát trí tuệ, ngu dân, mà hậu quả là nhiều triệu gia đình tan nát, xã hội điêu linh, dối trá và bạo lực lên ngôi. Tất cả tội ác trên đều là do sự cuồng tín của Cộng Sản Việt Nam đối với một chủ nghĩa ngoại lai không tưởng, biến con người thành tàn độc bất nhân và biến đất nước thành một trại tù khổng lồ giam hãm người dân Việt.

Cộng sản có quá nhiều lần sai và sửa sai. Ký hiệp ước sơ bộ với Pháp để Việt Nam Dân Chủ Cộng Hòa thành một phần trong Liên Hiệp Pháp là một sai lầm. Đấu tố cải cách ruộng đất giết oan quá nhiều nông dân, sau đó Hồ Chí Minh nhỏ nước mắt xin lỗi nhân dân và hứa sửa sai bằng cách đổi con dao thành ngòi bút. Bắt hàng triệu thanh niên cầm tù rồi sau đó cho là cần phải sửa sai, cũng như "ký tặng" Hoàng, Trường Sa cho Tàu để cháu con hối hận thiên thu. Hỏi rằng, lấy nước nào rửa sạch vết nhơ "Mùa Thu Tháng Tám", từng đưa dân tộc Việt Nam vào cơn máu lửa điên cuồng chưa có hồi kết thúc?

Thiên Tài

Trên đời này có những con người vĩ đại với trí tuệ kinh thiên động địa, họ đưa nhân loại đến một bước tiến kinh ngạc. Một trong những vĩ nhân đó phải kể tên Albert Einstein, thiên tài của thế kỷ 20, nhà bác học lỗi lạc, nhà vật lý đóng góp cho khoa học, phát triển lý thuyết tương đối tổng quát, chứng minh trụ cột vật lý hiện đại cùng cơ học lượng tử cũng như phương trình về sự tương đương khối lượng - năng lượng (E = mc2) mang lại cho ông giải Nobel Vật lý năm 1921 và hàng trăm phát minh khoa học khác.

Albert Einstein sinh ngày 14 tháng Ba năm 1879, mất năm1955, là nhà lý thuyết vật lý học người Đức. Với 76 năm sống trên đời, Albert Einstein đã cống hiến thuyết tương đối, rằng lực hấp dẫn ảnh hưởng đến thời gian, qua đó thì thời gian di chuyển nhanh hơn đối với các vật thể trong không gian so với các vật thể ở trên Trái đất. Điều đó có ý nghĩa sâu sắc đối với nhiều công nghệ không gian sau này, đặc biệt là độ chính xác của GPS (Global Positioning System), thứ công nghệ mà ngày ngày đang bao trùm cuộc sống của cả nhân loại.

Albert Einstein quan niệm rằng con người sinh ra ai cũng là thiên tài. Mỗi người có một điểm nổi trội riêng, chỉ tiếc là không phải ai cũng đủ dũng cảm, niềm tin và trí tò mò để khám phá điểm mạnh của mình. Không chỉ là một nhà khoa học đại tài, ông còn là một con người đáng được trọng vọng với những đức tính tốt đẹp. Các hoạt động xã hội của Einstein trong việc bài trừ nạn phân biệt chủng tộc là một minh chứng. Mặc dù bận rộn nghiên cứu và giảng dạy khoa học, ông vẫn dành thời gian nhất định để nghiên cứu về Đạo Phật. Trong tác phẩm "Religion and Science: Irreconcilable?" (Tôn giáo và Khoa học: Không thể hòa giải được sao?) viết vào năm 1948, ông khẳng định: “Nếu có một tôn giáo nào đáp ứng được với các nhu cầu của khoa học hiện đại thì đó là Phật giáo.”

Einstein vẫn thường nhắc nhở các nhà khoa bảng, nên học hỏi ở các tôn giáo để bổ sung cho những khiếm khuyết của khoa học. Ông nói: “Khoa học mà thiếu tôn giáo là khập khiễng. Tôn giáo mà không có khoa học thì mù quáng.”

Albert Einstein qua đời năm 1955, nhân loại mất đi một nhà bác học đại tài. Tuy nhiên, những thành tựu khoa học ông để lại có biết bao giá trị sống động và ứng dụng mãi mãi.

Nước Pháp cũng có một thiên tài quân sự, đó là anh hùng Napoleon, người từng thực hiện giấc mơ làm vua và chinh phục khắp xứ Âu châu. Mỗi lần làm lễ ra trận Napoleon thường nói câu: “Ngày mai ta thắng trận Marangô, ngày mai ta thắng trận Austerliz.” Đó là những chiến công đã đưa Napoléon lên đỉnh vinh quang và trở thành con người của huyền thoại.

Năm 1812, Napoleon tiến quân vào Nga và đã bị sa lầy. Cuối cùng, đại quân Pháp bị Liên quân đồng minh Anh, Phổ, Nga, Áo, Bỉ, Hà Lan đánh bại, khiến hoàng đế Napoleon phải thoái vị và bị lưu đày ra đảo Elbe.

Lần thứ hai, khi trở lại Pháp ông quyết “phải phục thù rửa hận” trong trận đại chiến Waterloo, nhưng cũng bị Liên quân đè bẹp. Và một lần nữa, Napoleon lại tiếp tục bị lưu đày ở đảo Saint Hélène, kết thúc cuộc đời khá thê thảm vào năm 1821 trên hòn đảo hẻo lánh giữa Đại Tây Dương.

Trong khoảng những năm tháng này, đất nước Đại Việt cũng xuất hiện một danh tướng. Đó là Long Nhượng Tướng Quân Nguyễn Huệ của triều đình Tây Sơn, vị tướng bách chiến bách thắng cùng thời với Đại đế Napoleon.

Đúng là đánh trăm trận không thua trận nào, nhà Tây Sơn dẹp Chúa Nguyễn ở phía Nam khiến cho Nguyễn Ánh hết lẩn trốn ở Hà Tiên lại phải chạy ra đảo Phú Quốc. Bị truy nã gắt gao, Nguyễn Ánh chạy đến đảo Cổ Long (Kolirong), rồi cùng quan quân ẩn nấp tại các hải đảo hoang vắng. Khi ấy, binh sĩ của chúa Nguyễn nghe danh Nguyễn Huệ là khiếp đảm, bỏ thành chạy trốn hoặc quy hàng.

Nguyễn Ánh từng cầu viện hoàng đế Pháp giúp sức nhưng bất thành. Cùng đường, Nguyễn Ánh chạy sang Vọng Các (Bangkok) khẩn cầu vua Chakkri của nước Xiêm La cứu giúp. Bấy giờ, nước Xiêm La đang lúc cường thịnh, đang nuôi mộng xâm lăng để mở rộng cõi bờ. Được Nguyễn Ánh cầu viện, vua Xiêm La vui vẻ nhận lời. Nắm được cơ hội tốt, mùa hè năm Giáp Thìn (1784), vua Chakkari sai cháu là Chiêu Tăng làm chủ tướng và Chiêu Sương làm tướng tiên phong, thống lĩnh hai vạn quân thủy và 300 chiến thuyền. Đồng thời, vua Xiêm La lại phái hai tướng là Lục Côn và Sa Uyển cùng với tướng Chiêu Thùy Biện đem một đạo quân trên ba vạn tiến sang Chân Lạp, rồi từ đó kéo xuống Gia Định. Phối hợp cùng với thủy binh của Chiêu Tăng và Chiêu Sương, cả thảy gần bảy vạn thủy quân Xiêm La đổ bộ lên Rạch Giá, bộ binh Xiêm đánh xuống Châu Đốc. Các đạo quân Xiêm kéo vào nước ta một cách rầm rộ, tưởng chừng như vào nơi không người. Nhờ Nguyễn Ánh chỉ đường nên quân Xiêm dễ dàng tiến vào qua các ngả sông của dòng Cửu Long Giang, đi đến đâu quân Xiêm phá phách, hãm hiếp và cướp bóc người dân tàn khốc.

Nhận được tin báo, Nguyễn Huệ đem đại quân vào Mỹ Tho và xem xét địa hình. Ngài dùng thủy binh khiêu khích nhưng bộ binh thì ẩn núp trên những cánh đồng bao la, chờ hiệu lệnh. Đêm 19 tháng 1 năm 1785, vào khoảng canh năm, khi các chiến thuyền của quân Xiêm rầm rộ xuôi dòng nước tiến vào khu vực Rạch Gầm, Xoài Mút thì tiếng pháo khai hỏa nổ vang. Ba trăm chiến thuyền thì bất ngờ bị nghĩa quân Tây Sơn mai phục sẵn từ nhiều hướng tấn công, vừa chặn cả hai đầu sông vừa đánh vào bên sườn để chia chẻ địch quân. Từ trên bờ, bộ binh Tây Sơn lại dùng cung tên và đại bác nả vào các thuyền địch đang bị dồn lại ở một khúc sông, không còn đường di chuyển tránh né. Dưới dòng sông, thủy quân Tây Sơn quyết chiến, đánh ép lại từ hai đầu sông, quân Xiêm tan tác. Cho đến sáng ngày 20, hầu hết các đạo quân của Xiêm đều đã bị tiêu diệt, Chiêu Tăng và Chiêu Sương dẫn một ít tàn quân thoát thân chạy về phương nam, qua ngả Ai Lao trốn thoát. Nguyễn Ánh một lần nữa lại chạy qua Xiêm xin tỵ nạn. Từ đây dân chúng miền Nam được an cư lạc nghiệp và quân Xiêm La bỏ mộng xâm lược Đại Việt.

Nguyễn Huệ rút quân về lại Tây Sơn, Bình Định, thì nghe tin phía Bắc do Vua Lê Chiêu Thống trị vì nhưng chúa Trịnh Khải lộng quyền, ép vua làm điều phi pháp. Năm 1786, Nguyễn Huệ đem quân ra Bắc tiến thẳng vào thành Thăng Long, bắt được Trịnh Khải, phục lại uy quyền cho Vua Lê, chấm dứt tình trạng họ Trịnh xưng chúa lộng quyền, thống nhất đất nước dưới triều đại nhà Lê.

Chúa Trịnh Khải tự sát, quân Tây Sơn rút về Nam trao quyền bính về tay vua Lê Chiêu Thống. Nhưng than ôi! Vua quá ư nhu nhược, không nắm giữ được binh quyền, thiếu tự tin, quần thần không có người quyết đoán, được quyền lợi phú quý vinh hoa thì vây quanh nịnh hót nhưng khi giặc đến thì bỏ chạy thoát thân. Chính vua Lê Chiêu Thống rất muốn nắm giữ hoàn toàn chính quyền, bãi bỏ nhà Chúa, nhưng thiếu tài lẫn đức để làm việc lớn, không có uy đức và khả năng để lôi cuốn được quần chúng nhân dân. Vì vậy mà Đảng Trịnh nổi lên gồm một số quan võ vô mưu cùng nhóm tôn phù Trịnh Lệ, nhóm khác lại xưng tụng Trịnh Bồng hầu đưa lên ngôi chúa, khiến triều đình lại tranh giành chém giết lẫn nhau. Cuối cùng phe Trịnh Bồng thắng thế, kéo vào thành chiếm phủ chúa ngày xưa. Lê Chiêu Thống bất đắc dĩ phải phong Trịnh Bồng làm Án Đô Vương. Lần này chúa Trịnh được nhiều võ quan làm vây cánh, đòi nắm giữ hết thảy quyền bính cai trị đất nước, kiểu như các chúa Trịnh trước kia. Phe võ quan khinh thường vua Lê ra mặt, âm mưu truất phế Lê Chiêu Thống lập tân vương để dễ bề thao túng. Trước hoàn cảnh bị hiếp chế quá độ, Lê Chiêu Thống hạ chiếu vời Nguyễn Hữu Chỉnh, một danh tướng đất Nghệ An ra giúp.

Nguyễn Hữu Chỉnh một mình ra bắc trừ được Trịnh Bồng. Lê Chiêu Thống phong cho Nguyễn Hữu Chỉnh chức Đại Tư Đồ, Bằng Quận Công, dưới một người mà trên vạn dân nên sinh tâm chuyên quyền ở Bắc Hà, đem thân đóng ở phủ chúa, cậy công khinh người, tự ý giải quyết mọi việc, không cần đến triều đình. Vua Lê ôm hận vì sự nhầm lẫn tai hại này, muốn trừ khử Nguyễn Hữu Chỉnh nhưng không biết trông cậy vào ai!

Trong khi đó, Bắc Bình Vương Nguyễn Huệ đóng quân ở Phú Xuân nghe tin Nguyễn Hữu Chỉnh lộng quyền ở đất Bắc, mưu toan lấy đất Nghệ An để xưng hùng thì không thể tha thứ, liền sai Vũ Văn Nhậm đem quân vây đánh Bắc Hà cuối năm 1787. Ngô Văn Sở và Phạm Văn Lâm đem quân ra Nghệ An tiếp viện. Quân Tây Sơn tiến ra Thanh Hóa, Nguyễn Hữu Chỉnh mang đại quân ra chống cự, bị Vũ Văn Nhậm phá tan ở sông Thanh Quyết nên chạy ngược lên hướng Bắc rồi bị bắt, đóng cũi đưa về Thăng Long.

Khi quân Tây Sơn vào thành Thăng Long thì Lê Chiêu Thống hoảng sợ chạy sang Kinh Bắc, trong bước đường cùng chỉ còn biết cầu viện quân đội Mãn Thanh, nên tâu xin vua Càn Long nhà Thanh cử đại binh sang đánh quân Tây Sơn hòng khôi phục ngôi vua. Nghe được lời cầu thỉnh của vua nước Nam, sẵn lòng tham xâm lược và tưởng dễ bề thôn tính Đại Việt nên vua Mãn Thanh lập tức nhận lời.

Tháng 10 năm 1788 hơn 20 vạn quân Mãn Thanh chia làm ba đạo binh kéo qua xâm lược nước Đại Việt, dưới quyền điều khiển của Thống Soái Tôn Sĩ Nghị, thẳng tiến vào thành

Thăng Long, được vua Lê Chiêu Thống đón rước linh đình và cúc cung phục dịch.

Nghe hung tin như vậy, Bắc Bình Vương Nguyễn Huệ liền lên ngôi Hoàng đế, lấy hiệu là Quang Trung, vào ngày 22 tháng 12 năm 1788 (tức 25 tháng 11 năm Mậu Thân) để chính danh chiêu mộ nghĩa quân hợp sức chống ngoại xâm. Chỉ trong vòng một tháng, đại quân Tây Sơn thần tốc tiến ra miền Bắc, đánh tan quân xâm lược nhà Thanh, tiêu diệt hai mươi vạn quân trong các trận Ngọc Hồi, Đống Đa, tiến thẳng vào thành Thăng Long ngày mùng 5 tháng Giêng năm Kỷ Dậu (1789), chứng minh một thiên tài quân sự Đại Việt bách chiến bách thắng.

Vua Quang Trung vận dụng mưu lược lập nên kỳ tích, chỉ trong một thời gian ngắn đã hành quân vượt qua một chặng đường dài khoảng 1.500 km với biết bao nhiêu chướng ngại của thiên nhiên, cực nhọc, gian khổ, cùng lúc huấn luyện bổ sung quân số. Nhờ biết rõ tình hình quân giặc, nắm chắc địa hình, nhà vua cho quân tấn công thần tốc, liên hoàn, làm cho quân địch không kịp trở tay.

Vua Quang Trung luôn phát hiện được những sai lầm của đối phương để từ đó ứng phó kịp thời, chính xác, vươn lên giành quyền chủ động, điều khiển thế trận theo cách biến hóa mưu lược của mình. Ngài là một vị vua, một vị tướng quân cầm binh linh hoạt và sáng tạo, một nhà quân sự lỗi lạc đã bộc lộ rõ tài lãnh đạo và óc chỉ huy thiên tài hiếm có trong lịch sử nhân loại.

Đông tây kim cổ đều có những hùng anh kiệt hiệt, một thiên tài Albert Eisteince đem đến cho nhân loại sự tiến bộ khoa học đáng kinh ngạc, một Napoleon vươn lên từ một Tổng tài đến ngôi vị Hoàng Đế qua sự lãnh đạo nền Cộng hòa Pháp từ 1799. Napoleon khởi xướng nhiều sự cải cách tự do với tài chỉ huy quân sự lỗi lạc, nhưng cuối cùng qua chiến tranh mang tên Napoleon đã đem đến kết quả là sáu triệu dân thường và binh sĩ tử vong.

Nước Đại Việt tôn vinh danh tướng Trần Hưng Đạo với thiên tài binh pháp, có trí tuệ quảng bác, kinh bang tế thế luôn nghĩ đến nhân dân được "an cư lạc nghiệp" làm lý tưởng. Một người vĩ đại, tự tin nhưng không kiêu ngạo, có tinh thần thượng võ, đạo lý chứ không phải hiếu chiến chết người. Mẫu người đó cũng thể hiện trong phong cách trượng phu của Hoàng đế Quang Trung, vị tướng tài ba bách chiến bách thắng đúng nghĩa là chưa thua một trận đánh nào.

Cuộc đời vốn chẳng có gì hoàn hảo nhưng mỗi người đều có sở trường riêng, thiên tài ở chỗ là mỗi người tìm ra được nét đặc thù của chính mình và hoàn thiện nó một cách tài tình, đem phúc lợi cho muôn người.

Chữ Hiếu

Trong Hán ngữ tượng hình thì chữ Hiếu [孝] được ghép từ chữ lão (老 = cha mẹ già) ở trên và chữ tử (子 = con cái) ở dưới, như vậy thì ý nghĩa của chữ hiếu cho ta thấy vai trò của con cái phải đỡ đần, gánh vác hay phụng dưỡng cha mẹ già.

Trong Phật Giáo thì "Tâm hiếu là tâm Phật, hạnh hiếu là hạnh Phật", cho nên muốn chứng quả đồng với chư Phật thì việc đầu tiên là phải lo hiếu dưỡng song thân. Truyện Lục Vân Tiên có câu: "Trai thì trung hiếu làm đầu, gái thì tiết hạnh là câu trau mình." Trong đó, tư tưởng hiếu hạnh là một trong những phạm trù quan trọng thuộc đạo đức, giúp con người biết hiếu thảo cha mẹ, hàn gắn sự rạn nứt giữa cha mẹ với con cái, và làm cho mái ấm gia đình ngày càng được hạnh phúc hơn.

Hiếu đạo chính là tinh thần lễ kính, tri ân và báo ân. Nhờ biết được công ơn của cha mẹ và tất cả mọi loài chung quanh cho ta cuộc sống nên mới phát khởi sự báo ân. Trong bất kỳ thời đại nào, con người đều không thể tồn tại độc lập, sống xa lìa quần thể mà phải nương tựa và chịu ân nhau. Từ sự gắn kết như thế, con người nên biết đền đáp công ơn lẫn nhau, để chung tay xây dựng một xã hội hài hòa, thương yêu, tôn kính, thể hiện qua tư tưởng và hành động hiếu thảo của kẻ dưới đối với bậc trên.

Theo nghĩa thông thường thì hiếu đạo là phụng dưỡng, cung kính cha mẹ trên cả hai phương diện vật chất và tinh thần. Tuy nhiên ở một góc độ rộng lớn, người thực hành hiếu đạo không những hiếu dưỡng với cha mẹ mình mà còn mở rộng sự hiếu dưỡng với cha mẹ người trong thiên hạ; hiếu dưỡng với tổ quốc sơn hà, làm ích nước cách lợi dân... đều là những cách thù ân báo hiếu.

Trong dòng lịch sử dân tộc Việt Nam, chúng ta học được gương hiếu hạnh của một anh hùng dân tộc thời đại nước nhà bị quân Minh đô hộ. Ông là một nhân vật danh tiếng trong lịch sử và văn hoá Việt Nam, chính là Nguyễn Trãi (1380 - 1442), một con người khí phách được xếp vào hàng tinh hoa của dân tộc, một văn nhân uyên bác, một thi sĩ hào hùng với những tuyệt tác "Ức Trai thi tập, Quốc âm thi tập, Gia huấn ca và còn nhiều tác phẩm thất truyền khác".

Sau khi Hồ Quý Ly cướp ngôi nhà Trần năm 1400 thì vài năm sau xảy ra cuộc chiến tranh với Chiêm Thành phía nam, triều Minh bên Tàu nhân danh đồng minh của Chiêm Thành tiến chiếm Đại Việt, bắt các hoàng tử con của Hồ Quý Ly cùng triều thần trong đó có thân phụ của Nguyễn Trãi là Nguyễn Phi Khanh đưa sang Trung Quốc. Nguyễn Trãi đi theo cha để giữ tròn đạo hiếu. Đến biên thùy là Ải Nam Quan, Phi Khanh khuyên con trở về tìm cách "Rửa nhục cho nước, trả thù cho cha mới là hiếu thảo!"

Nguyễn Trãi vâng lời cha, trở về tham gia một cách nhiệt tình phong trào Khởi nghĩa Lam Sơn, thu phục nhân tâm, đồng cam cộng khổ với Lê Lợi và nghĩa quân để đi đến chiến thắng, đuổi giặc Minh ra khỏi bờ cõi, viết nên bài hịch "Bình Ngô Đại Cáo", trở thành áng văn bất hủ, bản anh hùng ca như lời Tuyên ngôn Độc lập của Việt Nam.

Tôi còn nhớ năm 1980, nhân dịp kỷ niệm 600 năm ngày sinh Nguyễn Trãi, Tổ chức Văn Hóa, Khoa học và Giáo Dục của Liên Hiệp Quốc (UNESCO) đã công nhận ngài là danh nhân văn hóa thế giới. Con dân Việt Nam một lần nữa tự hào rằng: Nguyễn Trãi là anh hùng dân tộc, văn võ toàn tài, người đã đặt một mốc lịch sử quan trọng trên con đường văn học và chính trị của dân tộc Việt Nam đầu thế kỷ 15. Như vậy, nghe lời cha chính là hiếu đạo.

Trường hợp của đức Thánh Hưng Đạo Đại Vương Trần Quốc Tuấn, cũng nghe lời cha dặn. Nhưng nếu ngài vâng theo lời cha thì Đại Việt ngày xưa hay Việt Nam ngày nay liệu có còn trên bản đồ thế giới?

Đức Thánh Trần là một nhà văn hóa vĩ đại trong lịch sử Việt Nam. Khi làm tướng, ông biết dẹp bỏ thù nhà, dốc lòng báo đền nợ nước, góp công lớn ba lần đánh bại quân Nguyên Mông. Ngài còn là tác giả của hai bộ binh thư và đặc biệt là bài "Hịch tướng sĩ" nổi tiếng còn lưu truyền đến ngày nay. Sau khi qua đời ngài được vua phong tước Hưng Đạo Đại Vương. Nhân dân lập đền thờ ngài ở khắp nơi trên mọi miền đất nước.

Thân phụ của Trần Quốc Tuấn là An Sinh Vương Trần Liễu, con trưởng của Trần Thừa và là anh cả của Trần Cảnh, tức vua Trần Thái Tông, vị hoàng đế đầu tiên của triều đại nhà Trần. Vào năm Đinh Dậu (1237), khi vợ của Trần Liễu là Thuận Thiên Công chúa đang mang thai đã bị ép đưa vào cung và trở thành hoàng hậu của Trần Thái Tông, là em ruột Trần Liễu. Vụ việc này khiến Trần Liễu uất ức gây biến loạn tại sông Cái nhưng đã nhanh chóng bị dẹp tan. Tuy được tha tội nhưng Trần Liễu vẫn ôm mối hận, trước khi chết căn dặn con trai Trần Quốc Tuấn phải rửa nhục cho cha.

Tại sao có chuyện này xảy ra? Trong thời đại bấy giờ đất nước đói kém, loạn ly. Thái sư Trần Thủ Độ khi đó là người nhận trọng trách kiến lập và xây dựng nhà Trần còn non trẻ. Ông đã cố gắng để làm cho thế nước chông chênh có thể trở thành bền vững. Trần Cảnh vào lúc ấy chỉ mới 11 tuổi, vợ là Lý Chiêu Hoàng, vị vua cuối cùng của triều Lý lại chưa có con. Vì Chiêu Hoàng nhường ngôi cho chồng nên trăm họ và tôn thất nhà Lý dị nghị rằng nhà Trần cướp ngôi. Trần Thủ

Độ rất lo lắng. Bấy giờ Trần Liễu, anh ruột vua Trần Thái Tông, lấy công chúa Thuận Thiên, chị gái Lý Chiêu Hoàng, đang mang thai. Trần Thủ Độ liền ép Trần Liễu nhường vợ cho Trần Cảnh để chắc chắn có ngay một đứa con nối nghiệp đế vương.

Mối hận của Trần Liễu sâu nặng nên ông quyết tâm chọn thầy giỏi dạy cho con trai mình thành bậc văn võ toàn tài, ký thác vào con mối thù mất vợ. Người con trai ấy chính là Hưng Đạo Vương Trần Quốc Tuấn.

Danh tướng Trần Quốc Tuấn là một bậc "cột đá chống trời". Ông đã soạn hai bộ "Binh thư yếu lược" và "Vạn Kiếp tông bí truyền thư" để dạy bảo các tướng cách cầm quân đánh giặc. Trần Khánh Dư, một tướng giỏi cùng thời đã hết lời ca ngợi. Khi giặc lộ rõ ý định gây hấn, Trần Quốc Tuấn truyền lệnh cho các tướng, răn dạy chỉ bảo lẽ thắng bại tiến lui. Bản Hịch tướng sĩ viết bằng giọng văn thống thiết hùng hồn, mang tầm tư tưởng của một bậc đại anh hùng mưu sĩ, chứng tỏ Trần Quốc Tuấn là một danh tướng có đủ tài đức.

Là tướng soái, ông thương dân, thương quân, chỉ cho quân dân con đường sáng. Là người trọng nhân nghĩa, ông xem việc nhân nghĩa quý hơn điều lợi. Là người có trí, ông biết lẽ đời sẽ dẫn đến đâu. Là người hữu dũng, ông sẵn sàng xông pha vào nơi nguy hiểm để đánh giặc lập công, cho nên trận Bạch Đằng oanh liệt nghìn đời là đại công của ông. Là người trung tín, ông bày tỏ trước cho quân lính biết theo ông thì sẽ được gì, trái lời ông thì sẽ bị gì. Nhờ có đủ nhân, nghĩa, trí, tín nên cả ba lần đánh giặc Nguyên Mông, Trần Quốc Tuấn đều lập công lớn.

Suốt cuộc đời hy sinh cho đất nước, không quên lời cha dặn nhưng ông chưa lần nào xem trọng chuyện gia đình hơn tổ quốc. Thà không thực hiện lời cha để cho nước Đại Việt được muôn đời vĩnh cửu, còn hơn theo thói suy nghĩ tầm thường, dù có cướp ngôi vua, rửa hận cho cha thì tiếng xấu ngàn đời không nước nào rửa sạch, mà mối nguy mất nước vào tay ngoại bang là đáng sợ, bởi một kẻ bất trung thì làm sao tập hợp được ba quân dưới cờ chính nghĩa? Như vậy, không nghe theo lời cha để hành động sai trái đối với giang sơn tổ quốc thì đây cũng là một tấm lòng chí hiếu, chí thiện.

Trong sách Trung Dung kể chuyện Lỗ Ai Công hỏi Khổng Tử rằng: "Con vâng lời cha có phải là hiếu không? Thần tử nghe lệnh quân vương có phải là trung không?" Khổng Tử trả lời rằng: "Đối với lỗi lầm của phụ thân, nhất định cần khuyên can; khuyên mà không nghe thì cũng không thể phục tùng, bởi vì như thế sẽ đẩy phụ thân vào chỗ bất nghĩa." Như vậy, mù quáng tuân theo mệnh lệnh sai lầm của cha thì không phải là người con thực sự có hiếu.

Chữ Hiếu được biểu lộ khác biệt tùy theo hoàn cảnh và con người, cho nên không đóng khung trong tình nghĩa cha mẹ và con cái mà còn mở rộng trong phạm vi nhân sinh với tổ quốc. Đặc trưng của hiếu đạo theo truyền thống dân tộc là gắn liền với thực tiễn đời sống xã hội của từng gia đình, do vậy nó không có một tiêu chuẩn đặc biệt so với nhiều phạm trù khác. "Mỗi cây mỗi hoa, mỗi nhà mỗi cảnh", hiếu đạo được thực hiện khác nhau ở từng hoàn cảnh chủ thể, từng vùng và từng thời đại lịch sử khác nhau. Điều này phản ánh tính đa dạng trong nhận thức về chữ Hiếu của các cộng đồng dân tộc theo quan niệm Đông phương hay Tây phương.

Trong một công trình nghiên cứu về nhân chủng học, nhà khoa học xã hội Ấn độ K. Ramanujan [2006] đã từng nhận định sự khác biệt giữa gia đình phương Đông và phương Tây như sau: "Ở phương Tây, dòng đời gia đình đứng thẳng, gốc cây là nền tảng gia đình như ông bà, cha mẹ, ngọn cây là con cái, luôn vươn mình lên tầm cao mới của thời đại. Trong khi đó, gia đình phương Đông theo kiểu hoàn toàn ngược lại, gốc và rễ bên trên, ngọn trút xuống, con cái luôn nấp dưới bóng của ông bà, cha mẹ."

Từ sự khác biệt này, chúng ta dễ thấy tính đa dạng của quan niệm về chữ Hiếu giữa các dân tộc trên thế giới. Ngay cả trong những quốc gia Á châu cũng đã có những quan niệm khác nhau, chẳng hạn người Việt Nam thường xem trọng ân nghĩa; người Tàu xem trọng sự trung hiếu; người Hàn Quốc xem trọng thuận kính, hoặc người Nhật Bản thường xem trọng trung dũng. Những sự khác biệt này cũng dễ hiểu, bởi quan niệm về chữ Hiếu thường bắt nguồn từ nhiều yếu tố như môi trường tự nhiên và xã hội đặc thù cũng như tôn giáo tín ngưỡng.

Truyền thống hiếu đạo ở nước ta có lẽ đã xuất hiện từ rất xa xưa, trước thời đại Văn Lang, Âu Lạc, khi xã hội chuyển dần từ chế độ mẫu hệ sang phụ hệ. Cấu trúc gia đình dần dần hoàn thiện, các quan niệm luân lý, đạo đức được củng cố, thẩm thấu qua các truyền thuyết, thần thoại như sự tích bánh dày và bánh chưng, khi Lang Liêu và các hoàng tử chúc thọ vua Hùng vương; sự tích quả dưa hấu, lúc Mai An Tiêm biết mình bị vu oan song vẫn tuân mệnh vua đi đày vì đạo Hiếu; truyền thuyết Sơn Tinh và Thủy Tinh khi công chúa Mỵ Nương tuân theo sự sắp xếp của vua cha; hay chuyện nàng Mỵ Châu chỉ điểm cái nỏ thần cho Trọng Thủy khiến An Dương Vương tức giận giết Mỵ Châu vì bất hiếu, bất trung v.v... Tất cả những điều trên đều phản ánh một phần quan niệm của xã hội nước ta trong những giai đoạn lịch sử trước đây.

Chữ Hiếu cũng bắt nguồn từ tín ngưỡng thờ cúng tổ tiên. Khi Phật giáo truyền sang nước ta thì lễ Vu lan được chú trọng và dung hợp với tín ngưỡng dân gian lâu đời, thành một đại lễ quan trọng trong ngày rằm tháng bảy Âm lịch, ngày xá tội vong nhân. Do đó, Hiếu hạnh bắt nguồn rất tự nhiên từ thực tiễn đời sống canh nông, mang tính trật tự tôn ti, chịu ảnh hưởng phương thức định cư kiểu làng xã có tổ chức chặt chẽ trong xã hội sản xuất nông nghiệp lúa nước. Sự thể hiện tính dung hòa với niềm tin tâm linh vốn rất phong phú ở Việt Nam khiến chữ Hiếu trở thành nền tảng của tín ngưỡng thờ cúng tổ tiên. Đây chính là lãnh vực nổi bật trong hệ thống giá trị văn hóa, biểu trưng bằng những cái hay, cái đẹp, những cái đáng được trân trọng, làm nền tảng căn bản cho hành vi, cử chỉ và lối sống của con người văn minh.

Ở hải ngoại, đến mùa Vu lan chúng ta có nhiều hoạt động để biểu lộ lòng biết ơn cha mẹ đã cho ta thân mạng này. Phục hồi và khai triển những giá trị tốt đẹp của chữ hiếu trong mùa Vu lan là một việc làm hữu ích và cần thiết cho sự sống còn của văn hóa Việt, cũng như sự trường tồn của dân tộc hiếu hòa. Đối với những người con, người cháu bình thường thì "hiếu" là bổn phận chính yếu của con cái, phải săn sóc, chăm lo phụng dưỡng cha mẹ già yếu. Khi cha mẹ đã mất thì phải lo tang chế, đắp mộ và cúng giỗ để nhớ đến công ơn của cha mẹ. "Con người có tổ có tông, như cây có cội, như sông có nguồn." Tuy nhiên, những việc như vậy cũng chỉ đóng khung trong cuộc đời trần thế trăm năm, dù rằng tinh lực khí huyết một đời của cha mẹ, quá nửa đều là vì con cái mà hao tổn. Nhưng nếu xét theo những nỗi khổ như chín tháng cưu mang, ba năm bú mớm, cho đến "bên ướt mẹ nằm chỗ ráo con lăn", thì sự khó nhọc chịu đựng của người mẹ lại có phần nhiều hơn. Tự xét lại hình hài này quả thật đáng trách! Ta mang đến hệ lụy khó nhọc cho cha mẹ quá nhiều, mà báo đáp lo lắng cha mẹ lại chẳng được bao nhiêu.

Với người trí tuệ thì báo hiếu cha mẹ là muốn đời đời kiếp kiếp phụ mẫu được yên ổn, nhưng cái gốc là phải giúp cho cha mẹ huân tu đạo pháp giải thoát. Cha mẹ còn sống thì ta nên khéo léo hướng tâm cha mẹ ăn chay niệm Phật, chẳng tạo sát nghiệp, vừa diệt được túc ương, tin sâu nhân quả, nguyện cầu sanh Tây Phương, lúc lâm chung được Phật tiếp dẫn, gởi thân nơi chín phẩm sen vàng, siêu phàm nhập thánh, liễu sanh thoát tử, mãi mãi xa lìa các khổ nạn trong chốn Ta Bà, thường hưởng niềm hỷ lạc trong cảnh giới Cực Lạc.

Chúng ta có duyên trong đời này, cha mẹ con cái, anh em, bè bạn mai sau không biết ra sao, vì tất cả do nghiệp duyên lôi kéo mà sinh thân chỗ nọ chỗ kia; chỉ có con đường thiện nghiệp, hiếu hạnh và tu hành thì dù mai sau không là thân bằng huyết thống cũng sẽ là quyến thuộc thiện hữu tri thức, cùng sống trong chánh pháp, để đường đời luôn "chư ác mạc tác, chúng thiện phụng hành".

Mong lắm thay những người con chí hiếu!

Bài Học Nhân Từ

Vu lan Rằm tháng Bảy, tôi tham dự chương trình Bông hồng cài áo và lễ kỳ siêu chiến sĩ trận vong, đồng bào tử nạn, trước Đại Hùng Bửu Điện Trung tâm Văn hóa Chùa Di Lặc.

Trong không khí trang nghiêm thanh tịnh, lẽ ra tôi dễ dàng định tâm thiền tọa, nhưng dường như trong tiềm thức vô tận đang quay lại những thước phim của một mùa báo hiếu năm xưa... Tôi bị còng tay tống vào tù và phải ở trong đó bốn năm mà không có tội tình gì để ghi trong tờ lệnh tạm tha! Lúc bấy giờ, Thầy Quảng Ba (hiện nay là Hòa Thượng Thích Quảng Ba, trụ trì Tu viện Vạn Hạnh, Úc Đại Lợi) cùng trại giam Kim Sơn an ủi tôi rằng: "Giá trị của một con người không phải là khi họ đang ở vị trí thuận lợi, mà là khi họ rơi vào hoàn cảnh khó khăn và đau khổ nhất." Có lẽ nhờ những lời khuyến tấn ấy mà tôi cùng sống với nhiều vị sĩ quan cao cấp cũng như những anh tù hình sự thật hài hòa, dù tôi là người tù chính trị trẻ nhất trong trại Cải tạo Kim Sơn.

Sau khi Sài gòn thất thủ ngày 30 tháng 4 năm 1975 thì Uỷ Ban Quân Quản Thành Phố ra lệnh cho thành phần quân cán chính Việt Nam Cộng Hòa phải trình diện để đi "Học Tập Cải Tạo". Thông báo nói rằng, hạ sĩ quan và nhân viên chính quyền từ chủ sự trở xuống học tập ba ngày; cấp bậc phó quận trưởng, trưởng ty, cấp úy, thì mỗi người phải mang theo giấy bút, vật dụng cá nhân, đồ ăn hoặc tiền bạc để dùng trong mười ngày, kể từ ngày trình diện. Cấp chỉ huy từ giám đốc trở lên, sĩ quan từ cấp tá, các dân biểu nghị sĩ, các lãnh tụ đảng phái thì thông cáo ra lệnh mang theo giấy bút, vật dụng cá nhân, số tiền là 13.000 đồng, đủ cho việc ăn uống trong 30 ngày, kể từ ngày học tập đầu tiên. Thông cáo nói rõ là Nhà hàng Đồng Khánh sẽ phụ trách việc ăn uống...!

Thế là thời kỳ lịch sử "Tù Đày Cải Tạo" bắt đầu. Sau khi đã bước vào trại tù cải tạo thì ngày ra dường như vô tận, vì một số thiệt mạng, còn hầu hết tiếp tục tù đày cho tới mười lăm hay hai mươi năm sau. Theo bản tường tình của Aurora Foundation năm 1983 do bà Ginetta Sagan và ông Stephen Denney thực hiện thì có hơn một triệu người đã đi cải tạo mà rất ít người được về trước thời hạn ba năm. Trên toàn lãnh thổ Việt Nam, Cộng sản vội vàng xây dựng hơn 150 trại cải tạo, hàng triệu quân dân cán chính Việt Nam Cộng Hòa đã bị tù đày vô thời hạn, tính đến năm mà bản tường trình này đang nghiên cứu.

Nhiều tù nhân thắc mắc về thời gian cải tao khi bị giam cầm suốt sáu, bảy năm, vì theo chính sách 12 điểm của chính phủ Cộng Hòa Miền Nam Việt Nam thì "sau ba năm chúng tôi được trả tự do để đoàn tụ với gia đình". Bộ Nội Vụ Cộng Sản Việt Nam trả lời rằng: "Chính Phủ Cộng Hòa miền Nam tức là Mặt Trận Giải Phóng Miền Nam đâu có phải là Chính Phủ Việt Nam Dân Chủ Cộng Hòa; vả lại chính phủ Cộng Hòa Miền Nam không còn tồn tại thì những gì chính phủ ấy quy định cũng không còn hiệu lực."

Sự dối trá lừa lọc của Cộng Sản đối với chính đồng bào của mình dẫn đến hậu quả là đất nước phải gánh chịu đau thương, tủi nhục và lạc hậu suốt gần năm mươi năm vừa qua. Hơn một triệu quân dân cán chính Việt Nam Cộng Hòa mà phần nhiều là trí thức đã qua đào tạo bậc đại học đã bị nhốt vào tù, chẳng những không cho ăn uống đủ mà còn liên tục ngày đêm khủng bố họ. Đó là sự lãng phí khủng khiếp cho nền kinh tế vì thiếu đi sự đóng góp lẽ ra là rất lớn của những con người này, có thể đã giúp cho Việt Nam trở thành con rồng trong khu vực sau khi thống nhất đất nước. Chưa hết, đến con em của những trí thức này cũng bị kỳ thị bởi "lý lịch ba đời", "thành phần giai cấp", và bị cưỡng bức đưa đi đến những vùng "kinh tế mới" đầy bịnh tật, hiểm nguy... Họ bị cướp mất nhà qua kế hoạch "đánh tư sản" rồi đổi tiền, tịch thu ruộng đất... Đó là những chứng tích thù hận dã man áp đặt trên đôi vai của người dân, chính là những đồng bào ruột thịt của mình.

Nhiều đêm tôi tự hỏi, vì sao có những việc quá tồi tệ và bất nhân như vậy xảy ra trên mảnh đất cha ông ta để lại, với biết bao thế hệ truyền thừa, trong khi tổ tiên chúng ta vốn có lòng nhân từ không biên giới, không hạn cuộc trong không gian và thời gian? Tổng thống Hoa Kỳ George Washington, năm 1776 tuyên bố một câu nổi tiếng: "Gươm đao là giải pháp cuối cùng để bảo vệ sự tự do của chúng ta, vì thế phải là vật đầu tiên cần gỡ bỏ khi sự tự do ấy đã được thiết lập vững vàng."

Là con dân Việt Nam, chúng ta có thể tự hào nói rằng: Tổ tiên ta đầy lòng nhân từ, độ lượng khoan dung mà ít có dân tộc nào sánh bằng. Thí dụ như khi quân Nguyên Mông sang xâm chiếm nước ta ba lần, lần thứ nhất năm 1257, lần thứ hai năm 1285, lần thứ ba năm 1288. Đi đến đâu chúng cũng tàn phá, giết chóc hủy diệt dã man, khai quật cả lăng mộ vua Trần Thái Tông, khiến cho ruộng đồng khô cháy, cây cối xơ xác, dân tình đói khổ... Ấy vậy mà sau khi đánh thắng giặc Nguyên Mông, hầu hết các tướng soái như Tích Lệ Cơ, Ô Mã Nhi, Phàn Tiếp, Đường Đột Ngãi, Mai Thế Anh, Sầm Đoàn, A Thái, Nguyên Soái Điền v.v... cùng sáu vạn quân Nguyên bị bắt đều được vua nhà Trần khoan hồng, cấp lương thực phương tiện cho trở về nước. Riêng những quan chức triều đình, có người từng đầu hàng giặc hoặc làm chỉ điểm cho ngoại bang, vậy mà khi thanh bình Vua không trừng phạt, lại xóa hết chứng cớ để làm cho trên dưới đồng lòng mà không còn nghi ngờ sợ sệt.

Đầu thế kỷ thứ mười lăm thì quân Minh sang cướp nước Đại Việt, từ những năm 1407 đến 1425 thì sự tàn bạo và dã man còn vượt xa quân Nguyên. Mười năm kháng chiến chống quân Minh, Lê Lợi cùng Nguyễn Trãi và nghĩa quân phải nằm gai nếm mật, nhọc nhằn, đói rét và chết chóc hàng vạn sinh linh. Thế mà khi chiến thắng quân thù năm 1427 thì triều đình nhà hậu Lê hạ lệnh cho quân dân tỉnh Bắc Giang, Lạng Giang sửa cầu đắp đường, lại còn hạ lệnh cho đạo lộ quân thủy nỗ lực chuẩn bị thuyền bè, buồm chèo lương thực đầy đủ để đưa quân Minh về Tàu. Tất cả các tướng chỉ huy nhà Minh bị bắt trong cuộc chiến đều được thả cho ăn uống no say và tự do quay về bổn quốc.

Những thời vàng son với bao chiến thắng lẫy lừng như vậy đều do các vương triều hùng mạnh, đứng đầu bởi các vị hoàng đế anh minh sáng suốt, lại thiết tha chiêu tập hiền tài bằng mọi biện pháp, như mở khoa thi cử, tiến cử, phát hiện và mời gọi nhân tài, thưởng phạt nghiêm minh rõ ràng, không định kiến thiên vị... cùng với tinh thần phục vụ dân tộc vô điều kiện. Đó chính là nguyên nhân khiến các ngài đã tập hợp được lực lượng hùng hậu, làm nên bao chiến công huy hoàng, đánh thắng những quân đội thiện chiến, hung hãn nhất thế giới thời đó, khiến cho quân thù cũng phải nể sợ không dám nghĩ đến mộng xâm lăng tiếp theo.

Đó là tinh thần Việt đạo, văn hoá và bản chất nhân đạo của dân tộc Việt Nam. Ngược lại những điều này là bọn ngoại lai vong bản, bọn nô dịch những chủ thuyết vô nhân, bọn cõng rắn cắn gà nhà, sống trên xương máu và nước mắt của chính đồng bào ruột thịt mình. Những quốc gia Cộng sản do những con người máu lạnh cai trị, đã từng giết trên một trăm triệu người trong suốt thế kỷ 20 mà số thông kê từ những tổ chức nhân quyền quốc tế ghi rõ. Đó là những bạo chúa như Vladimir Lenin, Joseph Stalin, Mao Trạch Đông, Hồ Chí Minh, Kim Nhật Thành, Fidel Castrol, Pol Pot v.v... Những kẻ tàn độc này chưa một lần học được bài học nội chiến Hoa Kỳ để cho dân họ bớt đổ máu, bớt đau thương và tủi hờn, căm tức.

Chúng ta cùng học bài lịch sử về cuộc nội chiến Nam Bắc Hoa Kỳ bắt đầu vào ngày 12 tháng 4 năm 1861.

Thời kỳ đó, nước Mỹ gồm các tiểu bang Đông Bắc, có thủ đô Hoa Thịnh Đốn, chủ trương giải phóng nô lệ. Tổng thống Hoa Kỳ là Luật sư Abraham Lincoln tuyên bố quốc gia không thể có hai luật pháp là một nửa có nô lệ, một nửa thì không. Quân chính phủ miền Bắc gọi là quân đội Potomac, lấy tên của dòng sông diễm lệ chảy qua thủ đô. Các tiểu bang miền Nam sống về canh nông cương quyết muốn giữ lại chế độ nô lệ để khai thác cho nông nghiệp. Họ tuyên bố ly khai với chính quyền liên bang lúc đó và thành lập Liên minh miền Nam và bầu chọn Tổng thống miền Nam là ông Jefferson Davis, Thủ đô là Richmond, quân đội do tướng Robert E. Lee chỉ huy, được gọi là quân đội Virginia.

Nội chiến xảy ra từ năm 1861 đến năm 1865, trong nhiệm kỳ của Tổng thống Lincoln, với hai vị tướng quân chỉ huy sau cùng là Ulysses S. Grant của miền Bắc và Robert E. Lee của miền Nam. Khi cuộc chiến Nam Bắc bùng nổ, nước Mỹ chia đôi. Mười một tiểu bang miền Nam ly khai với chín triệu dân và thêm bốn triệu dân nô lệ da đen. Chính phủ liên bang Hoa Kỳ còn lại hai mươi mốt tiểu bang miền Bắc với hai mươi triệu dân.

Tướng Robert Lee nguyên là tướng lãnh của quân đội liên bang Hoa Kỳ nhưng gốc người miền Nam. Ông đã từng là chỉ huy trưởng trường quân sự West Point. Tháng 4 năm 1861 khởi đầu cuộc chiến Nam Bắc, Robert Lee được đề nghị chỉ huy quân đội miền Bắc nhưng ông không nhận và xin từ nhiệm để về đầu quân miền Nam tại Richmond, tiểu bang Virginia, vì không thể quay lưng với nơi ông đã sinh ra và trưởng thành. Cuộc chiến tranh tương tàn đẫm máu làm tổn hại hàng triệu sinh linh Hoa Kỳ, tan nát các đô thị miền Đông và vùng Virginia. Quân đội Nam Bắc với quân phục màu xanh và màu xám chém giết lẫn nhau, những cái chết đau thương và anh hùng của cả hai bên cùng những mối tình bất hủ, tràn đầy hình ảnh thương tâm là bức tranh tổng thể của cuộc nội chiến tương tàn.

Bài học khởi nguyên từ câu chuyện đầu hàng về vị tướng phe bại trận miền Nam lại được chiêm ngưỡng nhiều hơn cả phe thắng trận. Lịch sử ghi lại rằng, vào sáng ngày 9 tháng 4 cách nay đúng 158 năm (1865), thủ đô miền Nam là Richmond thất thủ, kỵ binh của miền Bắc cùng với ba quân đoàn bộ binh vây hãm quân miền Nam hết đường tháo lui. Bộ tham mưu của Tướng Lee đề nghị phân tán để giữ lực lượng đánh du kích, nhưng Tướng Lee quyết định đầu hàng. Vị danh tướng của Hoa Kỳ trải qua bao nhiêu chiến thắng nhưng sau cùng vì quân số và tiếp vận bị giới hạn nên đành bất lực chấp nhận thua cuộc. Ông gửi thư riêng cho Tướng Grant của miền Bắc, yêu cầu thu xếp buổi họp mặt.

Ông Grant nhận được thư hết sức vui mừng. Vị tư lệnh miền Bắc ra lệnh nghiêm cấm binh sĩ trực thuộc không được tỏ ra bất cứ hành động nào vô lễ với vị tướng tư lệnh miền Nam bại trận. Trưa ngày lịch sử 9 tháng 4 năm 1865, Tướng Lee và một đại tá tùy tùng cưỡi ngựa vượt qua phòng tuyến đến nơi hẹn. Hình ảnh ghi lại hai người đi qua đoàn quân nhạc của binh lính miền Bắc thổi kèn chào đón. Các sĩ quan miền Bắc đưa vị tư lệnh miền Nam vào phòng họp. Nửa giờ sau, Tướng Grant và đoàn tùy tùng miền Bắc đến.

Cả hai vị tư lệnh đã biết nhau trong cuộc chiến tranh với Mễ Tây Cơ. Họ đã nhắc lại một thời bên nhau trong quá khứ. Tướng Grant sau này thú nhận là ông rất ngần ngại và thực sự hổ thẹn khi phải hỏi Tướng Lee nói về quyết định đầu hàng. Theo quy luật chiến tranh thời đó, quân miền Nam phải giải giới, tước bỏ khí giới và quân dụng. Họ được tự do trở về quê cũ để sống như dân thường. Tướng Lee đồng ý nhưng chỉ đòi hỏi một điều sau cùng là yêu cầu cho binh sĩ của ông được giữ lại lừa ngựa, vì lính miền Nam đem gia súc từ các nông trại của họ đi chiến đấu, không phải ngựa của chính phủ cấp như lính miền Bắc. Tướng Grant thỏa hiệp là sẽ không sửa chữa chính thức trên văn bản nhưng thực tế sẽ cho lệnh để lính miền Nam đem lừa ngựa về nhà mà xây dựng lại nông trại.

Sau này, khi viết về văn bản đầu hàng, lịch sử ghi rằng đây là thỏa hiệp của những người quân tử. Bảo tàng viện ở Appomattox Virginia có tranh sơn dầu hình Tướng Lee hiên ngang quắc thước trong bộ quân phục xanh dương, tóc và râu bạc, thể hiện hình ảnh người Mỹ anh hùng không bị khuất phục dù thua trận. Toàn thể nước Mỹ hiểu rằng khi một người Mỹ bị nhục, thì dù là miền Nam hay miền Bắc cũng vẫn là một người Mỹ bị sỉ nhục. Thực vậy, giờ đây tất cả viện bảo tàng đã nói rằng dù hình ảnh của miền Nam hay miền Bắc, lịch sử không muốn ghi lại những hành động xấu xa của bất cứ phe nào. Ở đây là nơi lưu giữ hình ảnh của các anh hùng hai miền, đặc biệt là hình ảnh của phe bại trận lại được lưu ý hơn cả phe chiến thắng. Lá cờ rách của miền Nam thua trận treo tại thủ đô Richmond bây giờ lại là bảo vật hào hùng của bảo tàng viện ghi dấu đầu hàng. Hình Tướng Lee cưỡi ngựa đi đến nơi họp mặt với đoàn quân nhạc miền Bắc chào đón, ký tên xong ra về được binh sĩ miền Bắc tiễn đưa và vẫy tay chào vô cùng uy dũng.

Bây giờ hình tượng của tướng Lee tràn ngập ở miền Nam Virginia. Câu lạc bộ Lee, bảo tàng viện Lee, Lee High Way, Fort Lee và các đồn trại của quân đội liên bang mang tên vị tướng thua trận như là một biểu tượng anh hùng. Bởi vì người Mỹ đã thấm nhuần bài học rất Hoa Kỳ, bài học của người lính dũng cảm trong chiến tranh, và bài học người quân tử của thời hậu chiến. Trong cuộc nội chiến này, sau cùng dù thắng hay thua thì cũng vẫn là nước Mỹ và người Mỹ.

Thêm bài học nghĩa trang và mộ phần của các liệt sĩ phe chiến bại tại Hoa Kỳ cho ta một suy ngẫm lớn. Nước Mỹ có một nghĩa trang quốc gia nổi tiếng khắp thế giới, đó là nghĩa trang Arlington, nghĩa trang chính thức của liên bang Hoa Kỳ, của người miền Bắc trong trận chiến Bắc Nam. Sau cuộc nội chiến, các tiểu bang miền Nam có hàng ngàn nghĩa trang lớn nhỏ chôn cất tử sĩ của phe miền Nam và trên đó luôn có lá cờ gạch chéo đã một thời tung hoành trên chiến trường. Ngay sau khi chiến tranh chấm dứt, hoàn toàn không có tù binh, ai về nhà đó, cùng xây dựng lại quê hương. Nhưng điều đáng ngạc nhiên là ngay tại nghĩa trang quốc gia của phe miền Bắc ở thủ đô Hoa Thịnh Đốn có một khu chôn cất tử sĩ miền Nam với tượng đài gọi là Confederate Memorial.

Năm 1900, tức là gần 40 năm sau cuộc chiến, mở đầu cho giai đoạn hòa giải dân tộc và các liệt sĩ miền Nam được cải táng đưa vào một khu đặc biệt trong nghĩa trang Arlington gọi là Confederate Section. Tổng cộng gần 500 mộ phần quây tròn chung quanh một tượng đài. Trên đỉnh của chân bệ hình vòng cung như nóc Tòa Quốc Hội là hình tượng một thiếu phụ cao 32 feet tượng trưng cho miền Nam. Đây là hình ảnh bà mẹ của phe bại trận có con trai hy sinh cho cuộc chiến.

Trên đời này, vết thương nào cũng phải được hàn gắn, nhất là vết thương lòng. Nước Mỹ đã có những bước ngoạn mục đầy màu sắc văn minh ngay từ khi chiến tranh chấm dứt để chấp nhận và tôn trọng người bại trận như những anh hùng. Trong chiến tranh và hậu chiến luôn cần có các nhà lãnh đạo, các tướng lãnh quân tử để biết xưng tụng các bậc anh hùng trong hàng ngũ kẻ thù, biết nâng người xuống ngựa và biết tôn trọng các tử sĩ của hàng ngũ đối nghịch. Nước Mỹ ngày nay hùng mạnh không phải vì tiền rừng bạc biển mà vì biết trân quý giá trị đối nghịch.

Còn đất nước Việt Nam ngày nay thì sao? Nghĩa trang quân đội Việt Nam Cộng Hòa tại Biên Hòa bây giờ như thế nào? Cộng Sản có dám công nhận lá cờ Vàng ba sọc Đỏ là di sản lịch sử quốc gia? Nhìn vào đó có thể biết được nhân cách ghê tởm của bọn đao thủ phủ bắc bộ Hà Nội với đầu óc đầy dẫy sự u mê nghi kỵ, dối trá, sợ hãi và vô nhân.

Tổng Thống Lincoln đã nói: "Người ta có thể từ bỏ mọi thứ, nhưng không ai từ bỏ được lịch sử. Trước sau gì, lịch sử của bậc anh hùng sẽ phải được dựng lại ở chính nơi mà những con người vĩ đại đã ngã xuống." Đây là những suy ngẫm mà chiến tranh, giết người, đốt nhà, nồi da nấu thịt và sau đó là hành xử của người chiến thắng biết tôn trọng giá trị của kẻ thù đem lại cho thế hệ nối tiếp bài học thiên thu.

Khóa Tu Mùa Thu Hạnh Phúc

Mùa thu, thung lũng hoa vàng đầy hoa bồ công anh mọc từ những cánh đồng bạt ngàn xuống tận khe suối, tràn lên đồi Alum Rock, biến thành một thảm thực vật kỳ diệu trong tiết trời ấm áp. Nơi đây, thành phố có tên San Jose được thành lập từ năm 1777 với nền văn hóa Tây Ban Nha gồm những trang trại phục vụ hậu cần cho việc đi tìm thuộc địa, vì đất đai ở đây rất màu mỡ. Thập niên 70 của thế kỷ XX thì Don Hoefler của tờ báo Electronic News đặt tên nơi đây là Silicon Valley khi các hãng khoa học kỹ thuật phát triển.

San Jose có diện tích 461 km2 với dân số hơn một triệu rưỡi và riêng người Việt Nam tỵ nạn tìm về đây cư trú ước chừng 150 ngàn, trong cộng đồng đa sắc dân từ sau năm 1975. Nắng ấm, khí hậu giống vùng Đông Nam Châu Á nên thu hút người Việt tứ xứ về đây sinh cơ lập nghiệp khá đông.

Thập niên tám mươi thì Silicon Valley phát triển đặc biệt về ngành kỹ nghệ điện tử khiến lượng lớn chất xám và tay nghề kỹ thuật cao từ khắp nơi tìm đến đây làm việc; song hành có dòng người Việt tỵ nạn đổ xô đến vùng nắng ấm tạo nên một thung lũng điện tử với tên gọi thơ mộng là Thung Lũng Hoa Vàng. Những công ty như Intel, Apple và Microsoft, Sun Micro System, Oracle, Hewlett Packard và rất nhiều công ty phần mềm khác như Yahoo, Google... và gần một ngàn thương hiệu điện tử gia công khác đều có trụ sở nơi này và số lượng công nhân, kỹ thuật viên người Việt trực tiếp cộng tác lên đến 60%, khiến doanh thu hằng năm của thung lũng hoa vàng đạt mức vài trăm tỷ Mỹ kim.

Thơ mộng là vậy, nhưng California thường xuyên động đất nên không có nhiều tòa nhà chọc trời kiểu Dubai, nhưng bù lại những cao ốc bằng kiếng luôn có ánh sáng đèn điện suốt ngày đêm và việc làm cũng không có quy định giờ giấc, khiến lúc nào xe cộ cũng đông đúc trên đường.

Vườn truyền thống Việt là hình ảnh công viên văn hóa truyền thống Việt Nam thường tổ chức chào cờ và tế tự hằng tháng, là nơi quy tụ đồng hương trong sinh hoạt cộng đồng và đang kiến tạo những hình tượng của anh hùng dân tộc cùng nhiều di tích phục hoạt thắng cảnh ba miền như Chùa Một Cột, Nhà thờ Đức Bà, Chùa Thiên Mụ, Chợ Bến Thành... là đặc trưng của Cộng Đồng Việt Nam Bắc California.

Bước vào đầu mùa thu, thứ Hai, tuần lễ đầu tiên của tháng 9, Hoa Kỳ mừng lễ Lao động, kỷ niệm chính thức kết thúc mùa Hè, tôn vinh những người lao động đã đóng góp sự thịnh vượng cho nền kinh tế Hiệp Chủng Quốc Hoa Kỳ. Hậu bán thế kỷ 19 và đầu thế kỷ 20, những người lao động đã đấu tranh hết mình vì những quyền lợi mà nhiều người trong chúng ta ngày nay xem là đương nhiên. Nhưng chính nhờ họ, chúng ta mới có một tuần làm việc năm ngày, 40 giờ, điều kiện môi trường an toàn hơn, được nghỉ có lương khi ốm đau... Họ hiểu rằng trẻ em nên dành cả ngày ở trường, chuẩn bị cho một tương lai tốt đẹp hơn.

Nhân dịp nghỉ lễ cuối tuần nên trong những ngày một, hai và ba tháng Chín năm 2023, Đạo tràng Khánh Anh tổ chức khóa Tu Học Mùa Thu Hạnh Phúc, tại số 2500 Masonic Center, dưới sự chứng minh của chư tôn đức tăng ni gồm Hoà thượng Thích Nguyên Siêu chùa Phật Đà, Hòa thượng Thích Thông Đạt chùa Đại Nhật Như Lai, Hòa thượng Thích Nhật Huệ Chùa Duyên Giác, đặc biệt có vị giảng sư khả kính là Thượng tọa Thích Pháp Hòa từ Tu Viện Trúc Lâm Canada làm giáo thọ sư chủ giảng. Có hai giảng đường lớn gồm Hall A cho thính chúng nghe bằng Việt Ngữ và Hall B dành cho tuổi trẻ lắng nghe pháp thoại Anh Ngữ thật thuận tiện, do quý thầy trẻ tuổi thuộc Tu Viện Trúc Lâm Canada phụ trách.

Hòa thượng Thích Nguyên Siêu mở đầu bài pháp về khóa tu Mùa Thu Hạnh Phúc. Ngài nhấn mạnh lời Phật dạy rằng "Nhân thân nan đắc" (thân người khó được), bởi vì nhân duyên để được sinh làm người là sống đạo đức, thiện lành, trong khi tập khí của chúng sinh thì đa phần là xấu ác. Số lượng loài người so với các loài chúng sinh khác trong lục đạo rất khiêm tốn, nên được làm người là khó. Vì vậy, ta phải biết trân trọng cuộc sống này.

Khi chúng ta đủ phước duyên làm người thì mấy ai thấy được nhân duyên hy hữu đó để quý trọng sự sống, để sống sao cho xứng đáng một đời người. Có không ít người đánh mất cơ hội quý báu này, chẳng những họ không thực hành thiện pháp mà ngược lại còn đi theo ác pháp, nên hậu quả họ chịu nhiều đọa lạc khổ đau. Trong vòng luân hồi trầm luân miên viễn, trôi lăn trong lục đạo cho đến lúc được làm người là một điều hy hữu, không dễ gì có được tấm thân này. Hôm nay nhờ khóa tu mùa thu hạnh phúc đây chúng ta cần phải ý thức thân phận con người, vì không phải ai cũng nhận ra rằng, được làm người là khó. Ai thấy được sự thật hy hữu này thì người ấy có tuệ giác, có phúc phần, biết trân quý cuộc sống, biết tận dụng tuổi đời ngắn ngủi để làm những việc hữu ích và thiện lành hơn.

Thường thường chúng ta tạo nhiều tập nghiệp sâu dày, vì vô minh che lấp nên trải qua vô vàn khổ nhọc mới được làm người. Tiếc thay, chúng ta lại ít có cơ hội thực hành pháp lành, lại còn sát hại lẫn nhau, tạo ra nhiều điều ác, cho nên hậu quả vẫn tiếp tục tái sinh vào ba đường ác, chịu nhiều đau khổ trầm luân sinh tử.

Hôm nay trong khóa tu này, chúng ta học theo Bi, Trí, Dũng của đức Thế Tôn, quay về nương tựa Tam bảo, giữ gìn năm giới đạo đức tinh chuyên hầu tránh xa ba đường ác gồm địa ngục, ngạ quỷ, súc sinh, hầu mai này tiếp tục tái sinh làm người phước đức, sống thiện lành, gần được thiện hữu tri thức, tu tạo thêm phúc lành.

Sau phần thọ trai và chỉ tịnh thì đến phiên thuyết giảng của Thượng tọa Thích Pháp Hòa, cũng xoay quanh con đường hạnh phúc để đạo tràng y cứ tu hành. Xét về phương diện bản năng thì con người và muôn thú đều giống nhau ở chỗ đói thì kiếm ăn, khát thì kiếm nước uống, chính là mong duy trì thiên tính bản chất sinh tồn. Người và thú đều có cảm xúc âu yếm, đùa giỡn bên nhau để biểu lộ nỗi niềm hạnh phúc riêng biệt. Tuy nhiên, những loài thú không biết tư duy, vì vậy chúng vẫn là loài thú. Riêng con người luôn biết suy nghĩ, có tổ chức thành gia đình, cộng đồng xã hội và thực hành nhiều nghề khác biệt để duy trì cuộc sống và bổ sung lẫn nhau nên sinh ra các nét văn hóa nghệ thuật, thẩm mỹ, thơ ca, khoa học cho mục đích thăng hoa cuộc đời, tìm kiếm hạnh phúc riêng cho mỗi người.

Tuy vậy khóa tu Mùa Thu Hạnh Phúc cần biết thế nào là chân hạnh phúc mà người học Phật cần tìm hiểu. Liệu có phải mình đang tự xây dựng một mái ấm gia đình nho nhỏ, vợ chồng con cái sống an vui, hòa thuận, thương yêu, đùm bọc lẫn nhau, không ước vọng cao sang tiện nghi vật chất; cơm đủ ăn, áo mặc đủ ấm là hạnh phúc; hay là chúng ta có ước vọng học hành, bằng cấp, địa vị, danh vọng, tiền của, nhà cửa cao sang, huy hoàng và lộng lẫy, vợ đẹp con xinh, đầy đủ tiện nghi? Vậy thì trong đại chúng đây có ai muốn ra khỏi chốn hồng trần đầy đau khổ này, hiểu được chân lý của cuộc đời, sống cuộc sống thiểu dục tri túc, vui với đạo, hỷ lạc với nội tâm, không màng đến danh lợi, tự tìm cuộc sống hạnh phúc thanh cao, tao nhã hơn?

Có nhiều loại hạnh phúc, tùy theo độ tuổi, giới tính, hoàn cảnh, địa vị xã hội, chẳng hạn như một em bé thấy việc được vuốt ve, âu yếm, bú mớm, cưng chiều là cuộc sống hạnh phúc nhất đời. Lớn lên thì mong mỏi có thân xinh đẹp, đoan trang là hạnh phúc, hoặc giả như mạnh khỏe không bệnh tật, có tiền của, danh vọng, địa vị, gia đình ấm êm là hạnh phúc... Nhưng thật ra những điều đó cũng không bao giờ bảo đảm hạnh phúc bền chắc, dài lâu.

Người tu học cần quán chiếu những thứ hạnh phúc nêu trên chỉ là nhất thời, chất chứa nhiều sự lo âu, phiền não, sầu khổ... Bằng chứng cụ thể như khi được gần người yêu cho là hạnh phúc, nhưng có ai ngờ được sanh, lão, bịnh, tử vô thường cũng như lòng chung thủy có lâu bền hay không? Tiền bạc, địa vị, danh vọng cũng hư ảo như thế mà thôi.

Do đó khóa tu Mùa Thu Hạnh Phúc lần này cần đòi hỏi sự hành trì thâm hậu ở mỗi chúng ta, ý thức và làm chủ ngũ dục, gồm tài, sắc, danh, thực, thùy, những vật chất hữu vi như nhà cửa, xe cộ, vàng bạc chỉ là phương tiện sống mà thôi. Mục đích chính của người tu học là biết quay về đời sống tinh thần, thực tập diệt trừ mọi phiền não để tâm hồn luôn thanh tịnh, an lạc ngay trong kiếp sống hiện tại.

Quay về với đời sống tâm linh là phần tinh hoa cao quý nhất, ngay bây giờ và ở đây. Nếu con người rời khỏi chính mình mà chạy theo tìm cầu bên ngoài thì dễ lạc vào hư vọng, bỏ quên vốn Phật tính của mình. Ai trong chúng ta cũng bị bóng đêm vô minh mù mịt che phủ hàng bao kiếp, tâm hồn trôi giạt giữa biển đời mênh mông như chiếc thuyền vô định bị sóng gió dập vùi không bến đỗ, đó là biển ái vô minh quay vòng trong sinh tử bất tận.

May mắn thay, khóa tu học Mùa Thu này cho ta ngọn đuốc sáng trên đường đi tìm chân hạnh phúc. Giá trị nhiệm mầu của đạo Phật là tu và hành, là chứng tri và thực tập, bởi vì đức Phật đã dạy: "Giải thoát an lạc, giác ngộ và tịnh độ đều ở ngay trong tâm của chúng ta." Bậc đạo sư xuất hiện giữa thế gian không phải cứu độ mà để chỉ đường sáng suốt cho chúng sanh tiếp bước. Ta hãy noi theo đó mà tiến hóa giác ngộ để tự độ lấy mình bởi tâm ta là ngọn đuốc và là nơi nương náu tự thân, đừng tự phó thác vào chốn hão huyền nào khác. Hạnh phúc đích thực là đạt đến cảnh giới Niết bàn trong tâm. Thực ra trạng thái Niết bàn ở sẵn trong tâm khảm chân thường, bất biến của mỗi người, Niết bàn có thể thực hiện ngay trong cõi đời này do mình tự tạo, chứ chẳng phải do thần linh, thượng đế nào tế độ.

Kinh Pháp Cú câu 276 có dạy: "Các ngươi hãy nỗ lực lên. Như Lai chỉ dạy cho con đường giác ngộ, chứ không giác ngộ thế cho ai được. Sự trói buộc của ma vương sẽ tùy sức thiền định của ngươi mà được cởi mở." Thế mới biết, Niết Bàn là hạnh phúc bất biến trong tâm ngay ở đời này, một khi có được hạnh phúc bây giờ thì hạnh phúc ấy cũng sẽ hưởng được sau khi thân hoại mạng chung. Nếu cuộc sống hiện tại chúng ta chưa đạt được an lạc nội tâm thì đừng mơ tưởng viễn vông đến thế giới cao xa khi nhắm mắt.

Trong Pháp Bảo Đàn Kinh, Lục Tổ Huệ Năng từng nói: "Tự mình tu, tự mình hành, thấy pháp thân của mình, thấy Phật ở tự tâm mình, độ lấy mình mới được", như thế thì quả là đơn giản, bất cứ người nào cũng đạt được hạnh phúc đó, miễn sao đi đúng con đường mà đức Thế Tôn đã vạch ra để chấm dứt sự khổ đau như sau: "Trong tất cả pháp hữu vi hay vô vi, pháp giải thoát ly tham là cao cả nhất. Ấy nghĩa là giải thoát khỏi kiêu mạn, diệt trừ tham, nhổ tận gốc sự chấp thủ, cắt đứt sự tiếp tục, dập tắt khát ái, giải thoát, chấm dứt, Niết-bàn".

Chúng ta tu học theo con đường đức Phật đã dạy, thực hành một cách miên mật, tinh tấn đào luyện và thanh lọc bản thân đạt đến mức phát triển tâm linh cần thiết, một ngày kia ta có thể thực chứng Niết bàn ngay trong ta, với hành trì tu tập đoạn trừ tham ái.

Đạo tràng Khánh Anh tại San Jose dưới sự hướng dẫn của quý Đạo Hữu Nhật Thịnh, Nhật Khánh đã quy tụ một ban tổ chức khá quy mô bao gồm Chúc Nguyện, Quang Khải, Nhuận Quang, Đồng Vàng, Tuệ Đăng, Hương Sen và hàng chục thiện nguyện viên khác chăm lo quả đường, vận chuyển, trang trí, ẩm thực, phục vụ miễn phí cả ngàn Phật tử ghi danh an tâm tu học hai ngày được thành tựu viên mãn. Đặc biệt là nhờ kỹ thuật tân tiến live stream trực tiếp kết nối với nhiều ngàn khán giả khắp thế giới đồng tu học qua Youtube, Facebook Channel Tan Tran, Photo video Anh Nguyên, Nhiếp ảnh gia Võ Văn Tường, Chúc Tiến, Sonny và nhóm kỹ thuật Tu Viện Trúc Lâm chuyển tải bài giảng và hình ảnh đến từng gia đình khắp hoàn cầu.

Những lời phát biểu sau đây của chư vị học viên qua hai ngày tu học nói lên kết quả hành trì thật nhiệm mầu. Nhạc sĩ Lê Minh Hiền và Ca sĩ Thu Nga tâm sự: *"Khóa tu học Mùa Thu Hạnh Phúc này cũng như thường nghe chư tôn đức giảng pháp xưa nay nên chúng tôi luôn áp dụng, cố gắng tập trung vào việc mình làm vì biết rằng quả ngày mai mình nhận là do nhân mình gieo hôm nay. Học Phật giúp chúng tôi để tâm vào việc đang làm, bớt xao nhãng và không ngạc nhiên với sự thay đổi của cảnh vật xung quanh và trân quý những gì mình đang có, xóa bỏ bớt định kiến, áp đặt, hiểu được yêu thương chính là làm người mình thương được hạnh phúc, vì có hiểu mới có thương kia mà. Khi gặp khó khăn chúng tôi cũng bình tĩnh đối diện, bớt oán trách, bởi biết đó là quả xấu do mình gây ra, và việc mình phải làm là đối diện hiện tại, bình tĩnh quán sát rồi thế nào cũng vượt qua."*

Phật Tử Mỹ Liên hoan hỷ chia sẻ: *"Nhờ đi chùa hằng tuần và nghe pháp trong khóa tu này mà tâm em an tịnh, kiên trì, nhẫn nại khi gặp cảnh khó khăn hay những điều bất như ý. Nghe pháp thường xuyên giúp em dễ dàng hòa nhập với tất cả mọi người, trân trọng cuộc sống hiện tại và hành động thận trọng trong cách cư xử, nói năng với mọi người xung quanh tốt hơn."*

Ông bà Dược Sĩ Quảng Tuệ, gần tám mươi tuổi, có một ước mơ đắt giá hơn là *"nếu được mỗi tuần tổ chức khóa tu như thế này thì tuyệt vời biết bao!"*

Vâng, tôi rất đồng ý với những suy tư của quý học viên tu học nói ra, vì chúng ta biết rằng, nghe chánh pháp thì chính mình nhận được nhiều lợi ích to lớn như sau:

- Thứ nhất là được nghe những điều chưa nghe, hiểu được nhiều điều trong cuộc sống thật vi diệu.
- Thứ hai là khi nghe pháp thì lợi ích trực tiếp là hướng con người đến những hành động tốt đẹp, thiện lành, xóa tan những ý nghĩ xấu xa, sầu muộn để luôn hướng về điều thiện, điều tốt đẹp.
- Thứ ba là dễ đoạn trừ nghi ngờ trong cuộc sống, đoạn trừ nghi ngờ tự bản thân mình, tăng thêm lòng tin vào Phật pháp, vào sự chính trực, nên tâm không bị lệch lạc, tà kiến lôi kéo.
- Thứ tư là mình có khả năng làm chủ được bản thân, tự tại trước những điều nhìn, nghe, thấy biết trong cuộc sống, nên dễ đạt được sự bình thản trong tâm trí.
- Thứ năm là tâm mình được tịnh tín, lòng tin đầy đủ, quyết tâm tin tưởng vào giáo pháp của đức Thế Tôn không chút nghi ngờ thì công đức mới viên mãn. Một khi niềm tin nhuốm màu thế tục, có sự tính toán của tham, sân thì công đức chưa được thành tựu. Do đó, công đức thù thắng nhất là được nghe chính pháp để xây dựng niềm tin tịnh tín đối với Tam Bảo, thực hành giáo Pháp của Phật để lợi mình, lợi người và lợi lạc quần sanh, nguyện cầu pháp giới chúng sanh đồng thành Phật quả.

Nam Mô Công Đức Lâm Bồ Tát.

Kiều Đàm Di

Được sanh ra đời làm người với đầy đủ năm căn là mắt, tai, mũi, lưỡi, thân cùng sự hiểu biết bình thường đã là một sự hiếm hoi, vì nhân duyên để được sinh làm người có lối sống đạo đức, thiện lành trong khi tập khí của chúng sinh thì đa phần là xấu ác, nghiệp duyên bất thiện, nên được tái sinh với thân mạng nghiêm trang thật vô cùng hy hữu.

Trong kinh Phật có câu: "Nhân thân nan đắc", tức là thân người khó được. Do đó, khi đủ phước duyên làm người thì chúng ta phải quý trọng sự sống, hành động sao cho xứng đáng một vòng đời đầy đủ ý nghĩa lợi mình, lợi người và lợi cả môi trường chung quanh.

Trong cuộc sống thực tế hôm nay, nhiều người đánh mất cơ hội quý báu này bằng con đường ác nghiệp, dối trá, gian tham, độc ác thì mai sau chịu nhiều đọa lạc khổ đau là lẽ đương nhiên. Có câu chuyện minh họa cho sự khó được của kiếp người như sau. Có một con rùa mù sống vô lượng kiếp trong biển lớn, trăm năm mới trồi đầu lên một lần. Trên bề mặt đại dương có một khúc gỗ nổi có lỗ bộng, lênh đênh trên mặt nước theo sóng gió trôi dạt đông tây, một trăm năm mới trôi ngang qua chỗ con rùa mù một lần. Như vậy, cơ hội để con rùa mù gặp và chui lọt vào bộng cây là cực kỳ hy hữu... Thế nhưng, việc được sanh ra làm người còn hy hữu khó khăn hơn cả việc con rùa mù ấy chui được vào bộng cây. Kẻ phàm phu phiêu lưu trong sáu đường rồi được sinh ra làm người mà không thực hành chánh pháp, học hạnh chân thật, lần lượt sát hại lẫn nhau, kẻ mạnh lấn áp người yếu, tạo ra vô số điều ác thì làm sao được tiếp tục làm người mai sau?

Quả thật như vậy, trong vòng luân hồi trầm luân miên viễn, trôi lăn trong lục đạo tứ sanh, cho đến lúc được đầu thai làm người là một vòng tròn truân chuyên hy hữu, bởi không dễ gì có được tấm thân này. Khổ thay cho người đời vì không phải ai cũng nhận ra rằng, được làm người là khó; may mắn chỉ những ai thấy được điều này mà cố gắng vươn lên, làm lành lánh dữ, biết trân quý cuộc sống, biết tận dụng tuổi đời ngắn ngủi để làm những việc lợi mình lợi người thì đó mới chính là người có tuệ giác.

Nếu hơn hai ngàn năm trăm năm trước không có sự thị hiện của Bồ tát Hộ Minh tại vườn Lam-tỳ-ni thuộc thành Ca-tỳ-la-vệ của đất nước Ấn Độ, thì làm sao ngày nay chúng ta được nghe lời dạy của một Bậc vĩ nhân đã tác động phi thường đến con người trong đời sống xã hội, khiến cho nhân loại được sống hòa bình hạnh phúc? Thật vậy, Bậc vĩ nhân ấy chính là vị Đại giác ngộ thành Phật mà chúng ta cung kính đê đầu đảnh lễ xưng tán: Nam Mô Thích Ca Mâu Ni Thế Tôn.

May thay, sự xuất hiện của Ngài có một ý nghĩa vô cùng quan trọng trong đời sống xã hội văn minh, để củng cố trật tự xứ Ấn Độ xưa kia với quá nhiều phân chia giai cấp, hướng dẫn con người thoát khỏi những khổ đau sanh tử. Bằng tự thân của mình tinh tấn cầu đạo từ những lời di huấn của đức Thế tôn mà biết bao vị chân nhân đã chứng Thánh quả, tiếp tục giáo hóa chúng sanh đi đúng con đường thiện nghiệp.

Trong giáo đoàn của đức Phật đã dung chứa mọi hạng người sang hèn, giàu nghèo, nam nữ, sĩ nông công thương... để kiến tạo một quốc độ hòa bình không thù hận, không chiến tranh, dứt trừ tham dục, sân hận và si mê, giác ngộ kẻ lầm lạc. Nền tảng lời dạy của Đức Phật giúp cho nhân quần xã hội tiến bộ về văn minh, văn hóa, sống trong hòa bình đồng điệu, đem ánh sáng soi rọi thế nhân vượt qua sự tối tăm, hận thù và đau khổ; tiến tới một cảnh giới diệu kỳ đầy tình thương và hạnh phúc.

Đức Phật ra đời lập nên một giáo đoàn bình đẳng, vị tha, phủ nhận bao giai cấp bất công trong xã hội và đem lại sự bình đẳng nam nữ đầu tiên trong lịch sử nhân loại. Với sự cho phép thành lập Ni đoàn, Đức Phật đã mở ra cho phụ nữ con đường tuyệt vời thênh thang trong bước tiến giải thoát tới bậc đại trí, đại ngộ. Hãy nhìn lại người phụ nữ trong Ni đoàn từ trước tới nay là một truyền thống tôn giáo, không chỉ thoát khỏi thân phận phụ nữ yếu đuối, lệ thuộc vào nam giới, mà họ còn có thể đạt được chân lý Niết-bàn tối thượng.

Nói tới đây, chúng ta không khỏi cảm niệm công đức lớn lao của Thánh Tổ Tôn Giả Kiều Đàm Di, vị Tỳ kheo ni đầu tiên, bậc thượng thủ, lãnh đạo Ni đoàn thời Phật tại thế, là ngọn hải đăng tỏa sáng trên hai ngàn năm trăm năm, tạo nên hàng triệu triệu Tỳ kheo Ni gương mẫu qua bao thế hệ.

Sau đây là một chút lược sử về Tôn giả Kiều Đàm Di để nhắc nhở chúng ta đang hành hoạt theo Người. Tôn giả sinh trưởng tại Devadaha, nước Câu Ly, chung biên cương với Ca Tỳ La Vệ, là thứ nữ của vua Thiện Giác, bào muội của hoàng hậu Ma Da và hai chị em đều là vợ của vua Tịnh Phạn. Hoàng hậu Ma Da sau khi hạ sanh Thái tử Tất Đạt Đa được bảy ngày thì từ trần, Kiều Đàm Di trở thành di mẫu, trực tiếp chăm sóc và nuôi dưỡng Thái tử khôn lớn.

Khi Thái tử Tất Đạt Đa xuất gia, thành Phật thì Di mẫu Kiều Đàm Di vẫn ở hoàng cung Ca Tỳ La Vệ với Tịnh Phạn vương. Sau khi thành đạo khoảng ba năm, lần đầu tiên Đức Phật quyết định trở về thăm viếng phụ thân thì Kiều Đàm Di được nghe thuyết pháp. Đức Phật đã giáo hóa cho hoàng tộc, bà đã chứng đắc Sơ quả Tu Đà Hoàn và thấy rõ lẽ thật của cuộc đời đang vận hành qua thành, trụ, hoại, không.

Khi tin vua Tịnh Phạn đang bịnh nặng và hấp hối, một lần nữa đức Phật trở về Ca Tỳ La Vệ để độ cho phụ hoàng tỏ ngộ sự vô thường của kiếp nhân sinh. Sau khi an táng phụ hoàng xong, Đức Phật tiếp tục bước đi hóa độ chúng sinh. Thời điểm này Di mẫu Kiều Đàm Di đã xin Phật cho Người được xuất gia làm nữ sa môn, nhưng sau ba lần thưa thỉnh mà đức Phật vẫn không chấp nhận và khuyên Bà nên ở lại hoàng cung nhiếp tâm tu hành.

Khi Phật cùng Tăng đoàn rời vương thành đi đến xứ Tỳ Xá Ly thì Di mẫu Kiều Đàm Di cùng với năm trăm Thích nữ tự xuống tóc, đắp cà sa, đi chân trần, cũng theo chân Phật bộ hành đến Tỳ Xá Ly. Tại đây Kiều Đàm Di và các Thích nữ vừa đến với hai bàn chân bị nứt nẻ sưng phù, rướm máu, mình mẩy lấm lem bụi bặm, nước mắt đầm đìa, sầu muộn khóc than, đứng ngoài cửa chính. Nhờ Tôn giả A Nan cầu thỉnh ba lần thì đức Phật mới bằng lòng cho họ được xuất gia đứng vào hàng Tỳ Kheo Ni trong tứ chúng đồng tu.

Kể từ đó, Giáo đoàn Tỳ kheo ni được thành lập, do Đại Ái Đạo Kiều Đàm Di tức Ma Ha Ba Xà Ba Đề đứng đầu, tuân theo sự lãnh đạo của Thế Tôn cùng với sự trợ duyên của chư Tăng. Sau khi xuất gia, Tỳ kheo ni Kiều Đàm Di nghe Phật thuyết pháp rồi tinh tấn tu tập chứng đắc quả vị A la hán với trí tuệ vô song.

Xuất thân từ hoàng cung, Tôn giả Kiều Đàm Di biết cách tổ chức, huấn luyện khéo léo cho Ni chúng hết sức nghiêm mật nên giáo đoàn phát triển nhanh chóng và thực sự lớn mạnh. Nhiều vị Tỳ kheo ni cũng chứng đắc quả vị A la hán. Tôn giả Kiều Đàm Di và năm trăm vị Tỳ kheo ni khác cùng nhập diệt trước khi Đức Phật nhập Niết bàn, nên chính đích thân đức Phật đưa nhục thân Kiều Đàm Di đến chỗ hỏa thiêu, lấy gỗ chiên đàn chất lên trên thân di mẫu, chủ trì lễ trà tỳ, đồng thời đem xá lợi của Tôn giả Kiều Đàm Di cùng năm trăm vị Tỳ kheo Ni xây tháp phụng thờ.

Thời gian trôi chảy không ngừng, nhưng nếu không có hình ảnh tinh tấn của vị Hoàng hậu xứ Ca Tì La Vệ Kiều Đàm Di năm xưa quyết tâm xuất gia cầu đạo, kiến lập Ni bộ, thì ngày hôm nay chúng ta đâu có cơ duyên nhìn thấy sự phát triển lớn mạnh của chư vị Tỳ Kheo Ni khắp năm châu bốn bể. Đức Phật đã thiết lập tứ chúng: Tỳ Kheo, Tỳ Kheo Ni, Ưu bà tắc, Ưu bà di trong tinh thần bình đẳng, cùng dòng Thích hòa đồng, khởi thủy cho thế giới văn minh và lịch sử nhân loại hân hoan đón nhận giá trị nhân bản đầu tiên.

Những vị Tỳ kheo đã chứng Thánh quả trong suốt hai mươi lăm thế kỷ qua không kể xiết, nhưng các vị Đại Thanh văn Tỳ Kheo Ni chứng quả A la hán cũng không phải ít. Các ngài xuất thân từ hàng Hoàng hậu, Công chúa dòng Sát Đế Lợi, thậm chí đến những bậc phi phàm từ các giai cấp thấp kém như Phệ đà, Thủ đà la... thảy đều chung dòng Thích, đều tắm mát trong tứ vô lượng tâm và được Đức Phật dùng phương tiện quyền xảo giáo hóa bình đẳng với hạnh nguyện lợi tha trên dòng chảy của suối từ.

Bước chân của Công chúa Tăng Già Mật Đa thời vua A Dục đã nở những đoá hoa sen thơm ngát xứ Tích Lan. Cây Bồ Đề mang từ nơi Phật thành đạo đã trồng xuống và bén rễ ăn sâu vào tập tục, tín ngưỡng, văn hoá Sri Lanka, là công lớn hàng đầu từ vị Tỳ Kheo Ni Tăng Già Mật Đa cũng như vương hậu A Nậu La xuất gia để đem ngọn đuốc từ bi và trí tuệ thắp sáng cả quốc độ Tích Lan là một điển hình.

Tại Việt Nam chúng ta có vị Tỳ kheo ni lỗi lạc Thích Nữ Như Thanh, ngôi sao bắc đẩu của Ni giới Việt Nam thế kỷ 20. Trong chiều dài lịch sử dân tộc bị thực dân Pháp đô hộ, Phật Giáo quyết chấn hưng để đem đạo vào đời, và hình ảnh vị Tỳ kheo Ni Thích nữ Như Thanh là người năng nổ trong phong trào chấn hưng Phật Giáo, dẫn đến thành lập Ni Bộ trong giáo hội Phật Giáo Việt Nam với bản tuyên ngôn được công bố chính thức làm nền tảng cho sự vận hành của Ni chúng Việt Nam đến tận hôm nay.

Sau năm 1975, các vị Tôn đức cùng đồng hành với bước chân người tỵ nạn Việt Nam khắp nơi trên hoàn cầu thì hình ảnh quý Ni trưởng, Ni sư, Sư cô mang dòng máu của vị Thánh tổ ni Ma Ha Ba Xà Ba Đề du hóa tứ phương. Những Ni viện Già Lam được kiến tạo, chốn Phạm Vũ thật huy hoàng với Giới luật nghiêm minh, khuôn mẫu của oai nghi tế hạnh nên Phật tử cũng như các sắc dân chủng quốc tin tưởng và tuân theo lời Phật qua hình ảnh tuyệt vời của con cháu Tôn Giả Đại Ái Đạo Kiều Đàm Di.

Đạo Phật là đạo thực hành, các Ni xá luôn tôn trọng pháp Lục hòa nên tinh thần bình đẳng được xiển dương, đối xử công minh, khuyến tấn trên đường tu học. Trong tinh thần đó, các tôn đức Ni luôn phát tâm Đại thừa, tự độ và độ tha, lập chí tinh tấn tu hành thượng cầu Phật đạo, lập nguyện cứu độ chúng sanh và lập hạnh Bồ tát tu lục độ ba la mật. Phải chăng nhờ di sản của Thánh Tổ Ni Tôn giả Kiều Đàm Di là dòng suối từ bất biến chảy mãi suốt hai mươi lăm thế kỷ qua cho đến tận ngày nay mà hàng hậu Ni hôm nay đang thừa hưởng ơn đức cao dày, khởi thủy từ bậc đại giác Thế Tôn khi còn tại thế.

Nhìn hình ảnh hằng ngày với các Ni sư đang hành Bồ tát đạo, không những trực tiếp đưa bàn tay nâng niu những kẻ bất hạnh bằng công tác từ thiện, mà còn vun bồi trí tuệ bằng pháp thí, mở trường, thuyết pháp, giảng kinh, trước tác, phiên dịch, thiền thi, đạo ca... khiến cho Phật pháp được xương minh, chúng sanh được cơ duyên ngộ đạo qua nét dịu hiền nhưng nghiêm minh với tấm lòng từ ái chan hòa. Tại Hoa Kỳ có Ni trưởng Ven. Karma Lekshe Tsomo nổi tiếng là người sáng lập Hội Phụ nữ Phật giáo Quốc Tế. Ni sư Thubten Chodron hoằng pháp ở Mỹ và Canada là hạt giống của Thánh tổ Kiều Đàm Di vừa gieo trồng trong thế kỷ XX.

Thật vậy, ngày nay trên quả đất này hàng hậu duệ của Thánh Tổ Kiều Đàm Di tức Tôn Giả Ma Ha Ba Xà Ba Đề không tài nào tính hết, càng ngày càng mở rộng và nhân lên bởi Đạo Phật là đạo của trí tuệ và lòng từ bi nên rất hợp với tâm tình của các bậc nữ lưu thường nhẹ nhàng, tỉ mỉ, khiêm tốn và kham nhẫn. Những đức tính này dễ đi vào quần chúng và chư tôn Ni làm nhiệm vụ giáo dục, khai mở huệ tâm cho chúng sanh, đem Phật pháp vào nơi tối tăm là công tác đặc thù ít ai sánh kịp.

Khoa học càng tiến bộ thì Phật pháp càng chấn hưng, nhờ đó mà những người con gái của Thánh tổ Kiều Đàm Di không còn gò bó trong những bức tường Ni xá. Họ đã vươn tầm ý thức phù hợp với đại bi tâm và lòng khát khao cứu khổ muôn loài nên trí tuệ càng cao minh, hạnh nguyện càng tăng trưởng, do đó sự xả bỏ tham ái, kiêu căng dễ dàng đoạn diệt và tâm bình đẳng tự khắc hiển lộ, mở ra lộ trình Thánh quả cho chư tôn Ni không còn là thiên lý.

Khi tuệ giác khai mở, hai chúng hay bốn chúng cũng chỉ là một chúng, thì Tỳ kheo với Tỳ kheo Ni đâu cần phải phân biệt làm hai. Đi đến nhất nguyên thì vô nhị, dù Bát kỉnh pháp có là nguyên tắc nhập môn thì cũng giống như con thuyền, đã đến bờ giác ngộ, có lý nào mang thuyền đi hóa độ chúng sanh?

Y theo lời di huấn của Thánh tổ Kiều Đàm Di là đức hạnh, là nhân đạo, là không đi ngược lại những gì hợp lý và đúng đắn. Bất luận làm việc gì, chúng ta nên xem xét bổn phận của mình là giúp đỡ người khác. Về phương diện lợi ích, thời gian, văn hóa hay trí tuệ, hoặc tất cả mọi sự, nếu mình làm trở ngại người khác, không làm lợi ích cho ai cả, tức là mình đã đi ngược lại với đạo đức. Vì thế mà nhất ngôn nhất hạnh đều không nên đi ngược lại với đạo đức căn bản. Con đường mà Thánh tổ chỉ dạy trước tiên là tu dưỡng đạo đức, nhân đạo, không có đức hạnh, nhân đạo thì không thể tu Phật đạo vì dễ bị ma chướng quấy phá, cho nên phải lấy đạo đức làm gốc; tiền tài, danh vọng, sắc đẹp chỉ là ngọn ngành, đạo đức giống như mặt trời mặt trăng, tựa như đất nước hòa cùng tánh mạng con người. Không có đạo đức thì tánh mạng, mặt trời, mặt trăng cũng không ý nghĩa gì.

Thật vậy, đạo đức là lấy việc làm lợi ích cho tha nhân làm trọng, không gây chướng ngại người khác, tâm thức có đủ nhân, nghĩa, lễ, trí, tín, liêm, sỉ, trung, hiếu. Tâm nhân từ là thương người thương vật, không sát hại chúng sanh. Tâm nghĩa là sống phải đạo, dũng cảm, giúp đỡ vô điều kiện, không trộm cắp gian tham. Tâm lễ là khiêm cung, kính trên nhường dưới, không tà hạnh ngược với luân thường. Tâm trí là lương tri có tuệ giác nên chẳng bao giờ rượu chè say sưa, xì ke ma túy. Tâm tín là biết giữ sự tin cậy, tín nhiệm không dối trá. Liêm khiết trong hành vi, hổ thẹn khi sai phạm, trung thành với quốc gia, hiếu thảo với cha mẹ. Những lời di huấn của Ngài còn mãi trong tâm khảm của hàng hậu học mai sau.

Kính lạy Đức Đại Ái Đạo Kiều Đàm Di Đương Lai Nhất Thiết Chúng Sanh Hỷ Kiến Phật, sanh làm người là khó, đầy đủ năm căn, có trí tuệ càng khó, mà được biết đạo, tu đạo lại càng hy hữu vô cùng. Khởi đi từ hình ảnh tuyệt vời của một bậc thánh giả nữ lưu, hàng hậu học chúng con phải xiển dương tinh túy đẹp của một siêu nhân, thành tâm cúng dường lên Thánh Tổ Kiều Đàm Di. Ngưỡng mong chúng sanh luôn y giáo phụng hành lời Phật dạy và luôn kính thành cảm niệm công đức của Đệ Nhất Ni Tôn Giả vô lượng hải hà. Bởi cái khó mà chúng sanh có được bây giờ và nơi đây cũng khởi đi từ đôi chân trần rướm máu mà Thánh Tổ đã cùng năm trăm vị nữ lưu hoàng tộc Thích Ca năm xưa quyết tâm xuất gia cầu đạo tại Tỳ Xá Ly, kết nên hạt giống lành cho hàng triệu sinh linh được tắm mát trong dòng suối từ của hiểu biết và yêu thương để làm một con người đúng nghĩa.

Tái Chiếm Cổ Thành Quảng Trị

Hôm nay dường như ngày dài nhất, thứ bảy, 16 tháng chín năm 2023, với lịch làm việc bít kín khung giờ tôi cần hoàn tất. Cũng ngày này của nửa thế kỷ trước, trận chiến dài nhất mà Quân Lực Việt Nam Cộng Hòa tái chiếm cổ thành Quảng Trị, sau ròng rã suốt 81 ngày đêm chiến đấu trong tinh thần bảo vệ vùng đất tự do đã ca khúc khải hoàn.

Từ sáng tinh sương, thung lũng hoa vàng không có nắng, sương mù bao phủ San Jose cho đến tận mười một giờ trưa. Tôi ra khỏi nhà lúc 6 giờ sáng để chuẩn bị cho show trực tiếp truyền hình cuối tuần trên DirectT-VT 1275 đến 10 giờ hơn. Xong hai chương trình ngồi dưới ánh đèn pha hàng ngàn watts, buộc tôi phải pha một ly café đen mang lên xe, vừa lái xe vừa uống để đến cho kịp giờ khai mạc lễ tưởng niệm 51 năm tái chiếm cổ thành Quảng Trị, được tổ chức tại Việt Museum trên đường Senter.

Cách đây chừng hai năm, Lễ Khánh Thành Tượng Đài Tái Chiếm Cổ Thành Quảng Trị được tổ chức vào thứ bảy, ngày13 tháng 11 năm 2021, tại Công Viên Lịch Sử San Jose, 635 Phelan Ave., San Jose, California 95112 và tôi đảm trách phần MC chương trình, nên kỳ giỗ hàng năm tôi luôn có mặt để thắp nén hương tưởng niệm các chiến sĩ Quân Lực Việt Nam Cộng Hòa đã nằm xuống tại vùng địa đầu giới tuyến khi xưa.

Năm nay, Ban Tổ Chức gồm cô Hoàng Mộng Thu, quý anh Đặng Long, Văn Tuấn, Dương Hạ Phong, Giám Đốc Việt Museum Cao Hồng v.v... Quý vị đã tổ chức buổi lễ rất trang nghiêm và thành kính. Các cựu quân nhân, đặc biệt là binh chủng Thủy Quân Lục Chiến, đơn vị trực tiếp chiến đấu giành phần đất về phía quốc gia có mặt đông đảo. Một số niên trưởng đến từ Nam California hay vài tiểu bang lân cận, đã về San Jose từ mấy ngày qua. Thượng nghị sĩ Tiểu bang California Dave Cortese, Giám sát viên quận hạt Santa Clara Otto Lee cũng như đại diện Supervisor Cindy Chavez là Luật Sư Betty Dương cũng lên đốt hương kính cẩn nghiêng mình trước tượng đài Cổ Thành Quảng Trị và Ngũ Hổ Tướng uy dũng oai linh.

Tôi còn nhớ, vài tháng trước ngày khai móng dựng tượng đài, Giám Sát Viên Otto Lee thuộc quận hạt Santa Clara cùng phái đoàn Người Việt San Jose đến tận Orange County tham dự lễ giới thiệu tượng đài tại trường Trung Học La Quinta, Nam California. Nhân dịp này Otto Lee đã viết một văn thư đến Ủy Ban Xây Dựng tượng đài có đoạn nhấn mạnh rằng "Buổi Lễ Giới Thiệu này đã nâng cao quyết tâm của tôi để thấy Tượng Đài Cổ Thành Quảng Trị được xây dựng tại Quận Santa Clara. Tôi đã chứng kiến nhiều thành viên của cộng đồng đến với nhau để hỗ trợ một biểu tượng của sự hy sinh như là một nhắc nhở rằng việc hồi sinh và sức mạnh của cộng đồng Việt Nam vẫn còn nguyên."

Quả thực như vậy, lịch sử Việt Nam ghi dấu chiến thắng Bạch Đằng Giang, Hàm Tử, Đống Đa cũng như chiến tích tái chiếm Cổ thành Quảng Trị kéo dài 81 ngày đêm trong mùa Hè đỏ lửa là trận đánh dai dẳng và khốc liệt nhất trong chiến tranh Việt Nam, kết thúc vào ngày 16 tháng 9 năm 1972, tô đậm những dấu chấm son từ máu xương ở con dân Việt Nam đổ xuống cho sự tồn vong của miền nam Việt Nam.

Mở màn là cuộc tấn công của Cộng Sản Bắc Việt, diễn ra vào ngày 30 tháng 3, do các đơn vị chủ lực xung kích trong mục đích giành chiến thắng để lật đổ chính phủ Đệ Nhị Cộng Hòa. Việt Cộng tràn qua khu phi quân sự rồi băng qua Lào dọc theo quốc lộ 9, hướng đến cố đô Huế, khởi đầu chiến dịch tấn công căn cứ hỏa lực vùng cao nguyên Kontum với mưu đồ cắt đôi miền Nam ở Trung bộ. Tiếp theo, Cộng quân tràn qua Lộc Ninh bao vây An Lộc, cách Sài Gòn khoảng gần trăm kilomet, để gây sức ép đến thủ đô. Mũi xung kích thứ ba chính là Đông Hà Đồng Hới, Cộng quân quyết chiếm Cổ thành Quảng Trị làm bàn đạp tiến vào miền Nam.

Địa danh này được xây dựng từ năm 1824 dưới thời vua Minh Mạng, chu vi hình vuông chừng nửa cây số, có hào sâu lũy cao chung quanh, tường gạch dày tới 10 mét, được thiết kế pháo đài bốn góc canh gác ngày đêm.

Thế rồi, Quân đoàn I mở cuộc phản công mang mật danh "Chiến Dịch Lam Sơn 72" nhằm đẩy lùi Việt Cộng qua khỏi khu vực phi quân sự. Các sư đoàn Dù và Thủy Quân Lục Chiến đụng độ đẫm máu trong nội đô với quân địch. Với sự hỗ trợ của các cuộc oanh kích từ trên không của B-52 và hỏa lực của hải quân Hoa Kỳ, hai tiểu đoàn Dù và hai tiểu đoàn Thủy Quân Lục Chiến Việt Nam Cộng Hòa tiến sâu vào phía sau phòng tuyến chính của địch quân. Bắc Việt mở các cuộc tấn công nhằm phá vỡ những cuộc hành quân phối hợp của quân lực Việt Nam Cộng Hòa. Khi đó, Tiểu đoàn 1 và 2 chiếm được sông Thạch Hãn, chặn đường tiếp tế của quân địch.

Cộng quân phản công, nhưng Thủy Quân Lục Chiến vẫn giữ vững được chiến tích xương máu của mình. Về phía bắc, các Tiểu đoàn 3 và 7 đã quét sạch khu vực đóng quân của hai trung đoàn Việt Cộng, trong khi phía nam quân số Việt Nam Cộng Hòa được tăng cường bổ sung làm lá chắn vững chải.

Sáng ngày 15 tháng 9, Tiểu đoàn 3 xông vào thành, Cộng quân bắt đầu một trận pháo kích dữ dội để cắt Tiểu đoàn 3 và Tiểu đoàn 6 xa nhau. Nhưng cả hai đơn vị này vẫn giữ được đội hình tác chiến và tiếp tục tiến vào phản công cận chiến.

Trưa ngày 16 tháng 9 năm 1972, lá cờ Việt Nam Cộng Hòa được dựng lên, phất phới tung bay trên cửa Tây của cổ thành Quảng Trị, xem như vùng địa đầu Miền Nam chấm dứt những ngày bi thảm từ lúc lọt vào tay Cộng Sản Bắc Việt và tin vui chiến thắng bay đi khắp thế giới, mừng khúc ca khải hoàn của Quân Lực Việt Nam Cộng Hòa.

Buổi lễ tưởng niệm chiến tích lẫy lừng 51 năm về trước tại Thung lũng Hoa vàng hôm nay chấm dứt với tiệc mặn và xôi chè bánh trái thật phong phú. Tôi chụp hình kỷ niệm và ra về lúc 1 giờ, để kịp dự lễ Kỳ siêu cho cố Giáo Sư Nguyên Trung, Chủ Nhiệm Báo Chánh Đạo, tại Tịnh Xá Quan Âm. Chiều nay lúc 3 giờ thêm một chương trình Đố Vui Cùng Học do Thi Đàn Văn Thơ Lạc Việt tổ chức tại Quận hạt Santa Clara County, 70 West Hedding Street và tôi tham dự trong vai trò Trưởng Ban Giám Khảo.

Các cháu thiếu nhi từ 5 đến 18 tuổi chia làm ba nhóm, mỗi nhóm phân làm hai đội A và B để trả lời những câu hỏi bằng Việt ngữ liên quan đến lễ phép, kính trọng, cư xử trong gia đình. Mục đích của chương trình Đố Vui Cùng Học là nhằm khuyến khích phụ huynh hăng hái đưa con cháu mình đến các trung tâm Việt Ngữ cuối tuần để học ngôn ngữ mẹ đẻ, hầu không bị mất gốc. Chương trình này được phổ biến trên truyền thông mạng xã hội trong những ngày qua với lời kêu gọi cộng đồng người Việt hải ngoại cùng chung tay bảo tồn và phát triển ngôn ngữ của người Việt Nam, đồng thời giữ gìn sự trong sáng của tiếng Việt trên các phương tiện thông tin đại chúng, hay đối thoại hằng ngày trong từng gia đình để tiếng Việt không bị mai một.

Tại hải ngoại, với bối cảnh mà ngôn ngữ tiếng Việt gặp phải nhiều điều đáng lo ngại vì nơi quốc nội sản sinh ra nhiều từ ngữ mới vô nghĩa và dị hợm, rồi thẩm thấu vào cộng đồng hải ngoại ngày càng nhiều. Hơn nữa, chúng ta đi tỵ nạn nên tiếng Anh chưa giỏi mà tiếng Việt mau quên, dẫn đến việc thường phát ngôn pha trộn, lẫn lộn cả hai ngôn ngữ Việt Anh, Anh Việt rối loạn. Thậm chí ngay cả một số nhà truyền thông cũng mắc phải lỗi này trong bản tin hoặc ấn loát báo giấy. Vài năm trước đây có ông Phó Giáo Sư Bùi Hiền đẻ ra kiểu chữ mới giống phiên âm của Tàu, may mắn là ý kiến của ông ta không được người dân trong nước "nhiệt liệt hoan nghênh và vỗ tay tán thành".

Chúng ta có chữ Quốc ngữ rất kỳ diệu và thuận tiện, dựa theo hệ thống mẫu tự Latine nên dễ dàng tương thông với nền văn hóa Âu-Á. Lại nữa, nhờ đó mà cách viết chữ của người Việt trở thành "đồng văn" với các nước Anh, Pháp, Tây Ban Nha, Hoa Kỳ... nên dân tộc Việt thoát được nạn Hán hóa để đồng hành với thế giới văn minh. Ưu điểm này cần được bảo tồn và phát huy đến thế hệ tương lai dòng dõi Lạc Hồng.

Ngôn ngữ Việt trước năm 1975 khá chuẩn xác, vững vàng, trong sáng; văn phong và ngôn từ rất là văn hóa, khoa học và giữ theo chuẩn mực lễ giáo. Không như sau này, tiếng Việt đặt ra bừa bãi, nghèo nàn, thiếu thẩm mỹ và thậm chí còn hơi láo xược, kiêu ngạo. Mặc dù quy luật phát triển của ngôn ngữ là liên tục thay đổi, chuyển động và canh tân, nhưng vẫn cần được kiểm soát, chọn lọc cho phong phú, trong sáng. Ngược lại, nếu để tình trạng tự phát những tiếng lóng, những từ ngữ tối nghĩa, hoang dã, phản cảm thì rất đáng xấu hổ. Điều nguy hiểm đáng sợ là hiện nay nhiều người tự sản xuất quá nhiều từ ngữ sai trái, dị hợm mà vẫn cứ dùng quen miệng thành quán tính, bật ra là nói, nên càng ngày mức hỗn loạn càng tăng thêm.

Với sự quan tâm giữ cho thế hệ tương lai của con em người tỵ nạn không bị mất gốc, Thi Đàn Văn Thơ Lạc Việt, thông qua nhóm trẻ hải ngoại, tổ chức chương trình Đố Vui Cùng Học và mời gọi các bậc phụ huynh hợp tác. Xin đừng quên cha mẹ chính là những thầy cô giáo đầu tiên và quan trọng nhất của con cái. Nếu cộng đồng nào không có trung tâm Việt ngữ thì hãy đưa con cái mình tham gia các chương trình Hướng

Đạo Sinh, Gia Đình Phật Tử, Thiếu Nhi Thánh Thể hay vận dụng chính vai trò "thầy cô giáo Việt" của cha mẹ ở nhà. Điều này cũng rất quan trọng, vì các em có thể trò chuyện với ông bà, cha mẹ bằng tiếng mẹ đẻ. Chương trình này cũng hoan nghinh các em mầm non đến tham gia, có quà và bằng khen khuyến khích.

Tôi nhìn đồng hồ, đã sáu giờ, tiết chớm thu nên ông mặt trời chưa đi ngủ sớm. Tôi còn phải tham dự lễ cưới của một đứa học trò, tổ chức tại một trang trại trồng nho trùng trùng điệp điệp. Vivian và Sonny kết hôn hôm nay, September 16, nhằm ngày mùng 2 tháng 8 Quý Mão, đẹp trời, ấm áp, tại nhà máy rượu sang trọng của Livermore, Bruwente Vineyards.

Con đường ngoằn ngoèo, một mình lái xe khá mệt, nhưng sườn đồi kết hợp nhiều hàng thông tuyệt đẹp giữa màu xanh lam hơi sẫm cùng với những mảng màu nhiệt đới thơ mộng, tạo nên một ngày cưới lộng lẫy và sang trọng giữa môi trường tự nhiên của núi rừng. Nhìn ra bao ngọn đồi chập chùng của thung lũng vườn nho Livermore, tôi bị thu hút bởi quang cảnh buổi lễ nổi bật với một vòm cung đầy hoa và bong bóng; lối đi trải thảm đỏ được bao quanh bằng những thùng rượu Bruwente và chậu kiểng nở hoa đầy màu sắc. Bốn cô phù dâu mặc váy màu hồng nhạt giẫm từng bước trên những bông hoa màu trải trên lối đi. Bốn chú phụ rể veston đen, thắt nơ đỏ đúng điệu, bước song hành trước khi Sonny tiến lên nắm tay Vivian dẫn đến bục nghi lễ. Tôi tiến lên phía trước, chúc phúc cho đôi tân lang và tân giai nhân được hạnh phúc bền lâu, mở cuốn Notary Book để ký tên trước công chứng thư, tôi tuyên bố Vivian và Sonny trở thành vợ chồng. Nhạc lễ cử lên, hai họ tiến đến chúc phúc và pháo đỏ nổ giòn phía trước cổng Bruwente Vineyards, quan khách bắt đầu nhập tiệc.

Đúng là em đẹp nhất đêm nay, Vivian chọn kiểu tóc và trang điểm đơn giản, cổ điển tuyệt đẹp của phong cách

European Style làm nổi bật bộ váy cưới lộng lẫy màu hột gà, chiếc váy trễ vai đầy ren hồng dường như hơn một lần giống hệt công nương Diana đăng quang trong bộ sưu tập nào đó mà tôi từng xem qua. Bó hoa năm màu khoe sắc do Lisa Flowers thiết kế trong tay Vivian giữa vườn nho xanh tươi mang đến hình ảnh tiên nữ hơn là cô dâu đang trở nên sống động với tiếng cười chúc phúc râm ran.

Sonny và các phù rể thật bảnh bao, sang trọng với những bộ vest màu đen được thiết kế riêng cho từng khổ người quá ư vừa vặn. Sau giờ cocktail chào đón quan khách, mọi người được mời vào sảnh đường Ballbohemian sang trọng. Có khoảng mười hai bàn tròn với ghế mây tre thủ công chung quanh bếp lửa cháy sáng, khách ngồi theo hình bán nguyệt được chiêu đãi dạ tiệc đúng mức với tám loại rượu Bruwente Vine tha hồ thưởng thức. Một sàn nhảy bằng đá cẩm thạch toàn màu trắng tạo nên những vũ điệu mê hồn sau bước nhảy đầu tiên của Vivian và Sonny trong nhạc phẩm "More than I can Say". Những chiếc cốc thủy tinh đầy màu sắc trong hương vị nồng nàn của men rượu chạm nhau khiến cho đám cưới đôi trẻ tràn ngập niềm hạnh phúc, bạn bè và gia đình vui vẻ khi họ cùng dìu nhau khiêu vũ dưới bầu trời đêm đầy những vì sao của vùng nho Livermore chập chùng đồi núi xanh tươi.

Dù đục, dù trong con sông vẫn chảy;
Dù cao dù thấp cây lá vẫn xanh,
Tiệc vui cũng đã hoàn thành,
Thịnh suy vương vấn loanh quanh suốt đời!

Xin cám ơn vườn nho xanh tươi, cám ơn vũ trụ đã cho ta giây phút yêu thương cùng tôn vinh những điều chân thiện mỹ. Tôi từ giã Bruwente Vineyard thơ mộng, một mình lái xe vài giờ đồng hồ trên Freeway 680 thênh thang về lại San Jose khoảng chừng 12 giờ khuya. Tắm rửa, tụng kinh, thiền toạ xong, tôi định thần quán ngày dài lê thê, ngồi xuống viết lên giấy dòng thơ cảm tác:

Vô thường hỡi, ta nào đâu biết trước,
Từng sát na công quả tạo được gì?
Đời vốn ngắn chớ so bì cân lượng,
Trải lòng ra sống hết dạ yêu thương.
Thăng trầm vinh nhục bình thường,
Mỉm cười hạnh phúc đoạn trường đều qua.

Thân Phận Người Lính Cộng Hòa

Phóng Viên Vũ Nhân của đài truyền hình SBTN phỏng vấn tôi về chương trình tìm hài cốt mất tích trong chiến tranh Việt Nam mà thân phận người lính Việt Nam Cộng Hòa lại một lần nữa bị quên lãng, không ai nhắc nhở trong các cuộc họp hồi trung tuần tháng 9 năm 2023, do Viện Hòa bình Hoa Kỳ, một cơ quan trực thuộc Quốc hội Hoa Kỳ, trong khuôn khổ hội nghị mang chủ đề "Đối thoại về Hậu quả Chiến tranh và Hòa bình tại Việt Nam".

Tiến sĩ Andrew Wells-Dang, Giám đốc Chương trình Hòa giải và Di sản Chiến tranh Việt Nam tại Viện Hòa Bình Hoa Kỳ, đã nói về các hoạt động của Viện cũng như của hai phía Việt Mỹ trong vấn đề này mà không có một lời nào nhắc đến danh xưng binh sĩ Việt Nam Cộng Hòa, những anh hùng vô danh đó cũng đã ngã xuống cho lý tưởng bảo vệ tự do và hạnh phúc cho người dân Miền Nam trong hai thập niên sáu mươi, bảy mươi của thế kỷ thứ hai mươi.

Viện Hòa bình Hoa Kỳ (The United States Institute of Peace - USIP) được thành lập năm 1984. Trong những người thành lập Viện, có nhiều người là các cựu chiến binh, lúc đó đang là Nghị sĩ Quốc hội. Viện này tập trung vào việc xây dựng hòa bình, phòng chống và giảm nhẹ các xung đột bạo lực trên thế giới. Viện đã làm việc tại nhiều quốc gia khác nhau ở các lĩnh vực liên quan đến chiến tranh trên thế giới, đặc biệt ở Á Châu như khu vực Nam Á - A Phú Hãn, phía Đông thì quan tâm đến Ấn Độ - Thái Bình Dương trong đó có Trung Quốc và các nước Đông Nam Á.

Chương trình hàn gắn vết thương chiến tranh trong cuộc chiến Đông Dương, gồm Việt Nam, Lào, Cam Bốt bắt đầu từ năm 2021 đến giờ. Trong đó Hoa Kỳ có chương trình hỗ trợ tìm kiếm người Việt Nam mất tích cũng như người Mỹ mất tích trong chiến tranh. Quan điểm của phía Mỹ cũng như của Viện Hòa Bình Hoa Kỳ là chúng ta cần tìm kiếm tất cả những người đã mất tích trong chiến tranh, gồm cả những người lính và người dân thuộc tất cả các phía khác nhau trong cuộc chiến. Có nghĩa là những binh sĩ Việt Nam Cộng Hòa mất tích cần được tìm kiếm để cải táng hoặc nhận dạng cho thân nhân còn đang sống trên trần gian bớt nỗi niềm chua xót.

Tuy nhiên, phía Việt Nam Cộng Hòa không có cơ chế chính thức tại Việt Nam nên bị lãng quên. Thật bất công và đau xót vì có rất nhiều thách thức về kỹ thuật, thông tin, chính trị cần giải quyết để thực hiện điều đó. Đến nay đã gần nửa thế kỷ trôi qua nên phải làm nhanh, vì nếu không nỗ lực thì mất hết các nhân chứng và nhất là thời tiết có thể làm tiêu hủy hài cốt của những người mất tích. Đó là một ví dụ về những chương trình mà Viện Hòa bình Hoa Kỳ có tham gia như là một đối tác, góp phần giúp cả Mỹ và Việt Nam tìm kiếm người mất tích.

Cộng sản Việt Nam đã nhận được rất nhiều tài trợ từ Viện này để tìm kiếm những bộ đội Cộng Sản mất tích, còn phía hài cốt binh sĩ Việt Nam Cộng Hòa thì sao?

Theo danh sách lính Mỹ mất tích tại Việt Nam chưa tìm được, ước tính đến nay còn chừng hai ngàn người. Khi tìm được hài cốt người lính Mỹ thì dùng kỹ thuật phân tích DNA lập tức cho ra kết quả tên tuổi, quê quán của người lính đó rất nhanh. Còn phía Việt Nam cả hai miền Nam, Bắc lên đến vài ba trăm ngàn người nhưng không có dữ liệu DNA gốc nên tìm được hài cốt cũng không có thông tin đối chiếu để phân biệt là người lính Việt Nam Cộng Hòa hay Bộ đội Bắc Việt? Chuyện này thật nhiêu khê vì phía nhà đương quyền Việt Nam không bao giờ chịu tìm hài cốt người lính Cộng Hòa. Họ phủi tay, không nhận trách nhiệm, họ chỉ nhận dollar xanh mà thôi!

Ngày 10 và 11 tháng 9 năm 2023, Tổng thống Hoa Kỳ Joe Biden đến Hà Nội để thiết lập quan hệ "đối tác chiến lược toàn diện" với Việt Nam, nhưng vấn đề nhân quyền được nhắc đến quá ít khiến cho người Việt tại Hoa Kỳ thất vọng nhiều. Quyền lợi giữa Hoa Kỳ và chế độ Cộng Sản hiện thời nâng cấp bằng lời khen tặng có cánh hầu tạo ra cơ hội mới, tự do, nhân bản, công minh, hòa bình ổn định v.v... nhưng vấn đề chính trị trở nên nhạy cảm và cấm kỵ vì nói đến điều 4 hiến pháp thì Cộng sản cứ phản ứng như đỉa phải vôi.

Tổng thống Hoa Kỳ nắm được mối quan hệ giữa Đảng Cộng Sản và chính quyền lập pháp, hành pháp, tư pháp. Cả ba ngành này đều nằm dưới sự lãnh đạo của Đảng Cộng Sản, nên Tổng Thống Mỹ bất chấp thông lệ ngoại giao quốc tế mà chấp nhận ký kết nâng cấp "đối tác chiến lược toàn diện" với Tổng Bí Thư Nguyễn Phú Trọng, trong khi đúng ra phải là Chủ Tịch Nước Võ Văn Thưởng thì mới mang tính nhà nước với một trăm triệu dân quốc nội.

Bọn chóp bu quyền lực trong nước muốn cai trị dân suốt đời nên tìm mọi cách ngăn chặn tiếng nói tự do, điển hình là quyền truy cập thông tin internet hay dùng nó để vạch trần những gian trá bất lương của người khác hoặc của kẻ cầm quyền. Vì vậy mà sau khi Tổng thống Joe Biden về nước thì bà Nguyễn Phương Hằng bị đem ra xét xử và tuyên án ba năm tù giam. Đây là đòn "dương đông kích tây", bắt bỏ tù một Nguyễn Phương Hằng để "bóp miệng" những kẻ nào muốn tự do, dám lên tiếng tố cáo nhà nước bất công, tham nhũng và bất nhân nhất trong dòng sử Việt.

Câu chuyện của bà Nguyễn Phương Hằng, Tổng giám đốc Công ty Cổ phần Đại Nam, bị tuyên án ba năm tù với cáo buộc "Lợi dụng các quyền tự do dân chủ, xâm phạm lợi ích nhà nước, quyền và lợi ích hợp pháp của tổ chức, cá nhân" theo Điều 331 Bộ luật Hình sự Việt Nam thật là vớ vẩn. Nếu ai theo dõi livestream của Nguyễn Phương Hằng đều thấy là bà Hằng dùng mạng xã hội để tố cáo ông thầy thuốc Võ Hoàng Yên, sau đó đến các ca nghệ sĩ nổi tiếng như Hoài Linh, Thủy Tiên, Đàm Vĩnh Hưng, Công Vinh, Đại Nghĩa v.v... về những mờ ám trong việc quyên tiền bạc cứu trợ cho những nạn nhân bão lụt, thiên tai hay Covid 19, có nhiều dấu hiệu không minh bạch, ăn chặn, làm giàu bất chính. Sau đó thì phía những người bị tố đã làm đơn thưa lại bà Nguyễn Phương Hằng nói sai sự thật.

Ở Hoa Kỳ thì những chuyện tố cáo các nhân vật công chúng (Public Figure) được liệt vào mục dân sự. Nếu tố sai thì bị đền tiền, xin lỗi hay một sự bồi thường thỏa đáng cho phía bị tố oan chứ không thể quy chụp người tố cáo vi phạm hình sự rồi bắt bỏ tù để điều tra lên đến một năm rưỡi mới đem xử phạt.

Điều 331 Bộ luật hình sự Việt Nam là một mớ ngôn từ mơ hồ, rất tùy tiện, có thể áp dụng cho bất cứ ai mà họ cho là nguy hiểm tới "an ninh quốc gia". Như vậy, nếu bác xích lô đứng dưới vĩa hè tiểu tiện vào gốc cây đang lúc có phái đoàn Tổng Bí Thư ngang qua, cũng có thể bị bỏ tù chiếu theo điều 331 vì được diễn dịch là khinh thường lãnh đạo, án phạt lên đến 20 năm, chung thân hay tử hình tùy mức độ nặng nhẹ?

Thật không thể hiểu nổi sự suy diễn quá ư "phong phú" của lớp lãnh đạo "đỉnh cao trí tuệ loài người". Thật ra thì bà Nguyễn Phương Hằng cũng quá lạm dụng livestream nên phát ngôn đanh đá. Cái miệng nó hại cái thân, rồi thì bàn dân thiên hạ không có gì vui với xã hội chủ nghĩa nên xúm vào nghe, xem, viết comment khuyến khích, khen ngợi Nguyễn Phương Hằng can đảm, dám nói sự thật v.v... Do vậy, các show livestream qua Facebook, Youtube, TikTok đều có hàng vạn người đón xem mỗi đêm. Chuyện chửi bới nhau trên mạng, sỉ nhục người khác từ một phụ nữ có máu mặt tại Sàigòn, vợ một doanh nhân khét tiếng, địa vị, giàu sang, đẹp đẽ, thế lực, quyền uy lại thêm có lòng từ thiện thì dân tình đón xem như một minh tinh thượng thặng là chuyện bình thường. Tuy nhiên, khi công an đến khám xét nhà, còng tay bà Hằng đưa lên xe tống vào nhà giam, không cho tại ngoại hầu tra, định sẵn tội trạng về hành vi "Lợi dụng quyền tự do dân chủ xâm phạm lợi ích của Nhà nước, quyền và lợi ích cá nhân", theo Điều 331 của Bộ Luật Hình sự là chuyện bất bình thường. Vì sao?

Thứ nhất là nhà nước Cộng Sản Việt Nam rất sợ ai có tiếng nói mạnh khiến dân chúng nghe theo, bởi lối cai trị dân của họ rất bất lương, hối lộ, tham nhũng, dối trá nên luôn sợ sự thật. Nếu cái loa Nguyễn Phương Hằng hứng chí tố cáo đám "lãnh đạo" Đảng và Nhà Nước ăn chặn và lừa bịp nhân dân thì ai bịt miệng cho kịp.

Thứ hai là Cộng Đảng rất úy kỵ những công dân bất đồng chính kiến, thấy bà Hằng nói được thì những công dân khác sẽ phát sóng trên các nền tảng mạng xã hội tố cáo tội ác của các quan tham từ trung ương đến địa phương, vạch trần những dã tâm của bọn hút máu dân qua vụ Thủ Thiêm, Vân Đồn, Phú Quốc...

Thứ ba là dương đông kích tây, một kiểu cảnh cáo những nhà đấu tranh dân chủ trong và ngoài nước chớ nên dùng phương tiện truyền thông để lật đổ chế độ hiện thời. Nhà nước ra lịnh muốn chửi rủa ai cũng phải theo chỉ đạo của trung ương chứ không được tự do chửi bới! Ai bất tuân sẽ bị cầm tù. Kiểu răn đe, hăm doạ này qua bản án bà Nguyễn Phương Hằng là để gởi thông điệp cho những nhà đối lập, những người đang miệt mài đấu tranh cho dân chủ và nhân quyền tại Việt Nam, chớ dại dột mà đụng vào mạng xã hội để phê bình, chỉ trích đám bù nhìn trong quốc hội của nước Cộng Hòa Xã Hội Chủ Nghĩa Việt Nam, ăn tiền thuế của dân mà chỉ biết gật đầu theo lệnh Đảng.

Xã hội loạn lạc thường sản sinh ra những kẻ độc tài luôn nắm tất cả quyền hành, tự mình quyết định mọi việc, dựa trên bạo lực, ép buộc, đe dọa để số đông phải phục tùng mình. Loại người này cho rằng chỉ có mình là tài năng, phải điều khiển được người khác, tự quyết định mọi việc, không lắng nghe các ý kiến hay phân tích của kẻ khác, bất chấp phản ứng của người khác. Do đó các ý chí được thể hiện chủ quan, ích kỷ, lợi ích và quyền hành của họ được đặt lên cao nhất. Những người này tập hợp thành Đảng để cướp chính quyền, lập ra một chế độ độc tài là phe cánh của một giai cấp bóc lột, nắm mọi quyền hành và quyết định mọi việc, không chú ý đến ý kiến của nhân dân. Do đó người dân không được hưởng quyền tự do dân chủ. Họ phải phục tùng theo các quyết định từ phía nhà nước.

Nhìn cách hành xử của nhà đương quyền Việt Nam hiện tại, dưới chế độ độc tài là một thể chế nhà nước chuyên quyền mà ở đó những cá nhân với quyền lực cai trị không giới hạn. Họ tự cho mình quyền tổ chức nhà nước, quyết định chính sách theo hướng họ muốn, họ cho là đúng hoàn toàn, nên họ có thể dùng những biện pháp trù dập những người đối lập để duy trì quyền lực, mà chính họ lại không chịu sự ràng buộc của pháp luật, hiến pháp hay các nhân tố chính trị và xã hội trong một quốc gia. Họ được quyền đứng trên hiến pháp. Khi đó, họ được làm những gì họ cho là đúng, tiếp tục xây dựng quyền lực và củng cố lợi ích cho họ mà không hề sợ bị ai lên án, đàn áp hay kiểm soát.

Sở dĩ Việt Nam Cộng Hòa thua chỉ vì tính nhân bản quá lớn, chế độ theo phương cách tự do nên con người sống có tâm linh, đạo đức và luân lý bao trùm khiến cho quân đội hay chính quyền thường dùng tâm đạo cai trị mà không dám giết người bừa bãi, giống như vụ cải cách ruộng đất mà miền Bắc từng lấy mạng của hàng vạn người dân vô tội. Ngay trong tết Mậu Thân 1968 với ba bốn nghìn dân Huế bị chặt đầu, chôn sống, thủ tiêu. Không một người lính Cộng Hòa nào nhẫn tâm hành xử như vậy. Thua là thua ở chỗ ác tâm. Cho đến bây giờ, khi xác thân người chiến sĩ Việt Nam Cộng Hòa ngã xuống trên quê hương mình mà truy tìm hài cốt vẫn còn phân biệt thì cái thua này vẫn là cái thua của một dân tộc hiếu hòa.

Tôi nhớ câu chuyện xưa kể rằng, có một vị thầy chuyên nghiên cứu về loài gà. Một ngày kia, thầy phát hiện trong rừng có một con chim trĩ đẻ được khá nhiều trứng, liền lặng lẽ nhặt lấy mấy quả mang về. Vừa khéo lúc đó lại có một con gà mẹ cũng đẻ trứng, thầy bèn lấy trứng của gà mẹ đi rồi bỏ trứng của chim trĩ rừng vào. Gà mẹ nhìn thấy trứng không giống nhau, do dự một hồi, nhưng vẫn chấp nhận ấp những quả trứng lạ này, vừa điềm đạm lại vừa cẩn thận, cứ như là đang ấp trứng của chính mình vậy. Sau một thời gian, chim trĩ con nở ra, gà mẹ dẫn chúng vào trong rừng, dùng móng vuốt đào bới đất, tìm kiếm sâu bọ giữa đất và rễ cây, sau đó "cục...cục..." gọi mấy con chim trĩ non đến ăn. Chứng kiến cảnh ấy, vị Thầy hết sức ngạc nhiên. Lũ gà con vốn đều được cho ăn thức ăn nhân tạo, vì sao gà mẹ có thể biết được rằng chim trĩ con không ăn thức ăn chăn nuôi mà chỉ thích ăn giun dế ? Thầy lại lấy một số trứng vịt cho gà mẹ ấp. Lại như lần trước, gà mẹ vẫn không quản nhọc sức ấp số trứng ấy nở ra vịt con. Sau đó, gà mẹ lại dẫn theo đàn vịt con đến bên hồ nước để chúng tập bơi lội. Hai sự việc bất ngờ ấy giúp vị thầy chợt nhận ra một đạo lý. Loài gà vốn bị cho là "não nhỏ", ngốc nghếch, không có tình cảm nhưng thực ra chúng vừa có tình thương, lại có trí tuệ. Gà mẹ không chỉ bao dung, ấp số trứng lạ không phải mình đẻ ra, mà nó còn hiểu được đặc tính của những con trĩ con, vịt con ấy rồi dẫn dắt chúng thực hành kỹ năng sinh tồn mà tạo hóa đã ban cho.

Chắc con người trong hoàn cảnh ấy sẽ ứng xử khác biệt hoàn toàn, bắt lũ vịt con học tiếng gà kêu, bắt chim trĩ rừng ăn thức ăn nhân tạo. Nghĩa là con người luôn muốn cưỡng ép người khác theo quan điểm, suy nghĩ của mình mà chẳng hề quan tâm tới cá tính, thói quen và sở thích của người khác. Những xung đột, hiểu lầm cũng bắt nguồn từ đây.

Trên đây là quan điểm riêng của tôi trong cuộc phỏng vấn với phóng viên Vũ Nhân trên hệ thống SBTN. Dĩ nhiên tôi không có tham vọng bắt mọi người cùng suy nghĩ giống tôi nhưng cũng thầm cầu nguyện cho những kẻ cầm quyền trong nước có ít nhiều đầu óc con gà.

Mong lắm thay!

Trung Thu, Đường Vào Thượng Viện

Đêm rằm trung thu năm nay rơi vào thứ sáu thật kỳ diệu, tỏa ánh sáng lung linh dưới sân chùa Di Lặc, nơi quy tụ thật nhiều các cháu thiếu nhi rước đèn, ăn bánh ngọt và thưởng thức chương trình ca nhạc do nhóm ca sĩ nhí Bảo Trân, Lệ Phương, Krystal Mai, Minh James, Kim Ngân, Phương Trang, Ngọc Hoa, Quỳnh Hương, cùng nữ ca sĩ Hà Thanh Xuân trình diễn thật dễ thương. Theo thông báo chương trình thì ban tổ chức phát 1500 lồng đèn với 1000 cái bánh pía miễn phí để các cháu thiếu nhi vui hưởng phong tục đẹp của văn hóa Việt nơi xứ người.

Đúng ngày rằm tháng tám âm lịch hôm nay, quan niệm dân gian cho rằng ngày này tốt nhất trong năm để tiên đoán mùa màng, như trăng vàng được mùa, trăng xanh gặp thiên tai hay trăng màu cam thì đất nước thái bình thạnh trị. Do vậy, người xưa luôn cho rằng có mối liên hệ giữa cuộc đời và vầng trăng. Trăng tròn và trăng khuyết, niềm vui nỗi buồn, sự đoàn tụ, sum họp hay chia ly. Cũng từ đó, trăng tròn là biểu tượng của sự sum họp và Tết này cũng được gọi là Tết Đoàn viên.

Tết Trung thu ở Việt Nam có từ thời xa xưa, đã được in trên mặt trống đồng Ngọc Lũ. Theo văn bia chùa Đọi năm 1121 thì từ đời nhà Lý, Tết Trung thu từng được chính thức tổ chức ở kinh thành Thăng Long với các hội đua thuyền, múa rối nước và rước đèn. Đến đời vua Lê chúa Trịnh thì Tết Trung thu đã được tổ chức cực kỳ xa hoa trong phủ Chúa để con cháu hoàng gia cùng bá quan văn võ thưởng nguyệt, múa ca.

Nói đến tết là nói đến văn hóa, quê hương và con người. Ai cũng đều có một nơi sinh ra, lớn lên, trưởng thành và đi xa thì luôn nhớ về chốn cũ, chỗ đó chính là quê hương. Dù xa nhà từ thuở ấu thơ nhưng tôi luôn trân trọng đặt quê hương ở trong trái tim, là mảnh đất ấy có cha mẹ, ông bà, bạn bè và tuổi thơ tràn đầy những kỷ niệm đáng nhớ nhất. Tôi yêu quê hương, yêu những con người nơi chân chất đó thật đậm nghĩa đậm tình. Bây giờ nhắm mắt lại, tôi vẫn hình dung từng đàn trâu cần mẫn gặm cỏ trên những cánh đồng. Tôi có thể nằm im giữa sân đình ngắm bầu trời có mây trôi lơ lững, ngắm ác vàng lặn khuất mỗi khi hoàng hôn đổ xuống sau dãy núi Đình cương và chờ đợi chú Cuội, chị Hằng tình tứ dưới gốc cây đa khi mặt trăng nhô lên tỏa sáng, miên man không biết bao lâu cho đến khi đoàn lân khai trống giục tôi trở về thực tại...

Rời hội tết Trung thu Di Lặc, tôi trở về nhà chuẩn bị chương trình họp báo sáng mai, thứ Bảy ba mươi tháng Chín năm Hai ngàn hai ba, tại Việt Museum (635 Phelan Ave. San Jose, CA 95122) để giới thiệu Cựu Hải Quân Đại Tá Cao Hùng sẽ tranh ghế thượng nghị sĩ liên bang của Virginia cho các cơ quan truyền thông tại Bắc California tường lãm.

Đúng mười một giờ trưa, trước tượng đài Cổ thành Quảng Trị, các nhà báo, truyền hình, Đại diện Cộng Đồng Việt Mỹ Bắc CA, các Tổ chức Hội Đoàn, Quân đội, Đảng phái và nhân sĩ vùng Vịnh cùng Đại tá Cao Hùng nghiêm trang chào kính quốc kỳ Mỹ, Việt và phút mặc niệm cũng như đặt vòng hoa dâng lên các anh linh chiến sĩ Việt Nam Cộng Hòa.

Trở lại cuộc họp báo, tôi điều khiển chương trình có nhiệm vụ giới thiệu về Cao Hùng, cựu Hải Quân đại tá Hoa Kỳ, tuyên bố tranh cử chức thượng nghị sĩ liên bang Virginia tại Thượng Viện Hoa Kỳ trong cuộc bầu cử năm 2024. Tranh cử với một người tại nhiệm nhiều kinh nghiệm chính trường là ông Tim Kaine thuộc đảng Dân Chủ, từng là thị trưởng Richmond, phó thống đốc, và thống đốc Virginia, và cũng từng ứng cử phó tổng thống trong liên danh với bà Hillary

Clinton hồi năm 2016, phải là một Cao Hùng bản lãnh, tự tin và đầy đủ uy tín cũng như dollar.

Những vị khách trong ngành truyền thông như quý ông Hoàng Thế Dân, Huỳnh Lương Thiện, Harry Phạm, Phạm Đức Vượng, Triệu Hà, Phạm Lễ v.v... đưa ra những câu hỏi trực tiếp đến cuộc tranh cử của ông cùng những mục tiêu và phương cách hoạt động. Cựu Đại tá Cao Hùng, hậu duệ Việt Nam Cộng Hòa, lần lượt trả lời thỏa đáng với lý do ra tranh cử vì ông đang chứng kiến số lượng tội phạm tràn lan, giá xăng và thực phẩm tăng, khủng hoảng bạo lực, ma túy và di dân lậu tràn ngập ở biên giới. Kỳ này Cao Hùng quyết đến Washington, DC để đấu tranh cho cư dân Virginia được giải quyết các vấn nạn trên. Trách nhiệm của Cao Hùng là phải chống lại những người muốn kiểm soát đời sống cá nhân, làm tan nát từng gia đình. Chúng ta cần những chiến binh thực thụ, chứ không phải chính trị gia, những kẻ quan liêu, những người mặc quần áo sang trọng ngồi làm việc trên bàn phím.

Cũng cần nhắc lại vào năm 2022, Đại tá Cao Hùng, thuộc đảng Cộng Hòa, từng ứng cử tranh chức dân biểu liên bang Địa hạt 10 của Virginia, đối thủ với Dân Biểu Jennifer Wexton thuộc Đảng Dân Chủ nắm giữ, và thua bà chỉ có 6 điểm. Kỳ này với kinh nghiệm cuộc bầu cử trước đã giúp Cao Hùng có cơ hội thắng thế, vì thông điệp của ông lần này sẽ nhắm vào cử tri ngoại ô của các thành phố, địa Hạt 10 là một trong những vùng ngoại ô của tiểu bang, và ông đã đạt thêm 13 điểm trong khu vực này. Về chính sách ngoại giao, Cao Hùng khẳng định một khi trở thành thượng Nghị Sĩ thì ông sẽ tranh đấu để cổ vũ nhân quyền cho người dân Việt Nam, và hơn thế nữa, cho tất cả chúng ta.

Được biết Cao Hùng đến Hoa Kỳ cùng gia đình năm 1975, trở thành học sinh giỏi ở trường trung học Khoa Học và Công Nghệ Thomas Jefferson. Ông có bằng cao học vật lý tại Naval

Postgraduate School và được học bổng của hai đại học MIT và Harvard, Massachusetts, gia nhập quân đội và được đào tạo tại Học Viện Hải Quân Hoa Kỳ ở Annapolis, Maryland.

Cựu Đại tá Cao Hùng từng tham gia chiến đấu ở Iraq, Afghanistan và Somalia, phục vụ trong Lực Lượng Đặc Nhiệm và đội đặc nhiệm SEAL. Các nhiệm vụ phi chiến đấu khác của ông là giúp cân đối ngân sách $140 tỷ của Hải Quân tại Ngũ Giác Đài, tham gia viết chính sách cho Bộ Quốc Phòng, làm việc với lực lượng đặc nhiệm chống khủng bố của FBI ở San Diego, California, và thành lập đội chống bom cho cảnh sát trưởng ở Monterey, California. Ngoài ra, ông cũng tham gia vào nhiều hoạt động nhân đạo và cứu trợ thiên tai ở Pakistan, phục vụ trong các tổ chức phi lợi nhuận giúp trẻ em khiếm thị.

Về nhân thân, Cao Hùng 52 tuổi, vợ là April Cao người Mỹ và năm người con, đầu lòng là con trai 20 tuổi theo nghiệp cha, gia nhập Hải Quân Hoa Kỳ vào Tháng Sáu 2023. Cô con gái nuôi thứ hai là người Thái Lan, thứ ba là cặp nữ song sinh 11 tuổi, và út nam 4 tuổi. Tất cả đều được vợ ông dạy học tại nhà ở Purcellville, Virginia.

Người Việt tỵ nạn đã nhập tịch thành công dân Hoa Kỳ đều mơ về ngày quê hương mình có nền dân chủ, nhân quyền và tự do nhân ái, do đó con đường tranh đấu hữu hiệu nhất là "đầu tư" tiếng nói tại các cơ quan hành pháp, lập pháp và tư pháp Hoa Kỳ hầu can thiệp trực diện với nhà đương quyền Việt Cộng. Ngoài bổn phận công dân đi bầu, Người Việt tỵ nạn luôn có tâm lý chọn lựa người đại diện cho mình phải ý thức một nước Trung Cộng trỗi dậy lấn áp Việt Nam, chèn ép Biển Đông và nhất là đương quyền Việt Nam đàn áp những nhà dân chủ, cản trở dân chúng thực thi quyền tự do theo hiến chương Liên Hiệp Quốc mà Việt Nam là một thành viên. Vì vậy mà những cuộc vận động bầu cử cho ứng viên đáp ứng nguyện vọng trên đều được Cộng Đồng Người Việt Tỵ nạn Cộng Sản hết lòng ủng hộ.

Trường hợp Ứng cử viên Nghị Sĩ Liên Bang Virgina Cựu Đại tá Cao Hùng cũng là tia hy vọng mà Người Việt nơi đây ấp ủ, gửi gắm để tiếng nói vang lên từ quốc hội Hoa Kỳ ảnh hưởng đến quê hương qua đối tác chiến lược toàn diện Việt Mỹ, buộc Việt Nam tuân thủ nền văn minh tín dụng và tôn trọng nhân quyền trong giao tiếp cơ bản mà các quốc gia Châu Phi đã thực hiện thành công từ thế kỷ thứ hai mươi!

Sau buổi họp báo tại San Jose hoàn mãn, ông Long Đặng, ông Jimmy Phan trong ban tổ chức nói lời cảm tạ, đặc biệt đến Giám Đốc Việt Meseum Cao Hồng và quý cơ quan truyền thông bắc California đã hỗ trợ cho Ứng viên dòng chính vào Thượng Viện Hoa Kỳ, rồi thì những vị trong ban tổ chức Bắc California hợp thành phái đoàn cùng tháp tùng Ban Vận Động bầu cử Cao Hùng lái xe thẳng tiến về thành phố Fresno, cách San Jose 200 dặm để gặp gỡ đồng hương tại miền Trung California trong buổi chiều cùng ngày.

MẸ VIỆT NAM

Ngày xưa những bà mẹ quê ở Việt Nam dù giàu hay nghèo và dầu bận rộn làm nhiều việc kiếm tiền đến nỗi không có thời gian cho riêng mình, thế nhưng, hầu như bà mẹ nào cũng dạy dỗ con cái rất cẩn thận từ cách đi đứng cho đến ăn mặc, nói chuyện, cư xử, chẳng hạn như là:

- Khi đi phải nhấc chân lên khỏi mặt đất, không kéo dép lẹt xẹt, gặp người lớn tuổi phải ngả mủ kính chào, thấy đám tang đi ngang qua phải đứng yên tiễn biệt... mới là người thanh tao.
- Khi nhai phải từ tốn, môi khép vào, không được nhai chóp chép thành tiếng, không được húp sùm sụp; uống nước từ ngụm nhỏ, không tu một hơi ừng ực.... mới là người lịch sự.
- Khi gắp thức ăn, không được xới tung lên chọn miếng mình thích, không được gắp miếng này lên bỏ xuống lại chọn miếng khác, không được lấy đũa khuấy trong tô canh ăn chung... mới là người biết vệ sinh và nhường nhịn.
- Khi quét nhà phải quét sạch cả trên, dưới, trong, ngoài... mới là người cẩn thận, biết nhìn toàn cảnh chứ không chỉ biết mỗi lối đi.
- Khi quét sân, phải quét luôn đường đi trước cửa nhà mình và tiện tay quét luôn cho nhà hàng xóm để tất cả cùng sạch mới là người có trách nhiệm với cộng đồng.
- Khi làm lỗi phải biết dũng cảm nhận lỗi, xin lỗi, sửa chữa mới là người biết hướng thiện.

- Khi chưa biết phải hỏi, khi dốt phải học, không được dấu dốt và lắng nghe khi người khác chỉ dạy mới là người khôn ngoan và hiểu biết.
- Khi thấy người ta không biết thì phải chỉ dạy mới là người đàng hoàng.
- Khi thấy người xin ăn, cơ nhỡ phải biết chia sẻ, giúp đỡ mới là người biết yêu thương.
- Khi thấy người sa cơ phải nhận sự giúp đỡ của mình, không được hỏi về quê quán và giúp người mà không để người ta có cảm giác hàm ơn.

Rồi những bà mẹ thường kết luận, nếu con làm được tất cả những điều mẹ dạy thì con thành người bình thường. Đúng là "bình thường tâm thị đạo". Cái bình thường đó bây giờ ở đâu? Lẽ nào nó biến mất theo thời gian khi xã hội ngày nay con người chỉ dán mắt vào màn hình Iphone không thấy ông bà cha mẹ trước mặt để cất lời chào?

Một số các em du học sinh đến từ nước Cộng Hòa Xã Hội Chủ Nghĩa Việt Nam đang theo học cấp đại học hay thạc sĩ mà khi ngồi lại trong khu cafeteria của campus thì xem như chỗ không người. Những cách trò chuyện, bàn tán gái trai đều có những câu chửi thề thật lớn, "lạm phát" trong câu văn y như tiếng đệm "you know" của người Mỹ thường xài. Các em "vô tư" thảo luận, cười đùa mà không cần biết những nhóm sinh viên khác chủng tộc đang trố mắt quan sát. May mà những câu chửi thề bằng loại tiếng Việt "Bùi Hiền" khá mới mẻ khiến cho người tỵ nạn qua sớm cũng hơi "ngẩn tò te".

Nhờ đọc tin tức hằng ngày, tôi có thể hiểu được các em học sinh trong nước không được dạy về ý niệm công ích, không được xã hội khuyến khích những công tác cộng đồng, chẳng hạn học sinh tự ý làm những việc nhỏ nhặt như lượm rác, không vứt bao bì, vỏ trái cây hay tàn thuốc lá bừa bãi, không bứt hoa đạp cỏ tại công viên, đình chùa, nhà thờ miếu mạo, cho tới những việc nhích hơn một tí như tôn trọng luật lệ giao thông, ngừng xe đèn đỏ, đèn vàng hay nhường đường cho ai đó để không gây ra tai nạn chết người, kết quả là những vụ đụng xe ngay lúc tan tầm mà nạn nhân không ai đoái hoài giúp đỡ. Các em học sinh ra đường thì thấy cảnh chen chúc, giành giật về phần mình là chính nên riết rồi quen trong cuộc sống, cho là chuyện thường tình.

Trách nhiệm của người lớn là phải giáo dục sao cho các em biết giữ gìn một không gian sống hợp vệ sinh, có mỹ quan, có ích lợi cho mọi người, trong đó có bản thân các em; tự mình có ý thức lái xe sao cho giao thông được điều hòa, tránh tắc nghẽn và tiết kiệm được thời gian cho tất cả mọi người. Tuy nhiên, ở quốc nội hiện nay phần lớn các bậc phụ huynh lại chỉ muốn được việc cho riêng họ, thỏa mãn ý thích cho họ mà không cần nghĩ tới tha nhân. Từ đó những lợi ích chung cao hơn như luật lệ xã hội, danh dự cộng đồng, uy tín của dân tộc đều bị đi xuống, nạn tham nhũng, hối lộ, cửa quyền thay trắng đổi đen xảy ra hằng giờ, hằng phút, khiến cho ai nấy đều xem những tệ nạn đó là việc bình thường. Thậm chí những ai biết cách vi phạm luật lệ mà không bị phát giác được xem như "khôn ngoan". Từ những nguyên nhân bất thiện trên, xã hội sản sinh ra những kẻ chuyên lừa đảo, gian tham, buôn bán ma túy để có tiền nhanh, rồi móc ngoặc, tạo cơ hội đi hợp tác lao động qua Anh Quốc, Úc Châu, Tân Tây Lan... mướn nhà trồng cần sa ma túy, khiến cho nhiều thanh niên nghe lời phỉnh dụ mà trốn trong thùng xe đông đá để đến nỗi phải chết vì cóng lạnh.

Tôi có biết vợ chồng anh Bình về Việt Nam thăm nhà sau đại dịch Covid 19. Chuyến đi cũng mong được tận mắt làm từ thiện bằng số tiền tích cóp dành dụm bao nhiêu năm, hầu giúp đỡ người tàn tật, nghèo đói, ốm đau, tai nạn tại bệnh viện Ung Bướu Sài Gòn. Quà cáp và ít tiền mặt đã chuẩn bị chu đáo, vậy mà xe vừa đổ xuống thì người ở đâu mà hung tợn, mạnh bạo ùa tới như cướp biển Thái lan. Cái xách tiền của chị Bình mất bao giờ không hay, mấy thùng quà bị bọn thanh niên cường tráng đem đi mất dạng. Ô hô! Những người có mặt nơi đó quá thản nhiên, cho đấy là việc của người khác, không phải của "tôi" nên không cần can thiệp. Tội nghiệp cho những người ung thư đang chờ đợi khám bịnh mà cái đói, cái khát đương hành hạ họ hơn là căn bịnh trầm kha.

Những chuyện trấn lột, ghen tuông hay xiết nợ mà nạn nhân bị hành hung giữa trưa hè Sàigòn mà không một ai can gián. Thậm chí có một nữ sinh bị lột quần áo đánh hội đồng ngay giữa đường phố mà bao người khoanh tay đứng xem, không can ngăn. Người Việt Nam ngày nay tiêm nhiễm thái độ dửng dưng tự bao giờ? Đất nước Việt Nam sao có thể sanh ra những hạng người có thái độ vô cảm, thờ ơ, mất khả năng xúc động trước bất cứ điều gì tủi nhục hay sao? Xã hội không thực hiện tình liên đới, tạo nghi kỵ lẫn nhau là kết quả của những bất công và phi lý từ một chế độ chuyên chế, thúc đẩy hận thù.

Dân tộc Việt Nam là một tập hợp của những con người có cùng nguồn gốc Hồng Bàng, cùng tiếng Việt Nam ba miền Nam Trung Bắc, đồng loạt một ngữ điệu hiểu nhau, cùng tranh đấu hàng ngàn năm giữ nước với dòng lịch sử oai hùng, cùng phong tục, tập quán và văn hóa nhân nghĩa hiếu kính. Từ trước năm 1975, ở miền nam Việt Nam, người dân gắn bó với nhau vì những thụ đắc tự do chung trong quá khứ, vì nhu cầu sống chung trong nền dân chủ hiện tại và những ước vọng chung cho hòa bình tương lai. Bây giờ thay đổi có khác, tinh thần dân tộc có còn như xưa? Nhìn lại những bản án hối lộ của nhóm Việt Á, của đường dây nữ tiếp viên hàng không buôn ma túy, từng tên Bộ trưởng, chủ tịch Ủy ban Tỉnh, Bí thư Thành ủy... khi đưa ra trước vành móng ngựa cũng đều lộ rõ sự tham lam vô độ, ăn hối lộ hàng triệu Mỹ kim, nên tạo ra lớp "văn hóa mới" mà hầu như từ trung ương xuống địa phương đều sống theo kiểu "sống chết mặc bay, tiền thầy bỏ túi".

Một quốc gia Đảng trị là vậy thì thử xem còn lại bao nhiêu người nghĩ đến đất nước, đến dân tộc, đến tương lai của những thế hệ sau? Đất nước bị bán rẻ cho ngoại bang, những nơi đất vàng của Sàigòn, Cần Thơ, Nha Trang, Đà Nẵng, Hải Phòng, Hà Nội do ai đứng tên sổ đỏ là chủ sở hữu; sông ngòi biển cả, núi rừng bị khai thác cũng mặc. Bà con hàng xóm, tình nghĩa đồng bào sống ngay cạnh nhà mình bị đương quyền công an hà khắc, đối xử tàn ác, bất công, bị cướp đất, tống tiền cũng dửng dưng như người qua đường. Vậy thử hỏi nhà đương quyền Cộng Sản cai trị đất nước mà ý niệm dân tộc đã mất thì tinh thần dân tộc hẳn sẽ phải mờ nhạt, tiêu vong.

Chúng ta sống ở Hoa Kỳ, thấy cảnh hai đảng Cộng Hòa, Dân Chủ tìm cái sai ở đối phương đặng lên án, dù có những tiêu cực phát sinh nhưng cũng chính nhờ sự đối lập cực kỳ gay gắt đó mà Đảng nào cũng phải nỗ lực cống hiến cái đẹp, cái tốt cho hạnh phúc nhân dân. Trong khi đó, nhìn lại quê hương mình với gần trăm triệu dân, sáu mươi phần trăm thanh niên nam nữ lại không biết phản đối, không biết đứng lên chỉ trích cái sai, cái ác, cái tồi tệ, kể cả nổi loạn để đòi hỏi những cải cách xã hội, thì đó là dấu hiệu của một quốc gia không có tương lai. Tuổi trẻ là rường cột của nước nhà vốn nhiều lý tưởng, luôn đòi hỏi những gì hoàn thiện hơn, luôn ước mơ xã hội thăng hoa, tốt đẹp hơn. Đất nước cần có những suy nghĩ đột phá và tiếng nói trung thực từ tầng lớp thanh niên mới có thể thay đổi cho phù hợp. Một chính quyền tốt phải biết để cho tuổi trẻ cất lên tiếng nói, đừng dập tắt lý tưởng, tiêu hủy lòng hăng hái và nhẫn tâm giết chết những ước mơ của tầng lớp thanh niên. Thật phi lý khi một chính quyền phải luôn sợ hãi chính người dân của mình, không dám lắng nghe những tiếng nói trung thực từ họ. Đối với lớp trẻ, nếu được giáo dục và khuyến khích đúng hướng, với thời gian trôi qua chúng sẽ trở nên tự tin, khôn ngoan chín chắn và đủ khả năng để đem cả ước mơ, tài năng của mình tô đắp non sông!

Vụ bắt bớ tù đày người thanh niên Lê Anh Hùng, nhà báo độc lập là một điển hình, chỉ vì anh ta lên tiếng trên Facebook để phản đối công an đàn áp nhân quyền. Hoặc trường hợp chị Nguyễn Thúy Hạnh (vợ nhà báo Huỳnh Ngọc Chênh) bị cầm tù vì tội viết lời bình luận lên án Tàu Cộng bắn giết ngư dân Việt Nam... Những người này bị gán tội "lợi dụng quyền tự do dân chủ, xâm phạm lợi ích của nhà nước..." theo bộ luật hình sự, điều 331, phải lãnh án nhiều năm tù, còn đưa họ vào bệnh viện tâm thần để chích thuốc hoại não khi họ tiếp tục phản đối trong lao xá.

Những tầng lớp thanh niên ưu tú sống trong khuôn khổ áp chế, buộc phải phục tùng đám lãnh đạo Ba Đình toàn trị có thể ngoan ngoãn như những con nai tơ, nhưng chắc chắn những "rường cột nước nhà" này sẽ mất hết ý chí phấn đấu cho điều thiện, cho lẽ phải, công lý và cho đất nước, cho dân tộc, một khi ngoại xâm kéo đến. Tuổi trẻ vốn can đảm, ít sợ hãi, không so đo tính toán mưu lợi riêng, nhưng nhà đương quyền lại tống giam, giết chết những khả năng sáng tạo, làm tê liệt sức sống như vậy, thì các thế hệ khác sẽ còn dè dặt, thụ động đến mức độ nào?

"Change" nghĩa là thay đổi, là logo của Barrack Obama khi tranh cử Tổng thống Hoa Kỳ năm 2008. Người Việt Nam trong nước hầu hết đều mong muốn "Change", nhưng không muốn làm, chờ ai đó thay đổi để mình hưởng lợi, đó là kết quả của một xã hội liệt kháng, của nền giáo dục lỗi thời, xu nịnh, dối gạt, từ những tấm gương sợ sệt, thiếu trách nhiệm của đội ngũ giáo viên vì chén cơm manh áo.

Ngay cả niềm tin tôn giáo, cái phao cuối cùng để ký thác tâm linh cũng bị những chức sắc lãnh đạo tinh thần sẵn sàng thỏa hiệp với kẻ xấu ác để lung lạc tín ngưỡng thiêng liêng, chỉ vì chút danh lợi hão huyền. Do đó, cái gọi là luân lý, đạo nghĩa thủy chung trở nên trơ trẽn, không còn mấy giá trị. Tuổi trẻ sống theo bản năng tâm lý thực dụng chỉ để đoạt quyền kiếm lợi. Bà con xóm giềng tương quan với nhau qua lợi dụng, bóc lột, phỉnh phờ; vợ chồng, con cái, bạn bè sát hại lẫn nhau vì tiền, vì sắc, thầy giáo hiếp dâm nữ sinh, nhà trường chạy điểm, Sở giáo dục bán bằng cấp... với thời đại giả dối lên ngôi.

Như câu chuyện Việt Á là vụ tham nhũng điển hình của quan chức, từ Bộ trưởng đến các Giám đốc Sở Y tế trong đại dịch Covid-19. Đây là một trong hàng vạn sự vụ điển hình tồi bại nhất phát sanh từ cơ chế "ưu việt" của nhà nước Cộng Sản, khi quan chức Chính phủ bị truy tố là Nguyễn Thanh Long, Bộ trưởng Y tế; Nguyễn Huỳnh, Tổng thư ký Bộ; Phạm Duy Tuyến, Giám đốc CDC Hải Dương; Trịnh Thanh Hùng, Phó Vụ trưởng Vụ Khoa học của Bộ Công nghệ; Nguyễn Minh Tuấn, Vụ trưởng Trang thiết bị công trình Bộ Y tế; Nguyễn Nam Liên, Vụ trưởng Kế hoạch Tài chính Bộ Y tế; Phạm Xuân Thăng, Bí thư tỉnh Ủy Hải Dương và hàng trăm ông bà cán bộ Y tế các tỉnh thành. Mỗi bị can nhận hối lộ khoảng chừng 2,25 triệu Mỹ Kim thì cộng lại thành mấy chục ngàn tỷ đồng Việt Nam. Số tiền này đủ xây 2 trường đại học cỡ lớn như Đại học Y khoa Sài Gòn. Vậy mà "đầu voi đuôi chuột", Viện Kiểm Soát Tối cao cũng chỉ đạo Toà án Nhân Dân giảm khinh với lý do "có công với Cách mạng", chỉ xử ngang bằng với tội đái bậy ngoài công viên!

Mới đây nhất tại Trà Vinh, cựu Trưởng phòng Thi hành Án Dân sự là Nguyễn Văn Tam, từng là quan chức Tư Pháp cầm cân nẩy mực của Cộng Sản, đi ăn cướp tiệm vàng Toàn Huỳnh Châu trên đường Lê Lợi, Thành Phố Trà Vinh vào khoảng 10 giờ trưa ngày 6 Tháng Mười năm 2023, bị chủ nhân Lê Bá Toàn tri hô đánh đuổi và người dân đổ ra tóm cổ.

Rồi Bộ Giáo Dục, Bộ Văn Hóa cũng rặt một phường, kể hoài không hết! Hành trình trồng người trong hơn nửa thế kỷ qua của Đảng Cộng Sản Việt Nam đã tạo ra một guồng máy bi thảm, cướp bóc, tham nhũng và bất nhân như vậy, thử hỏi đất nước sẽ đi về đâu với hoa tiêu và con tàu mục nát?

Truyền thống hiếu thuận, liêm sỉ, lễ nghĩa, tôn sư trọng đạo, bằng hữu thâm giao, huynh đệ thủ túc, tương thân tương ái mà dân tộc ta trân trọng gìn giữ bao đời nay trở thành khôi hài, vô duyên trong thời đại Xã Hội Chủ Nghĩa. Mẹ Việt Nam ngày nay chỉ là cái xác không hồn. Cho nên, điều cấp bách hiện nay là phải cùng nhau trở về với truyền thống văn hóa dân tộc cổ truyền, phát huy tinh thần đạo nghĩa. Có như vậy thì mới mong chấn chỉnh đất nước, chuẩn bị cho thế hệ thanh niên khôi phục tính tự tin, nhân bản, phóng khoáng, bao dung, hầu chuẩn bị xông pha chiến trường một khi phải đối đầu với ngoại bang xâm lược.

Điều tiên quyết là phải thay đổi thể chế chính trị sai lầm thì mới có thể tạo ra đường lối phát triển đất nước và phương hướng quản trị quốc gia đúng đắn, tạo lập con người mới, hầu tiếp thu những tinh hoa và thành tựu tối ưu của nhân loại để áp dụng cho Việt Nam phát triển, bảo vệ được quyền lợi của dân tộc và chủ quyền quốc gia.

Mong lắm thay!

Lòng Nhân Ái

Ngược dòng Lịch sử Việt Nam, khi cha ông ta sinh sống nơi khởi thủy khai sơn phá thạch, qua hàng vạn năm trước công nguyên đã từng quy tụ nên bộ tộc, nhưng tính từ khi cơ cấu nhà nước được hình thành vào khoảng 700 năm trước công nguyên thì đến nay thì đã được khoảng 2723 năm.

Các nhà khảo cổ đã tìm thấy các di tích chứng minh tổ tiên người Việt từng sinh sống trên dải đất Việt Nam từ thời đại đồ đá cũ, thuộc nền văn hóa Tràng An, Ngườm, Sơn Vi và Soi Nhụ. Vào thời kỳ đồ đá mới thì nền văn hóa Hòa Bình, Bắc Sơn tại đây đã phát triển về chăn nuôi và nông nghiệp, đặc biệt là kỹ thuật trồng lúa nước. Những người Việt tiền sử trên vùng châu thổ phía bắc có nền văn minh sông Hồng và sông Mã đã khai hóa đất đai để trồng trọt, tạo ra một hệ thống đê điều chế ngự được nước lụt, đào nhiều con kênh để phục vụ cho việc trồng lúa, hình thành nền văn minh lúa nước và văn hóa làng xã.

Truyền thuyết cổ xưa kể rằng, từ năm 2879 trước công nguyên thì tổ tiên ta đã thành lập nước Xích Quỷ, cùng thời với niên đại của Tam Hoàng, Ngũ Đế tại Trung Hoa. Đây chỉ là truyền thuyết dân gian, nhưng các nghiên cứu khảo cổ vẫn chưa tìm được bằng chứng về một nước Xích Quỷ đã từng tồn tại. Tuy nhiên, đến thời kỳ đồ sắt, vào khoảng thế kỷ thứ tám trước công nguyên đã xuất hiện nhà nước đầu tiên của người Việt, được khảo cổ học xác nhận trên lãnh thổ Bắc Việt ngày nay. Đó chính là quốc gia do các Vua Hùng đứng đầu. Thời kỳ các Vua Hùng được nhiều nhà khảo cổ ghi nhận là quốc gia có tổ chức tiên khởi, bắt đầu với truyền thuyết Con Rồng cháu Tiên mà người Việt luôn tự hào truyền khẩu đến tận ngày nay.

Lẽ tất nhiên, chúng ta cần hiểu biết lịch sử nước Việt Nam, vì có hiểu được những khó khăn dựng nước và giữ nước của biết bao thế hệ trước, người Việt mới có niềm tự tin và ý thức được bổn phận gìn giữ non sông do cha ông để lại. Tuy nhiên, không phải ai cũng có đủ thời giờ, công sức để tìm đọc các tài liệu đầy đủ chi tiết về dòng cổ sử, nên tôi thường giản lược trong Thăng Hoa Cuộc Đời gồm những sự kiện căn bản dễ đọc, dễ nhớ cho thế hệ con cháu Việt Nam nơi hải ngoại xa tít nửa vòng trái đất luôn ý thức rằng có một Tổ quốc Việt Nam bên kia Thái Bình Dương.

Tinh tuý hướng thượng của tiền nhân là tinh thần của tự do sáng tạo, tự do thể hiện bản thân mình, nên không gian cá nhân ở đây rộng thênh thang. So với các dân tộc khác cùng thời, tổ tiên ta có một nền văn minh tuyệt vời. Dù chưa hề có quan niệm tự do, nhân quyền, hay thực thi chế độ dân chủ, nhưng "Hội Nghị Diên Hồng" là khởi thủy của việc "trưng cầu dân ý", khi nhà Vua hỏi ý kiến dân thường. Đây là một thí dụ điển hình. Trên nguyên tắc đó, Tổ Quốc như là một thực thể cộng đồng độc lập có uy lực hơn cả, trong đó nhà Vua thay mặt thần chúng, là người có vai trò dẫn dắt trong các cuộc chống ngoại bang xâm lược.

Thời đại Đinh, Lê, Lý, Trần thì Phật giáo hưng thạnh, là quốc giáo, các tăng sĩ và Phật tử đều nuôi dưỡng lòng trung thành với tổ quốc, không chấp nhận những kẻ thống trị đến từ ngoại bang. Có nhiều biểu tượng tăng nhân khoác áo bào ra chiến trường để phụng sự quốc gia, bảo vệ chủ quyền dân tộc, hoặc như thiền sư Vạn Hạnh "trụ tích trấn vương kỳ", chống gậy thiền bảo vệ vương nghiệp, tức là gìn giữ lãnh thổ quốc gia. Một vị cao tăng đức trọng như ngài Pháp Thuận sẵn sàng cởi áo cà sa, mặc lên mình bộ y phục của người lái đò để đối đáp với sứ giả nhà Tống, khiến cho kẻ tự phụ phải cúi đầu khâm phục. Thiền sư Mãn Giác được vua Lý Nhân

Tông tha thiết khẩn cầu Ngài làm cố vấn. Sách "Thiền Uyển Tập Anh" chép lời Vua nói: "Bậc chí nhân thị hiện, tất lo việc cứu đời, không hạnh nào chẳng đủ, không việc gì chẳng làm, không phải chỉ có sức định huệ, mà cũng có công phò tá. Vậy xin kính bổ nhiệm ngài." Trong sách chép tiếp: "Vua liền trao cho ngài chức Giáo Nguyên Thiền viện Hoài Tín Đại Sư, lo việc truyền tâm ấn vô tu vô chứng của chư Tổ, lại phụng chiếu vào Đạo tràng trong cung, được vua phong là Tử Đại Sa-môn, phẩm hàm đồng bậc Tam công." Thật ra, người tu hành theo Phật giáo không bao giờ tách mình ra khỏi hơi thở của đời sống dân tộc. Trái lại, các vị thường luôn cố gắng thực hiện sự tương hợp giữa Đạo và Đời.

Bên cạnh đó, người phụ nữ cũng rất được đề cao trong nhiều vai trò xã hội, nhất là việc bảo vệ chủ quyền Tổ quốc. Hình ảnh nhị vị Trưng Nữ Vhay bà Triệu Thị Trinh đều biểu lộ rất đẹp trong cách hành xử chuẩn mực của bậc đế vương, tuy không nói đến nam nữ bình quyền. Giới sĩ phu lúc đó dường như ai nấy đều hết lòng vì nước, tranh đấu cho độc lập dân tộc biến thành "thần linh", yêu nước trở thành một "đạo lý" nên dù có đi vào chỗ chết cũng không tiếc thân mạng. Yêu nước là một phẩm chất cao đẹp vốn có từ khi mới lập quốc của dân tộc ta, như một sợi chỉ đỏ xuyên suốt dòng lịch sử. Ở các làng mạc hẻo lánh, ý thức cộng đồng càng mạnh mẽ, ít thấy sự yếu hèn, nhu nhược. Phẩm chất cao quý và tinh thần bao dung, thương yêu dân chúng cũng là một đặc điểm ưu việt của các vị vua Việt Nam từ xưa. Tư tưởng và phương thức xử thế của nhà vua càng làm cho sự mật thiết giữa triều đình và nhân dân gắn bó thâm sâu. Chính vì thế mà công việc xây dựng một quốc gia thống nhất, phú cường, rõ ràng đã tạo ra một động lực to lớn để bảo vệ Tổ quốc và phát triển xã hội một cách liên tục.

Sự kết hợp gắn bó dân tộc xuyên qua tiến trình lâu dài trong lãnh vực văn hóa, kinh tế, chính trị giữa khung trời hòa bình là sự chuẩn bị chu toàn cho những cuộc tranh đấu chống ngoại xâm đầy máu lửa sau này.

Nghiên cứu dòng sử Việt cho đến ngày nay, hầu hết các sử gia trên thế giới đều biết rõ chính sách xâm lược, tàn sát hủy diệt dã man của quân đội Thành Cát Tư Hãn từng làm khiếp sợ, bẻ gãy hầu hết mọi sự kháng cự ở nhiều nơi trên thế giới. Với cách tổ chức huấn luyện quân đội nổi bật nhất là kỵ binh hùng hậu, có tài phi ngựa bắn tên xuất quỷ nhập thần, họ khiến cho dân chúng ở những nơi họ đi đến đều khiếp đảm không dám chống cự. Họ là lực lượng chiến binh tinh nhuệ nhất, bách chiến bách thắng. Thế mà sau khi Thành Cát Tư Hãn qua đời (1227) chỉ hơn ba thập niên sau (1258), chính đội quân tinh nhuệ và hung hãn này đã bị quân dân nhà Trần đánh cho tan tành, thất điên bát đảo. Nếu chỉ thắng một lần thì người ta có thể cho rằng đó là may mắn hay bất thường, liên tục sau đó nhà Trần đã chiến thắng quân Nguyên Mông cả ba lần thì quả là một sức mạnh bảo vệ đất nước không thể phủ nhận.

Không đành lòng với thất bại lần thứ nhất, năm 1282 quân Nguyên Mông lại hung hăng chuẩn bị kéo sang đánh chiếm nước ta, và lần này rồi cũng chỉ đến giữa năm 1285 chúng đã bị đánh tan tành. Câu hỏi đặt ra là, tại sao một dân tộc người không đông, đất không rộng, vào thời điểm đó lại có thể chiến thắng một quân đội hung hãn mà cả thế giới đều kinh sợ?

Nguyên nhân các trận chiến thắng đó không gì khác hơn là quyết tâm bảo vệ đất nước và sự đoàn kết quân dân như một. Thái sư Trần Thủ Độ trong cương vị người chỉ huy đã dám nói: “Đầu tôi chưa rơi xuống đất, xin bệ hạ đừng lo.” Tự tin và quyết chiến là những yếu tố quyết định chiến thắng, đoàn kết là sách lược tiến công, chấp nhận xả thân vì tổ quốc. “Thiết chế thiên hạ binh mã” thì quân lệnh nghiêm, hai mươi vạn binh lính cùng toàn dân một lòng. Triều đình thấy cần làm cho cả nước nói lên được lòng quả quyết của mình, nên Vua xuống chiếu triệu mời các bô lão toàn quốc thay mặt cho muôn dân đến họp ở điện Diên Hồng để xin ý kiến. Vua hỏi ý dân một cách long trọng thì câu trả lời cũng bằng sự nhiệt tâm thành tín. Đây là lần đầu tiên trong lịch sử Đông Tây suốt thời đại trung cổ, một cuộc "trưng cầu dân ý" trên phạm vi toàn quốc đã thực sự xảy ra.

Ngày mở hội vào tháng 12 năm 1284, lúc thế giặc ngoài biên thùy còn đang mạnh, các bô lão chống gậy vào điện, vua cùng các quan trong triều ra sân nghinh đón. Ngoài đường cơ man nào là người. Nhân dân thành Thăng Long sống những ngày nao nức, họ bàn tán về sự tàn ác của địch quân và thái độ trầm tĩnh tự tin của triều đình, cho nên ý kiến của các cụ là đại biểu ý chí toàn dân.

Trước sự hiện diện của chư vị bô lão, Thượng hoàng Trần Thánh Tông nói rõ tình hình địch quân hung tàn và bên ta chuẩn bị như thế nào, rồi hỏi: "Ý các cụ thế nào?", nhiều bô lão đứng dậy giơ tay đồng thanh hô vang: "Xin đánh, xin đánh." Vua bảo: "Các bô lão đã quyết tâm như vậy, thì Triều đình sẽ dốc hết sức đánh giặc." Thế là cả nước sẵn sàng. Hưng Đạo Đại Vương Trần Quốc Tuấn truyền lệnh hội quân, khởi đầu từ các lộ Hải Đông, Vân Trà, Ba Điểm, tiếp đến là Hưng Vũ Vương Nghiễn, Minh Hiến Vương Uất, Hưng Nhượng Vương Tảng, Hưng Trí Vương Hiện đốc suất 20 vạn quân các xứ Bàng Hà, Na Sầm, Trà Hương, Yên Sinh, Long Nhãn... đều đến hội ở Vạn Kiếp, theo quyền điều khiển của Hưng Đạo Vương để chống quân Nguyên.

Khi lâm trận, Bảo Nghĩa Vương Trần Bình Trọng đánh nhau với giặc ở Đà Mạc, bị vây bắt vì địch quân quá đông. Trần Bình Trọng quyết định tuyệt thực, tướng Nguyên tra hỏi không thèm nói. Chủ soái Thoát Hoan biết tiếng ông, bèn dụ hàng, mang tước vương nước Tàu ra nhử. Bình Trọng thét to: “Ta thà làm quỷ nước Nam cũng không thèm làm vương đất Bắc.” Vì thế ông bị giặc Nguyên Mông giết chết ngày 26 tháng 2 năm 1285.

Lại nữa, khi giặc Mông Cổ đến xâm lăng, Vua thấy Hoài Văn Hầu Trần Quốc Toản còn nhỏ tuổi không cho dự bàn việc nước. Trần Quốc Toản trong lòng buồn bã, phẫn kích nên tay đang cầm quả cam mà bóp nát lúc nào không hay. Sau đó người anh hùng trẻ tuổi này trở về làng huy động hơn 1.000 gia nô và các dân làng, sắm vũ khí, đóng chiến thuyền, thêu một lá cờ lớn với sáu chữ “Phá cường địch báo hoàng ân” (thề diệt giặc mạnh để báo đền ơn nước), rồi cùng quân binh quyết đấu với quân thù, tự mình xông lên hàng đầu khiến quân Nguyên Mông trông thấy đều khiếp sợ. Đến khi Trần Quốc Toản mất, vua rất thương tiếc nên tự thân làm văn tế và phong cho tước vương.

Có những cái chết anh hùng, quá đẹp lưu danh muôn đời, dũng cảm chiến đấu cho Tổ Quốc dù ngã xuống chốn sa trường trên quê hương mình, tôn trọng danh dự quốc gia, thà chết chứ không chịu sống nhục, đó đều là những nguyên nhân giúp dân tộc ta chiến thắng quân xâm lược một cách vẻ vang.

Các dân tộc thiểu số anh em ở vùng biên cương phía Bắc, khi được tin giặc đến cướp nước đều giương cung, bám sát giặc, xông pha vào gươm đao tên đạn mà không hề lùi bước. Mỗi người sống trên dải đất này đều thà chết chứ không chịu để mất quê hương. Đứng trước nạn xâm lăng từ phương Bắc, người người nhà nhà đều hăng hái xông pha bảo vệ đất nước. Vì thế mà lịch sử còn ghi dấu nhiều anh hùng dân tộc thiểu số như Hà Bổng, Hà Hưng Tông làm đến chức Đại tướng quân triều Lý, người dân tộc Tày, được phong làm tướng quân trấn giữ biên cương phía Tây Bắc. Lại như Man trưởng của Lạng Giang là Lương Uất được phong làm Trại chủ Quy Hóa, hay

Hà Tất Năng được phong làm Quan Phục Hầu. Triều đình còn lấy đức nhân hậu, khoan dung đối đãi với người, là chính sách nhân từ hiếm có, có trường hợp phạm trọng tội mà vẫn được tha, như Nùng Trí Cao nổi loạn ở châu Thảng Do, vua Trần Thái Tông phát binh đi đánh, bắt được họ Nùng đưa về kinh đô nhưng tha cho tội chết, lại còn phong cho về giữ châu Quảng Nguyên như trước, mở rộng thêm đất đai ra bốn động Lôi Hỏa, Bình, An, Bà và châu Tư Lang. Từ đó, Nùng Trí Cao cảm phục không còn làm loạn. Về sau, vùng Quảng Nguyên được thịnh trị dưới quyền cai quản của Nùng Trí Cao.

Lấy đức khoan dung đối đãi với người, càng độ lượng thì càng thành tựu, vì sự nối kết duyên lành cùng tha nhân để biểu lộ lòng tín nhiệm với muôn dân. Chúng ta thấy các vua đời Lý luôn gần gũi thân ái với chúng nhân, thương yêu như con ruột; đến triều đại các vua Trần đều ứng dụng nhu hòa, an nhẫn làm trọn vẹn đức từ bi mà hạnh bao dung vốn là một trong những pháp tu dưỡng thiết yếu hoàn thiện nhân cách con người.

Lịch sử còn ghi rằng: "Trước kia người Nguyên Mông vào cướp nước, các Vương hầu, quan lại, nhiều kẻ đến doanh trại xin hàng giặc. Đến khi quân giặc thua, triều chính phát hiện cả một hòm biểu sớ của đám quan lại nước Nam tham sanh úy tử xin hàng giặc, bấy giờ Thượng Hoàng sai đốt hết để dễ yên lòng những kẻ phản trắc."

Quyển Quốc Sử Việt Nam có ghi rõ hơn về Vua Trần Thánh Tông như sau: "Trong thời Ngài làm vua thì đất nước thịnh trị, thái bình. Khi Ngài truyền ngôi cho Trần Nhân Tông thì giặc Nguyên lại cất quân sang đánh lần thứ hai. Sau khi đuổi được giặc khỏi bờ cõi thì vua Trần Nhân Tông họp quần thần văn võ để thưởng những người có công, phạt kẻ có tội. Khi ấy quân lính khiêng mấy hòm sớ hàng giặc của quan quân ra giữa sân rồng để xin vua mở ra xem xét kẻ phản tặc đặng trị tội. Bấy giờ Thượng hoàng Trần Thánh Tông có mặt trong buổi đại triều, Ngài liền ra lệnh cho vua Trần Nhân Tông đem mấy hòm sớ hàng giặc đốt hết và nói rằng, Nguyên Mông xâm lăng hung tợn, thấy thế giặc mạnh, quân ta rút lui, những kẻ này nhát gan, sợ chết nên xin hàng. Bây giờ giặc rút hết rồi, chúng có muốn đầu hàng cũng không ai cho thỏa nguyện. Thôi! Hãy đốt hết đi. Nếu mở ra nêu tên tuổi thì họ nhục nhã và bị xem là kẻ thấp hèn, chi bằng đốt hết những văn sớ nhất thời sợ sệt để họ yên lòng sống với mình cho vui vẻ và cống hiến sức lực cho quốc gia, dân tộc." Qua những tư tưởng và hành động trên, ta thấy không có chế độ triều chính nào xem trọng tinh thần khoan dung độ lượng được như thời đại Lý, Trần.

Hôm nay đây hồi tưởng dòng sử Việt qua hành trạng của những nhà lãnh đạo chứa đầy chân thiện mỹ khiến trái tim ta rung cảm bồi hồi và cảm xúc ấy dâng trong lòng một cơn hoài niệm, nhớ ân đức và cảm tạ những bậc tiền nhân như Vua Trần Thánh Tông, Trần Nhân Tông là những bậc Bồ Tát đại nhân đức, thật lòng bao dung, độ lượng. Trải khắp cổ kim Đông Tây khó có được những mẫu người đại hỷ đại xả, từ bi vô lượng, xứng đáng là bậc "thượng nhân vô nhị", lòng nhân ái cao cả trong chốn Ta bà.

ĂN CHAY

"Lời nói không là dao, mà cắt lòng đau nhói. Lời nói không là khói, mà mắt lại cay cay. Lời nói không là mây, mà đưa ta xa mãi. Sao không ngồi nghĩ lại, nói với nhau nhẹ nhàng!" Cho nên Ông Bà ta thường dạy: "Họa tùng khẩu xuất, bịnh tùng khẩu nhập", nghĩa là tai họa thường do lời nói không chơn chánh phát ra, mà bịnh tật lại bởi cái miệng ăn uống quá độ, không đúng cách nên đau đớn sinh khởi.

Để tránh bệnh tật, hãy mời nghe lời chỉ dẫn của đức Thầy:

Ăn chay khỏi đổ máu đào,
Ăn chay mới được bước vào cửa Thiên,
Ăn chay khỏi bị xích xiềng,
Ăn chay mới thoát khỏi miền trầm luân,
Ăn chay nghiệp chướng mới dừng,
Ăn chay thoát kiếp mình từng trả vay!

Thực vậy, như chúng ta đều biết, các loại thịt và mỡ động vật chứa rất nhiều cholesteral, ăn quá độ thường có hại cho sức khoẻ. Tại sao tổn hại? Bởi vì chất béo sẽ kết tụ trong thành động mạch bên trong, khiến lưu lượng máu dễ bị tắt nghẽn, dẫn đến sự cung cấp máu cho các tế bào không đầy đủ, não bộ dễ suy thoái, nhiều tế bào dễ có nguy cơ bị ung thư và chức năng miễn dịch bị suy giảm, tức là tính đề kháng đối với bịnh tật của cơ thể gần như bị triệt tiêu. Ví như ống nước trong nhà chúng ta chẳng hạn, nếu như có ai đó thường cẩu thả đổ dầu mỡ vào cống lâu ngày thì sẽ bị nghẹt nước, phiền toái sẽ phát sinh.

Do vậy, nếu chúng ta biết cách dùng các loại rau đậu, trái cây, sinh tố như một công cụ tẩy trừ độc tố trong máu và rửa thành động mạch thường xuyên thì máu huyết dễ lưu thông, đưa oxy và chất dinh dưỡng đi nuôi khắp các tế bào trong cơ thể, giúp cho thịt, gân, xương, tủy đều được khỏe mạnh, điều hòa.

Các loại sinh tố (vitamin) có nhiều trong rau quả sẽ giúp cơ thể chúng ta sống lâu, trẻ và khỏe mạnh, nó là "phân bón", là khoáng chất tiếp liệu cho thân thể cùng làn da mượt mà không bị khô cằn. Xưa nay các vị tu sĩ Phật giáo thường ăn nhiều rau đậu và quý ngài cũng thường có thọ mạng trên tám, chín chục tuổi mà tinh thần vẫn còn minh mẫn. Vậy bí quyết gì giữ cho cuộc sống được lâu dài và tinh thần sáng suốt như vậy? Xin thưa, đó là ăn chay.

Vậy ăn chay có đầy đủ sinh tố hay không? Cũng xin thưa rằng, chẳng những đủ mà còn dư nữa. Đầy đủ sinh tố và khoáng chất giúp chúng ta chống lại bịnh tật, làm chậm tiến trình lão hóa, già yếu. Nhưng làm thế nào để biết những thực vật thiết yếu ấy có đủ dinh dưỡng sử dụng hàng ngày? Xin đáp ngay rằng, đó là các sinh tố gồm nhiều loại như beta carotene, sinh tố A, B, C, D, E, folic acid, cộng thêm các khoáng chất gồm có calcium, phosphorus, sắt, iodine, mangamese, magnesium, đồng, kẽm, thiếc và kền.

Câu hỏi được đặt ra là, ăn chay tức không dùng thịt động vật và cá, tôm, ốc, hến... thì làm sao đủ những chất bổ dưỡng vừa nêu trên? Quan niệm đó đã dẫn đến nhiều sai lầm về cách chuẩn bị phần ăn hằng ngày, đưa đến việc cung cấp những độc tố xâm nhập vào máu, vào xương tủy từng phút mà chúng ta cho là bổ dưỡng. Chẳng hạn như trứng gà hay hột vịt lộn thường dùng hằng ngày sẽ là một tác nhân gây nhiều chứng bịnh liên quan đến gan và tụy tạng. Do đó, chúng ta cần phải thay đổi khẩu vị và cách ăn uống với mục đích ngăn ngừa bịnh tật xảy ra.

Ai cũng biết hơn 60% bịnh hoạn của chúng ta là do cách ăn uống không dè dặt, không nghiên cứu đầy đủ sự hấp thụ của cơ thể, vì cơ thể con người cần nhiều loại vitamin và khoáng chất để hài hòa và giúp phát triển xương, bắp thịt và thần kinh. Do đó, nhiều người chỉ thường ăn thịt bò hay thịt heo trong khẩu phần hằng ngày sẽ dẫn đến các bịnh đau nhức hay còn gọi là bịnh Gout, tim mạch dễ có nguy cơ vỡ ra, là nguyên nhân chính của hiệu ứng bể mạch máu não, dẫn đến bại liệt, ngay cả tử vong.

Vậy các sinh tố vừa kể trên nằm ở đâu? Xin thưa:

- Sinh tố E: có trong dầu đậu nành hay dầu bắp, hạt củ và rau đậu.
- Sinh tố C: thường có trong các rau củ quả như ớt chuông xanh, ớt chuông đỏ, bí, ngô, đu đủ, dâu tây, bắp cải, cam, chanh, xoài, cà chua, brocolli v.v... Sinh tố C rất quan trọng vì nó chống lại lão hóa và tăng cường trí nhớ, hạ áp huyết, giảm lượng cholesterol, tránh máu đông thành cục và mạch máu khỏi bị hủy hoại.
- Sinh tố B6 và B12 là cần thiết nhất cho người già, có nhiều trong ngũ cốc, đậu phụng, đậu nành, khoai tây và mận khô. Nó chống lại bệnh run rẩy và lú lẩn.
- Sinh Tố D: có trong ánh nắng mặt trời và sữa đậu nành, sinh tố D cần thiết cho xương, chặn đứng cao áp huyết và ung thư, ngăn chất cholesterol đóng trong thành động mạch.
- Sinh tố A: có nhiều trong cà rốt, củ dền và trái cây gần chín.
- Các khoáng chất nêu trên hầu hết nằm trong các loại rau, củ, quả và trái cây nên chúng ta không cần nêu lên đây.

Như vậy chúng ta có câu trả lời là ăn chay, tiêu thụ những loại rau quả và những món ngon tinh chế từ thảo mộc, rau quả, hạt trái và các loại đậu sẽ cung cấp cho cơ thể chúng ta một lượng vitamin tổng hợp nhằm tăng cường sức khỏe, bồi bổ chức năng, chống lại bịnh tật và gia tăng tuổi thọ.

Lấy ví dụ như một tô bún Huế, một tô phở Bắc hoặc một tô mì Quảng của nhà hàng chay được nghiên cứu và chế biến như là một tô dược thảo tổng hợp các loại Vitamin, vừa ngon miệng, thơm ngon, tinh khiết mà quý thực khách cần thiết phải bồi dưỡng hằng ngày để sống khỏe, trường thọ và an vui.

Qua nhiều năm ăn chay và nghiên cứu để mở ra nhà hàng chay phục vụ thực khách, tôi rút ra được những lợi ích thiết thực của việc ăn chay hằng ngày như sau:

1. Cuộc sống vui tươi trường thọ vì người ăn chay sống lâu hơn người ăn thịt khoảng 15 năm theo nghiên cứu của Loma Linda University.
2. Quả tim sẽ khỏe mạnh hơn vì không bị bịnh cardiovascular disease hoại tim, bịnh này xuất phát từ thịt động vật gây ra.
3. Giảm thiểu bịnh ung thư. The National Cancer Institude nghiên cứu người ăn chay có nguy cơ ung thư khoảng 5% trong khi ngươì ăn thịt cá có nguy cơ ung thư lên đến 30%.
4. Tiết kiệm ngân sách gia đình: Ăn chay có thể tiết kiệm đến hơn 4.500 đô-la Mỹ hằng năm cho một người.
5. Màu sắc đa dạng trong thực phẩm. Một nghiên cứu y khoa cho thấy màu sắc đa dạng của hoa quả rau đậu làm cho cơ thể tăng trưởng đều đặn, ngăn ngừa nhiều bịnh hoạn trong ngũ tạng, lục phủ.
6. Cơ thể trong lành như mùa xuân, vì bao tử dễ hấp thụ sinh tố để đẩy những độc tố ra khỏi cơ thể. Rau quả là một kho dược tính hảo hạng làm tươi mát thân tâm.
7. Giúp tăng hệ sinh thái môi trường tốt vì giảm phế thải và độc tố do gia súc tạo ra ammonia gases từ nước tiểu

súc vật; giảm tối đa hóa chất toxic, exhaut, poison gases từ dụng cụ chăn nuôi.

8. Xương sẽ dai hơn, ít vôi hóa, không bị đau lưng, cột sống. Theo tạp chí y khoa nghiên cứu thì phụ nữ ăn chay sẽ mất 18% xương ở tuổi 65, ăn thịt sẽ mất đến 32%, nhất là ăn chay không bị bịnh Gout và mọc mụn ở ruột già.
9. Giúp giảm nạn đói trên địa cầu vì 72% ngũ cốc sản xuất ở Hoa Kỳ dùng cho súc vật. Số gia súc này nuôi khoảng 25 triệu người, nhưng nếu dùng đất canh tác hoa màu để sản xuất thì ngũ cốc này sẽ nuôi được số người nhiều hơn gấp 20 lần.
10. Cơ thể tránh được hóa chất toxic vì chất độc hại từ thịt, cá gồm có thủy ngân, chì, cadmium, acid arsenic... thấm vào người dễ gây ung thư gan, phổi và lá lách cũng như bịnh hay quên.
11. Tập cho thế hệ tương lai ý thức đời sống trường thọ, vui vẻ, đơn giản và thông minh hơn, vì người ăn rau có chỉ số thông minh cao hơn khoảng 0.7% so với những người ăn thịt động vật.
12. Tránh bịnh truyền nhiễm từ xương súc vật, bởi vì xương súc vật chứa rất nhiều vi khuẩn, là nguyên nhân dẫn đến tử vong cho mười ngàn người Mỹ mỗi năm, theo nghiên cứu của Dr. Michael Klaper, tác giả sách Pregnancy, Children and a Vegan Diet (Gentle World Inc. 1988).
13. Tính khí trở nên hiền hòa, vui vẻ, bởi vì thịt động vật trước khi bị mổ xẻ đã có mầm mống giận dữ, nên khi ăn vào là nguyên nhân của sự bất an, nóng nảy. Rau và hoa quả có nhiều chất xơ (fiber) làm cho thần kinh bớt căng thẳng, bao tử không bị gas và thận lọc được nhẹ nhàng

14. Ăn chay giúp làm giàu quốc gia, vì hằng năm Hoa Kỳ phải chi ra 120 tỷ đô-la để trị bịnh ung thư, tim mạch, tiểu đường, do chế độ ăn uống làm bằng thịt động vật.
15. Bảo vệ nguồn nước thiên nhiên trong lành. Chúng ta hãy tưởng tượng ngành chăn nuôi phải dùng 2.500 gallon nước để chỉ lấy được 1 pound thịt bò, trong khi đó sử dụng 25 gallon nước sẽ cho ra được 1 pound lúa mì.

Trong Phật giáo Đại thừa, chủ trương ăn chay là cốt yếu để nuôi dưỡng lòng từ bi và tinh thần bình đẳng, vì vạn loại chúng sinh đều là anh em, có sự sống và mong được sống; để biểu hiện tình thương yêu cho nhau ta không nên ăn thịt lẫn nhau. Ngoài ra đó cũng là thể hiện một cách hành xử khôn ngoan, như Khổng tử từng khuyên dạy: "Kỷ sở bất dục, vật thi ư nhân." (Những gì mình không muốn thì cũng đừng làm cho người khác.) Hết thảy chúng sanh đều yêu quý thân mạng, sự sống, chúng ta không thể vì sự sống của mình mà giết hại, cướp đoạt sự sống của những chúng sanh khác.

Trong thế giới ngày nay, nhiều danh nhân nổi tiếng thường lựa chọn ăn chay, có thể vì cơ địa hay sức khỏe, hoặc cũng có thể ăn chay vì môi trường; nhưng dù sao hay vì bất cứ lý do gì thì ăn chay vẫn được xem là một phương pháp thực dưỡng giúp khai mở trí tuệ chân chính và sức khỏe tráng kiện.

Nhà danh họa và điêu khắc gia Léonard Da Vinci (1452-1519) người Ý Đại Lợi, đồng thời cũng là một thi sĩ nổi tiếng trên thế giới, quan niệm ăn chay là đạo đức của con người. Sự ăn chay sẽ tránh được những tội ác về sát sinh. Cùng một quan niệm trên, ông Benjamin Franklin (1706-1790), một khoa học gia và là một chính trị gia nổi tiếng của Hoa Kỳ, người bắt đầu ăn chay từ năm 16 tuổi, đã bảo rằng nhờ ăn chay mà cơ thể của ông được trong sạch, tinh thần của ông được minh mẫn, trí óc của ông được tiến bộ và sự hiểu biết của ông được nhanh chóng tinh tường hơn. Đặc biệt là Albert Einstein (1879 - 1955), nhà bác học nổi danh của thế kỷ thứ 20, người đã phát minh ra thuyết tương đối và được tặng giải Nobel về vật lý học năm 1921, cũng là một người ăn chay trường. Ông từng phát biểu: "Không gì ích lợi cho sức khỏe của con người để có cơ hội sống lâu trên quả địa cầu này bằng cách ăn chay." Văn hào nước Nga là Léon Tolstoi (1828 - 1910) đã thọ trường trai từ năm 1885. Ông chống đối thú săn bắn của giai cấp quý tộc và trưởng giả. Ông cũng chủ trương không sát sinh, chủ trương chủ thuyết hòa bình và ăn chay, tôn trọng sự sống của các loài sinh vật khác. Ông tiên đoán những bạo động xảy ra triền miên trên thế giới chỉ vì loài người không biết tự kiềm chế tham vọng của mình. Sự kiện ngày càng tệ hại hơn và có thể xảy ra những cuộc chiến tranh khốc liệt làm xáo trộn cuộc sống an bình của nhân loại.

Ngài Mohandas Karamchan Gandhi, nhà cách mạng chủ trương bất bạo động được nhân dân Ấn Độ tôn thờ là bậc Thánh nhân, cũng là người đã ăn chay từ thuở nhỏ. Thân sinh của Ngài vốn theo đạo Hindus nên gia đình của Ngài là một gia đình đạo đức và tất cả đều ăn chay theo giáo lý tốt lành của tôn giáo đó. Mohandas Gandhi từng nói: "Đã đến lúc chúng ta cần phải sửa sai một số tư tưởng lầm lẫn, cho rằng ăn chay sẽ làm cho tinh thần chúng ta bị bạc nhược, thụ động và nhụt chí phấn đấu. Dù trong tình huống nào, tôi vẫn không xem việc ăn thịt là cần thiết."

Nhà sáng lập Facebook: Mr. Mark Zuckerberg đã viết trên trang cá nhân: "Tôi nghĩ rằng rất nhiều người quên rằng vì bạn muốn ăn thịt, động vật phải mất mạng. Cho nên, mục tiêu của tôi là không cho phép mình quên chuyện này và tôi cảm ơn tất cả các loài động vật."

Ăn chay là chìa khóa dẫn đến hạnh phúc, quý độc giả yêu quý của tôi ơi! Quý vị không nên chần chờ gì nữa, hãy thực tập cách ăn uống ngay hôm nay để chúng ta sống đời an lạc và trường thọ. Xin mời đến Di Lặc Vegetarian Restaurant - *2850 Quimby Road, Suite #125 San Jose, CA. 95148* để bổ túc sinh tố cho cơ thể quý giá này với câu khẩu hiệu "Ăn Chay, Ăn Ngay!"

Thôi thì giờ đây chúng ta nên suy ngẫm lời thơ Nam Hoa để chiêm nghiệm xem sao:

Ăn chay thân thể nhẹ nhàng.
Văn chương thơ phú dễ dàng xuất ra.
Miệng cười tươi đỏ như hoa.
Nhìn ai cũng thấy thật là dễ thương.

Mong lắm thay!

Diễn Biến Hòa Bình

Tình trạng tham nhũng tại Việt Nam trở thành quốc nạn, theo xếp hạng của Tổ chức Minh bạch Quốc tế đã công bố thì Việt Nam đứng quá thấp trong 180 quốc gia trên thế giới, có nạn tham nhũng nghiêm trọng nhất. Những vụ án mang tính quốc tế xuyên quốc gia như Tổng Công ty xây lắp dầu khí Việt Nam với Trịnh Xuân Thanh và Đinh La Thăng, vụ án nhận hối lộ tại Cục Lãnh sự Ngoại giao, liên quan đến Thứ trưởng Bộ Ngoại giao, vụ thâu tóm đất vàng tại Công ty Nova Bắc Nam và Novaland tại Đà Nẵng liên quan đến hai thứ trưởng Bộ Công an, vụ bảo kê cho đường dây đánh bạc trực tuyến lớn nhất Việt Nam do các tướng quân đội cầm đầu, hay vụ lãnh đạo Bộ y tế đã câu kết với các bệnh viện và công ty tư nhân để nâng giá thiết bị y tế hưởng lợi bất chính, đẩy giá kít xét nghiệm Covid-19 của Công ty Cổ phần Việt Á lên cao ngất ngưởng v.v... và hàng trăm vụ án động trời mà kẻ trong cuộc là những Ủy viên bộ chính trị, Tổng giám đốc, Bộ trưởng, Thứ trưởng cho đến hàng tướng lãnh cao cấp của quân đội, Bí thư Đảng ủy... cũng đã đưa ra xét xử mà hầu như Tòa án luôn bao che hay xử lý không nghiêm minh, có thu hồi tài sản bị thất thoát hoặc trừng phạt cũng chỉ lấy lệ mà thôi, khiến dân chúng không còn tin vào hệ thống pháp luật của nhà nước.

Nhìn lại thời kỳ cuối thập niên tám mươi sang đầu thập niên chín mươi của thế kỷ XX, khi đế quốc đỏ Liên Xô sụp đổ kéo theo sự tan tành hệ thống các nước xã hội chủ nghĩa Đông Âu, nhiều người dự đoán Trung Cộng, Việt Cộng, Bắc Hàn, Cuba chắc chắn không thể tồn tại, sẽ bị sụp đổ trong tương lai gần thôi. Các nước Xã Hội Chủ Nghĩa này dựa vào chủ nghĩa Marxist Leninist, xem Liên Xô là thành trì kiên cố của hệ thống Xã hội Chủ nghĩa toàn cầu.

Khi Liên Xô sụp đổ thì tình hình Việt Nam suy đồi toàn diện, nội bộ đảng Cộng sản phân hóa cùng cực, chế độ thì mất lòng dân, kinh tế chỉ huy tập trung bao cấp thì đi từ thất bại này đến thất bại khác, đưa đất nước vào hàng ngũ năm nước nghèo đói nhất thế giới. Trong khi đó, về mặt đối ngoại thì bị Hoa Kỳ và các nước đồng minh cấm vận; bị bao vây cô lập trên trường quốc tế bởi chế độ vi phạm nhân quyền nghiêm trọng.

Đã ba thập niên trôi qua, Cộng sản Việt Nam vẫn tồn tại trong một chế độ độc tài toàn trị chưa bị sụp đổ theo Liên Bang Xô Viết, giờ đây Hoa Kỳ và Việt Nam cùng nâng cấp lên hàng đối tác chiến lược toàn diện, do nhu cầu kinh tế với kế sách hoàn cầu cùng chống Trung Cộng bành trướng tại Biển Đông, nên càng ngày Việt Nam càng xích lại gần hơn với "kẻ thù đối phương" chuyển thành "bạn bè đối tác". Sự thay đổi này do Hoa Kỳ và các cường quốc dân chủ muốn Việt Nam chuyển hướng qua đa đảng, đa nguyên, dần dần tạo nên một quốc gia có nhân quyền và tự do dân chủ khiến cho các tổ chức dân sự tranh đấu cho nhân quyền, các nhà dân chủ hay các Đảng phái Quốc Gia chống Cộng, muốn chế độ toàn trị độc tài sớm thay đổi thì bây giờ lại không được sự đồng tình ủng hộ của Hoa Kỳ hay các quốc gia dân chủ khác. Dĩ nhiên đó là quyền lợi của các quốc gia vừa nêu, nhưng trên thực tế thì một quốc gia Cộng Sản với bản chất lừa lọc và dối trá thì chỉ có người dân Việt Nam mới thấy hết bụng dạ của kẻ điêu ngoa.

Cộng Sản Việt Nam càng củng cố chế độ cai trị tàn bạo, cấu kết với ngoại bang bao nhiêu thì người Việt Quốc Gia càng thử thách khó khăn bấy nhiêu. Người Việt hải ngoại chừng khoảng năm triệu, so với một trăm triệu nhân dân trong nước thì sự tương quan này bị mất thăng bằng. Cộng Sản Việt Nam có quân đội và công an sắt máu, sẵn sàng đàn áp, giết chết bất kỳ ai biểu tình phản đối, dùng bạo lực trấn áp nhân dân và tước đoạt các quyền tự do dân chủ, nhân quyền, trấn áp mọi sức phản kháng của người dân bằng vũ lực, hoặc thủ tiêu trong đồn công an. Đó là những hòn đá cản đường tiến trình dân chủ hóa đất nước.

Tuy nhiên, người Việt quốc gia luôn nuôi dưỡng ý chí chống cộng và niềm tin tất thắng vào chính nghĩa quốc gia dân tộc. Người Việt hải ngoại tiếp tục công cuộc chống cộng cho đến hôm nay vì niềm tin tất thắng này nơi tương lai và vì tinh thần dân chủ khiến động lực thúc đẩy người Việt Quốc gia tiếp tục tranh đấu cho quê hương có tự do và tôn trọng nhân quyền như nơi họ đang sống.

Ở trong nước, các cuộc biểu tình cũng đã từng xảy ra trong lúc chế độ tham nhũng, lung lay niềm tin. Tuy thế, trong những thời khắc suy yếu cùng cực của Việt Cộng, thì các lực lượng chống cộng không kết hợp được quần chúng để thay đổi chế độ. Điều này do Cộng Sản biết tự cứu bằng thủ thuật "mềm nắn, rắn buông", "lùi một bước rồi sau đó lại siết hai bước". Các vụ biểu tình chống Trung Cộng, vụ Formosa v.v... là những thí dụ.

Thật ra, một chế độ phản dân hại nước thì trước sau gì cũng phải tiêu vong. Theo quy luật tự nhiên thì Cộng sản Việt Nam phải đến lúc bị thay thế, rồi sẽ phải ra đi. Khi bước vào quỹ đạo dân chủ của cái gọi là quan hệ đối tác chiến lược toàn diện thì sớm muộn gì cũng phải xoay chiều. Nhân là tác động, duyên là sức đẩy và quả chính là chiều hướng nghiêng về dân chủ. Thời gian sẽ làm cho những con người Cộng Sản phản tỉnh cùng với người Việt quốc gia thức tỉnh ngồi lại cùng hình thành một chế độ dân chủ, đa nguyên.

Ngay cả Nguyễn Phú Trọng là Tổng Bí Thư đảng Việt cộng trong nước cũng biết rõ chiều hướng một khi đi chung đường với Hoa Kỳ là không thể đảo ngược lại được; và rồi Việt Nam nhất định sẽ đi đến dân chủ, tự do và nhân quyền, dù ông Tổng Trọng có đổ thừa cho âm mưu diễn biến hòa bình bởi các thế lực thù địch đi chăng nữa thì con đường này vẫn sẽ phải xảy ra.

Đám tư bản đỏ đã hiện nguyên hình là những kẻ tham nhũng, ác độc và ích kỷ. Chúng đã từ chối mục tiêu và lý tưởng Cộng sản từ lâu để dùng thủ đoạn lấy tiền từ mọi phía đặng mua xe, xây nhà, cho con đi du học Hoa Kỳ, bồ nhí, vợ lẽ... thì cái chế độ Cộng Hòa Xã hội Chủ Nghĩa Việt Nam cùng Đảng Việt Cộng chỉ còn là chiêu bài trên mặt giấy tờ ngoại giao mà thôi. Đây là con đường diễn biến hòa bình đang từng bước xảy ra trên đất Việt.

Vậy thì Diễn Biến Hoà Bình là gì? Thật ra đó là chiến lược "diễn biến hòa bình" ra đời vào thời kỳ chiến tranh lạnh những năm 1945, trong bối cảnh quốc tế đang biến động phức tạp giữa Tự do và Cộng sản. Đây là chương trình hành động chiến lược tổng hợp, dùng biện pháp "phi vũ trang" là chủ yếu nhằm khai sinh ra những nhóm dân sự chống lại đường lối độc tài để kêu gọi người dân nổi lên lật đổ chế độ chính trị ở các nước xã hội chủ nghĩa Cộng Sản.

Sau chiến tranh thế giới lần thứ hai thì Liên bang Xô Viết đưa hệ thống xã hội chủ nghĩa ra nhiều quốc gia chưa phát triển để hình thành những cuộc nổi dậy đòi độc lập, tự trị v.v... Trước tình hình nguy hiểm khi thế giới dễ dàng bị nhuộm đỏ bởi chủ nghĩa Marxist không tưởng, Hoa Kỳ liền thiết lập chương trình và tìm kiếm giải pháp chiến lược nhằm ngăn chặn "làn sóng Đỏ Cộng sản" từ Đông Âu và Liên Xô tràn đến Á châu và Phi Châu.

Giải pháp vũ trang như bom nguyên tử, quân đội, xe tăng, tàu ngầm... có thể sẽ làm cho thế giới tan hoang. Giữa cây gậy và củ cà rốt thì thức ăn ảnh hưởng đến bao tử sớm nhất, do đó đầu năm 1946, khi còn là đại diện lâm thời của Hoa Kỳ ở Liên Xô, Ông G. Kennan đã kiến nghị với Tòa Bạch Ốc rằng cần phải thực hiện giải pháp ngăn chặn làn sóng đỏ bằng cách gieo vào trong lòng chế độ Xô viết những mầm mống tự thủ tiêu, cho củ cà rốt để làm "mềm hóa từng bước" vào bao tử rồi cuối cùng tan rã, hơn là dùng vũ lực quân đội, xe tăng... tấn công đối phương.

Với ý niệm của ông Kennan đầy tính thuyết phục trên cơ sở lý luận vững chắc, Tổng thống Harry S. Truman đã thực hiện chiến lược che chắn, ngăn chặn chủ nghĩa Cộng Sản bành trướng; phát động cuộc chiến tranh lạnh để đối đầu quyết liệt và toàn diện với Liên Xô bằng truyền thông đại chúng, dùng lối chiến tranh tâm lý, phát triển chạy đua vũ trang, cấm vận kinh tế, lập vành đai bao quanh, hòng cô lập Liên bang Xô viết cũng như các nước theo hệ thống xã hội chủ nghĩa.

Tổng Thống Hoa Kỳ Harry S. Truman đề nghị Quốc hội viện trợ cho Hy Lạp và Thổ Nhĩ Kỳ 400 triệu USD vào ngày 12 tháng 3 năm 1947 và cử nhân viên quân sự, dân sự đến giúp duy trì nền dân chủ, để các nước này không bị ngả vào lòng Cộng sản giống các nước Đông Âu. Tháng 11 năm 1947, Hoa Kỳ đưa ra Kế hoạch Marshall, viện trợ 14 tỷ Mỹ kim giúp các nước Tây Âu phục hồi kinh tế sau chiến tranh thế giới lần thứ hai kết thúc, loại bỏ những bộ trưởng có khuynh hướng thiên tả, ưa chủ nghĩa Cộng sản ra khỏi chính phủ liên hiệp, thúc đẩy sự phát triển các lực lượng dân chủ để hình thành tư tưởng và giáo dục nhân quyền, tự do, dân chủ, các quyền căn bản của con người đang bị Cộng Sản tước đoạt, để nhân dân các nước Cộng sản ý thức quyền lợi chính đáng của mình.

Những năm đầu thập niên 60 của thế kỷ XX thì diễn biến hòa bình trở thành chiến lược hòa bình, Tổng thống John F. Kennedy một mặt tiếp tục thực hiện chính sách cứng rắn như bao vây, cấm vận, chống đối nhưng mặt khác vạch kế hoạch hòa bình với Liên Xô vào tháng 6 năm 1961, đề xướng liên minh vì tiến bộ, chi 20 tỷ USD viện trợ cho châu Mỹ La-tinh, thành lập đội hòa bình ở châu Phi chống lại sự bành trướng của Liên Xô. Tổng thống Dwight D. Eisenhower thì điều chỉnh chiến lược quân sự trả đũa ồ ạt trước đây thành chiến lược phản ứng linh hoạt, tiến hành cuộc chiến chống Cộng Sản đang bành trướng tại Việt Nam. Thời kỳ Tổng Thống Richard Nixon trở lại chính sách "cây gậy và củ cà rốt", đàm phán trên thế mạnh bằng răn đe hạt nhân, nhưng bắt đầu tinh giảm lực lượng quân sự ở nước ngoài, tăng cường tiếp xúc hòa bình với các nước xã hội chủ nghĩa như Trung Cộng, Nga Xô rồi lấy sự hòa hoãn thay dần cho "chiến tranh lạnh", chú trọng việc tuyên truyền tư tưởng tự do và văn hóa nhân bản, hợp tác đầu tư kinh tế để dân chúng các quốc gia Cộng Sản thấy được giá trị Dân Chủ, Nhân Quyền, tư hữu đặng "bất chiến tự nhiên thành" qua hình ảnh các nước Đông Âu, Liên Xô, Đông Đức lần lượt thay đổi chế độ, tôn vinh dân chủ, tự do, dân quyền và nhân vị.

Như vậy thì diễn biến hòa bình là chiến lược ngăn chặn sự phát triển của chế độ Cộng sản mà không phải dùng vũ lực hay quân đội gây chiến lẫn nhau. Qua kinh nghiệm thúc đẩy sự sụp đổ của chế độ xã hội chủ nghĩa ở Liên Xô và các nước Đông Âu một cách nhẹ nhàng, không đổ máu thì vấn đề thiết lập những tổ chức xã hội dân sự như kiểu Công đoàn Đoàn kết Ba lan còn gọi là Công đoàn Độc lập Tự trị "Đoàn kết", là một phong trào chính trị-xã hội được thành lập vào tháng 9 năm 1980 tại Xưởng đóng tàu Gdańsk, Ba Lan, dưới sự lãnh đạo của Lech Walesa. Đây là tổ chức then chốt trong việc chấm dứt chế độ xã hội chủ nghĩa do đảng Cộng sản lãnh đạo theo chủ nghĩa Marxist Leninist tại Ba Lan.

Từ ngày đầu thành lập năm 1980 đến chiến thắng nắm chính quyền năm 1990, khi Ba Lan bầu Lech Walesa làm Tổng thống dân chủ đầu tiên, xóa bỏ chế độ độc tài Cộng Sản, là một thập niên chông gai, tù tội, đấu tranh trong máu lửa và pháp lý để rồi được Toà án Tối cao công nhận Công đoàn Đoàn kết Ba lan là tổ chức hợp pháp, được quyền bầu cử, ứng cử tự do. Đó là lộ trình diễn biến hòa bình thật sự.

Việt Nam ngày nay với tham nhũng tột độ, lạm phát tăng cao, tệ nạn bá quyền, cường hào ác bá nổi lên như nấm sau mưa, khủng khoảng kinh tế, xã hội đạo đức suy đồi, công nghiệp đình trệ, thiếu vật tư, lương thực, thực phẩm thì độc hại, bộ máy nhà nước quan liêu, kém hiệu quả, tù nhân lương tâm bị đày đọa... là bức tranh tổng thể của một nhà nước Ba Lan suy sụp dưới chế độ Cộng Sản những năm thập niên tám mươi của thế kỷ XX.

Vận mệnh tương lai của Việt Nam nằm trong tay người Việt Nam. Muốn đất nước tươi sáng như Ba lan ngày nay thì cái giá của đấu tranh, tù đày và hy sinh không thể thiếu. Diễn biến hòa bình không phải là con đường khủng bố, dội bom hay ám sát mà là con đường nhân bản, kêu gọi người dân ý thức vai trò dân quyền của mình, muốn vậy thì ngay lập tức áp dụng triết lý của cụ Phan Chu Trinh từ trăm năm trước, đó là "Khai dân trí, chấn dân khí, hậu dân sinh". Khai dân trí có nghĩa là mở mang nhận thức, tri thức của dân; chấn dân khí là thức tỉnh tinh thần tự lực, tự cường của dân và hậu dân sinh là phát triển kinh tế, tư hữu hóa, lập hội làm ăn. Nếu tầng lớp thanh niên Việt Nam ngày nay được thấm nhuần triết lý này thì tự khắc xã hội Việt Nam lập tức đổi thay, chế độ chính trị sẽ trở về với nhân dân Việt Nam do lá phiếu tự do định đoạt vận mệnh mình thông qua diễn biến hòa bình đầy nhân bản.

Mong lắm thay!

Cha Mẹ và Con Cái

Rahula là con trai của Thái Tử Shiddhattha Gotama thuộc vương quốc Sakya vùng Kapilavasta, tiếng Việt phiên âm là thành Ca Tì La Vệ. Khi Thái Tử Shiddhattha (Sĩ Đạt Ta) vào rừng sâu tìm đạo giải thoát và chứng thành đạo quả, được trời người tôn xưng là Shakya Muni Buddha, đấng giác ngộ giòng Shakya hay Đức Thích Ca Mâu Ni Phật, đã đi khắp các lân bang vùng châu thổ sông Hằng để hoá độ chúng sanh.

Sau khi du hóa lãnh địa Magadha (Ma kiệt đà), Ngài đã cùng với hơn một ngàn vị đệ tử trở về thành Ca Tì La Vệ thăm phụ hoàng là vua Suddahodana (Tịnh Phạn), vợ là Công chúa Yasodhara (Da Du Đà La) và con trai Rahula (La Hầu La) đã hơn mười năm xa cách.

Công chúa Da Du Đà La xinh đẹp, thông minh tuyệt trần, nên duyên với Thái Tử Sĩ Đạt Ta khi nàng vừa tròn mười sáu tuổi. Mười ba năm sau khi kết hôn, Công chúa Da Du Đà La hạ sinh một hoàng nam là La Hầu La vô cùng khôi ngô. Những tưởng từ đây cuộc sống trở nên viên mãn, trọn vẹn nhưng không bao lâu sau đó thì người chồng cao quý tức Thái Tử Shiddhattha từ bỏ cuộc sống thế tục, tìm lối xuất gia. Ở tuổi hai mươi chín, lần đầu làm mẹ, công chúa Da Du Đà La một mình vò võ nhớ chồng, nuôi hài nhi còn đỏ hỏn là một thử thách chua cay.

Khi biết chồng sống đời tu sĩ, công chúa Da Du Đà La cũng nguyện sống đời đơn giản, không phấn son lụa là gấm vóc, từ bỏ lối sống xa hoa của hoàng tộc, ăn uống kham nhẫn, đi chân trần, nằm dưới đất để đồng hành với người chồng cao thượng của bà.

Tới lúc Tăng đoàn về đến kinh thành Ca Tỳ La Vệ, đức Phật vấn an phụ hoàng rồi viếng thăm Công chúa Da Du Đà La và Hoàng nhi La hầu La. Được nghe Phật thuyết pháp, Công chúa đã thấm nhuần giáo pháp và dù quyến luyến đứa con trai yêu quý nhất trên đời, Da Du Đà La cũng hoan hỷ chấp nhận cho Hoàng nhi La Hầu La theo Phật xuất gia, bước vào Tăng đoàn trở thành vị Sa Di đầu tiên trong lịch sử Tăng già, một thiên thần bé nhỏ, đồng chơn nhập đạo, sau này là một trong Thập đại đệ tử của Đức Phật, được ngợi khen là Mật Hạnh Đệ nhất.

Cuộc đời và hành trạng của La Hầu La thật đáng cho người đời cung kính, quy ngưỡng vì là bậc sở đắc hai thứ cao quý nhất thế gian bởi sự kế thừa dòng dõi huyết thống và thánh đạo sở đắc. Thứ nhất tại chốn trần gian thì La hầu La thuộc dòng dõi quý tộc, hoàng thân quốc thích; thứ hai là khi xuất gia, La Hầu La đi trên con đường của các bậc thánh xuyên qua tiến trình giác ngộ giải thoát. La Hầu La khai đại lộ cho vô số chú tiểu bé nhỏ khác trên hành tinh ở mọi thời đại bước vào vòm trời cao rộng siêu thoát của nếp sống Thiền môn.

Trong Kinh Giáo Giới La-hầu-la ở Rừng Ambala, số 61, thuộc Trung bộ kinh, có ghi rõ hành trạng của La Hầu La khi mới xuất gia, vì rằng còn quá nhỏ lại có gốc gác vương giả nên chưa thể một sớm một chiều mà tu hành được như người trưởng thành, cho nên những lúc vắng người, La Hầu La cũng bày trò nghịch ngợm. Lúc lên mười tuổi, khi ở thành Vương Xá, một đôi lần vào dịp có quan đại thần, trưởng giả hay cư sĩ đến hỏi thăm Đức Phật hiện ở đâu thì La Hầu La thường tìm cách nói gạt hướng khác để trêu ghẹo mọi người, lấy đó làm trò vui.

Biết được hành vi của La Hầu La như vậy nên Đức Phật đã quan tâm giáo dục vị Sa Di đặc biệt này theo cách riêng. Bấy giờ, từ Veluvana (Trúc Lâm Tinh xá) Phật đến khu rừng

Ambalatthika gặp La Hầu La dạy bảo. Thấy Phật từ xa, La Hầu La vội vàng cung đón rồi lấy nước dâng Ngài rửa chân. Vừa rửa chân xong, Phật hỏi con rằng phẩm chất của nước trong chậu sau khi Ngài đã rửa chân có còn sạch sẽ để uống được không? Qua đó, Ngài dạy cho La-hầu-la biết về cách gìn giữ thân, khẩu và ý nghiệp luôn thanh tịnh, hướng dẫn La Hầu La phải biết hành động sao cho lợi mình, lợi người và lợi tất cả quần sanh.

Phật chỉ dạy về tầm quan trọng của tính chân thật, rằng nếu La Hầu La muốn tìm ra sự thật, thì trước hết tự mình phải sống thành thật, sử dụng những hành động của mình như tấm gương soi. Ngài dạy con rằng, trước khi làm bất cứ việc gì, hãy tự hỏi mình: Việc tôi sắp làm đây là thiện hay bất thiện? Sẽ đem lại lợi ích hay tai hại? Nếu thấy có hại, thì đừng làm. Nếu tốt, thì cứ tiến hành, thử nghiệm. Ngược lại, khi đang thực hiện các hành động đó, cũng cần đặt câu hỏi như trên, giả dụ thấy nó gây ra tai hại, phải dừng ngay lập tức; nếu không, tiếp tục thực hiện. Ngay cả sau khi hoàn tất, cũng hỏi những câu đó, như: “Điều này thiện hay bất thiện?”, nếu con thấy điều ấy lúc đầu có vẻ tốt, thực sự cuối cùng là xấu, thì hãy trao đổi với huynh đệ, và nhất quyết không bao giờ lặp lại lỗi lầm đó nữa. Con phải luôn quán chiếu về thân, khẩu, ý để thấy rằng nó không đưa đến ưu phiền... Đấy là một hành động thiện xảo mang lại kết quả hoàn mỹ, ảnh hưởng tốt đẹp, thì tâm con trong sáng, vui tươi, tu tập ngày đêm với các tâm thiện đó.

Phật đã dạy con trai về sự thiết yếu của việc học hỏi từ các lỗi lầm do mình tạo, tự mình phải chịu trách nhiệm cho các hành động mình gây, và vun trồng tâm bi mẫn. Quan trọng không kém là việc đức Phật dạy con về chủ đích của mỗi hành động và hậu quả của chúng sẽ như thế nào khi những nghiệp lực đó mang lại kết quả tức thời hay dài lâu sau này.

Thật ra, hạnh phúc của bậc làm cha mẹ là được thấy con cái nên người, hiếu hạnh và thiện lương. Ngược lại, nếu con cái hư hỏng sẽ là một nỗi đắng cay phiền muộn và tủi hổ. Kết quả đáng mừng hay đáng tủi ấy tùy vào sự quan tâm giáo dục của cha mẹ ngay từ thở ban đầu. Giáo dục con cái không chỉ là một bổn phận quan trọng, mà còn là một vinh dự thiêng liêng của cha mẹ, bởi chính họ đã cùng tổ tiên bao đời, cùng xã hội chung quanh tạo nên những con người mới, những người con của đất nước đang cưu mang gia đình mình. Đó là việc mà Quản Trọng, Tể tướng nước Tề thời Xuân Thu chiến quốc gọi là "trồng người". Không chỉ trồng nên những người hữu ích cho xã hội, cho quốc gia dân tộc mà còn trồng nên những nhân tố lành thiện cho nhiều đời nhiều kiếp mai sau. Vì thế, giáo dục con cái không phải là một việc tùy hứng, tùy thời mà cần có một đường hướng, kế hoạch và phương pháp đúng đắn, hợp thời, hợp lý và hợp đạo đức nhân luân.

Chúng ta cần ý thức về bổn phận giáo dục con cái là cốt lõi của việc làm cha mẹ, bởi vì nó liên quan đến chuyện lưu truyền nòi giống, sự sống còn và xa hơn là một dân tộc. Vai trò giáo dục là khởi nguồn ánh sáng và là cơ bản nhất vì tương quan yêu thương độc nhất vô nhị giữa cha mẹ và con cái, nếu so sánh với những đối tượng khác trong dòng tộc thì tình cảm thiêng liêng này gói trong chữ "Từ" đúng nghĩa nhất. Chính vai trò giáo dục của cha mẹ thật cao cả như vậy nên không ai có thể thay thế được và cha mẹ cũng không thể nhường lại cho bất kỳ người nào khác.

Tình phụ tử và tình mẫu tử vô cùng thiêng liêng và là yếu tố cơ bản trở thành mạch nguồn khởi đầu ghi dấu sự giáo huấn bằng chất liệu yêu thương. Chính tình yêu thương này, như nguồn suối xuất phát, trở thành tâm khảm và ước mơ gợi ra những sáng kiến và hướng dẫn cho mọi hoạt động giáo dục rõ ràng. Đứa con nhất định được thấm đượm những giá trị của cái nhân trong sự dịu dàng, kiên nhẫn, nhân hậu, tận tụy, hy sinh để trổ quả là những hoa trái quý giá nhất trong tình thương vô vụ lợi.

Khi biết mình mang thai, phụ nữ cần ý thức về phương cách thai giáo, một hình thức giáo dục cho thai nhi phát triển từ trong lúc tượng hình. Mục đích của thai giáo là nhằm giúp thai nhi tránh được những kích thích hay tác động xấu và làm cân bằng lại môi trường trong và ngoài cơ thể người mẹ. Nhờ người mẹ thực hành thai giáo mà thai nhi sẽ nhận được nhiều lợi ích hơn như sức khỏe được củng cố, các cơ quan hình thể được phát triển và hoàn thiện hơn.

Theo các nghiên cứu khoa học thì thông thường, thai nhi được 23 tuần tuổi có thể nhận biết các âm thanh từ môi trường bên ngoài và hồi đáp lại bằng cách chuyển động cơ thể. Vì có khả năng này mà vấn đề thai giáo không quá khó khăn để thực hiện. Khi bà mẹ tụng kinh, đọc sách, cầu nguyện, nghe âm nhạc v.v... thai nhi có thể nghe thấy các âm thanh ở bên ngoài cơ thể mẹ chứ không chỉ riêng tiếng thở hay nhịp tim ở bên trong, có thể ghi nhớ tất cả và biểu hiện những phản hồi nhất định. Đây là phương pháp thai giáo rất hữu ích, được dùng nhiều nhất ở tháng thứ tư đến tháng thứ bảy, giai đoạn vô cùng quan trọng của thai giáo, để hài nhi dễ dàng tiếp nhận. Vì thế, người mẹ cần phải vui tươi, siêng năng, tích cực, ăn uống đúng cách, chừng mực, không rượu bia, thuốc lá, nói năng hòa nhã, tính tình nhân ái, từ bi, thì thai nhi chẳng những nhận biết âm thanh, phát triển trí não mà còn tạo cảm giác thoải mái, thư giãn cho cả mẹ lẫn con.

Tổ tiên ta thường nói: "Uốn cây từ thuở còn non, dạy con từ thuở con còn đương thơ." Còn thơ có nghĩa là ngay từ khi còn ở trong bụng mẹ, bao tâm tình và thái độ ứng xử của cha mẹ sẽ ghi dấu sâu đậm trên tâm tính đứa con sắp chào đời. Do đó, những bậc cha mẹ thương con sẽ hết sức lưu ý, để trong thời gian mang thai sống thật lành mạnh về luân lý và tâm linh. Lúc đứa con chào đời, cha mẹ trực tiếp giáo dục khi con bắt đầu có trí khôn, khả dĩ nhận biết về những điều cha mẹ dạy bảo. Lúc bấy giờ, gia đình sẽ là mái trường đầu tiên truyền cho đứa bé những bài học làm người. Dưới mái trường đó, cha mẹ chính là những "thầy cô" được tín nhiệm và yêu thương hơn cả, vì cha mẹ là những người sống gần gũi, hiểu biết và chăm lo con cái hơn ai hết. Trong việc giáo dục con cái, phải để ý đến mặt nhân bản bao gồm ba phương diện: đức dục, trí dục và thể dục.

Về phương diện đức dục, cha mẹ phải luôn gương mẫu, dạy con thành thật, lễ độ, hiếu kính, trách nhiệm và tin sâu nhân quả. Trí dục là trau dồi cho con về học vấn, nghề nghiệp để mai sau sống đời tự lập, xây dựng tương lai, góp phần tô bồi xã hội và quốc gia dân tộc. Thể dục là dạy con biết vệ sinh sạch sẽ, giữ gìn sức khoẻ tráng kiện, luôn siêng năng tinh tấn, tiết độ, kỷ luật, can đảm.

Để con cái sau này dễ thành công thì luôn dạy trẻ biết khiêm nhường, khôn ngoan lắng nghe, suy nghĩ cân nhắc trước khi làm việc gì và hoàn tất việc gì rồi cũng cần nhìn lại để rút tỉa kinh nghiệm về sau. Khuyến khích con siêng năng chăm chỉ để chu toàn mọi bổn phận thật chu đáo, tôn trọng của chung và biết lo cho công ích; luôn thành thật trong lời nói và việc làm, tập cho con biết tiết kiệm, không phung phí tài sản, đúng giờ giấc và chừng mực trong những điều bình thường hằng ngày, biết can đảm đứng vững trong điều tốt và loại trừ điều xấu xa tội lỗi; biết chấp nhận điều sai sót về mình, tự tin và tự lập, nhận lãnh trách nhiệm khi hậu quả do chính mình gây ra để chừa bỏ việc sai lầm, phát huy việc tốt.

Cha mẹ phải đồng nhất trong đường hướng và phương thức giáo dục con cái, tìm hiểu tính tình, năng khiếu của trẻ con rồi áp dụng những phương pháp thích hợp để dạy chúng đạt được mục đích. Đừng bao giờ trong gia đình có cảnh "ông nói gà, bà nói vịt" khiến con cái không biết tin vào ai. Cha mẹ cần tạo bầu khí gia đình lành mạnh, cởi mở, thánh thiện, hòa thuận, lạc quan và tin yêu lẫn nhau để giúp cho việc giáo dục con cái toàn diện trong đời sống cá nhân và xã hội vẹn toàn.

Giữa cha mẹ và con cái là hai thế hệ già, trẻ luôn có khoảng cách nhất định. Nếu không chịu tìm hiểu con cái, việc giáo dục sẽ không đạt được những kết quả mong muốn, đôi khi gây nên những bực bội và oán trách vô duyên. Tuổi tác chênh lệch, thời gian và không gian của hai thế hệ khác biệt, môi trường sống phát sinh những dị biệt, bất đồng làm cho bao mái gia đình ly tan, đổ nát. Do vậy, bậc cha mẹ cần phải kiên nhẫn, dạy nhiều lần chứ nói một lần rồi thôi thì chưa đủ. Hãy nhắc đi nhắc lại để lời khuyên nhủ được thấm nhuần vào đầu óc của tuổi thiên thần.

Tóm lại, quá trình giáo dục con cái là cách mà cha mẹ hướng dẫn, đồng hành, giúp đỡ để con trưởng thành và phát triển nhân phẩm một cách toàn diện. Nên biết rằng, đây là nghĩa vụ thiêng liêng tối quan trọng không ai có thể thay thế cha mẹ được. Do vậy, hành trình nuôi dạy, chăm sóc, giáo dục con cái trong gia đình mang lại cả những nụ cười hạnh phúc và những thử thách, khó khăn đầy thách thức, cũng như lắm lúc bất lực, mệt mỏi, áp lực tứ bề mà bậc cha mẹ vẫn phải đối diện. Tuy nhiên, nuôi dưỡng và giáo dục con bằng tình yêu thương, bằng sự thông minh và trách nhiệm, không nuông chiều quá mức thì chắc chắn tương lai con cái sẽ thành công và đi theo hướng hiền thiện, độc lập và can trường. Hãy luôn chú trọng đến tâm sinh lý của con trong từng giai đoạn phát triển. Mỗi độ tuổi có những thay đổi kỳ diệu nên cha mẹ cần quan tâm đến suy nghĩ, tâm sinh lý của con để có phương pháp giáo dục phù hợp theo từng nhịp sống đang trưởng thành.

Mỗi đứa trẻ sinh ra đều là thiên tài trong một lĩnh vực nào đó, chúng có những thế mạnh, tài năng, ước mơ riêng, nên cha mẹ đừng so sánh và đặt quá nhiều áp lực lên con, bắt con mình phải "tài giỏi" giống như con người khác. Hãy để con được sống cuộc đời riêng, thỏa mãn với sở thích, đam mê của chính bản thân thì mới thành công và tỏa sáng. Dĩ nhiên, cha mẹ phải dạy con hiểu rõ trách nhiệm của bản thân để từ đó con cái sẽ đi vào quỹ đạo của sự tự tin, can trường, thành tín, lòng từ ái và trái tim nhiệt huyết phục vụ nhân sinh. Và trên hết, cha mẹ là tấm gương phản chiếu mọi ngóc ngách tâm hồn con cái. Muốn con tử tế, cha mẹ phải sống tử tế, biết điều với tất cả mọi người. Muốn con hiếu thảo thì cha mẹ phải cư xử chuẩn mực, hiếu hạnh với ông bà, tổ tiên. Muốn con có niềm tin tôn giáo thì cha mẹ phải siêng năng đi lễ chùa, nhà thờ cầu nguyện. Muốn con yêu quê hương dân tộc thì phải cho con những bài học lịch sử oai hùng. Muốn dạy con biết chịu trách nhiệm trong cuộc sống, cha mẹ phải nêu cao ý thức trách nhiệm bản thân và dạy con từ ái yêu thương bằng hành động chia sẻ, an ủi đến bao sinh linh bất hạnh.

Đức Phật đã dạy con trai Rahula bằng chính thân giáo của Ngài. Thật ra, con cái đến với cha mẹ ở kiếp này chính là nhân duyên đã nối kết cùng nhau từ bao đời trước, cho nên hãy biết trân trọng, hãy dùng năng lực yêu thương trao truyền những điều tốt đẹp nhất cho con cái, để mai này khi chúng ta không còn nữa, vẫn còn lại nơi trần gian này những hình hài mà chính ta đã tạo ra, và những đứa con chính là phiên bản tốt đẹp qua sự giáo dưỡng của chúng ta.

Nhất Thiết Duy Tâm Tạo

Trời vào thu hơn tháng nay, thời tiết se lạnh sau ngày Chủ nhật đổi giờ, ngủ thêm được một tiếng đồng hồ nhưng dường như mọi hoạt động còn chưa quen với rất nhiều người. Bằng chứng là những sự kiện cộng đồng bị trễ nải hoặc khách mời đến sớm hơn thường lệ, những tưởng 5 giờ mà chỉ mới 4 giờ mà thôi!

Ở Hoa Kỳ có hai lần đổi giờ mỗi năm, *"tháng tư vặn tới, mười một vặn lui"*, tới lui, lui tới tùy ánh mặt trời, nên chúng ta sống trên đời đều liên quan mật thiết với nhau. Khi đi học, thầy tôi có dạy: "Một cái đập cánh của con bướm ở Brazil có thể tạo ra cơn lốc xoáy ở Texas." Lúc đó tôi có hơi nghi ngờ cho là nói quá, nhưng bây giờ khi mà nguồn kiến thức vô tận trên không gian đã cho mình hiểu biết thêm, chúng ta chưa bằng hạt cát trong sa mạc mênh mông, đâu có đáng gì so với những thứ vĩ đại hơn. Ấy vậy mà vũ trụ cũng bắt đầu hình thành từ những thứ nhỏ bé nhất như hạt bụi lơ lửng vô định.

Chúng ta thường suy nghĩ rằng, các sự kiện làm thay đổi thế giới là những thứ như vụ nổ lớn ở dải Gaza, hay hạt nhân ở Hiroshima năm 1945, nào chính trị gia như Donald Trump ứng cử, Joe Machine về hưu, hoặc khủng hoảng biên giới phía nam Hoa Kỳ khi có cuộc di cư lớn từ các nước Nam Mỹ... Nhưng bây giờ tôi nhận ra rằng, lối suy nghĩ theo quan điểm cổ hủ đó không còn phù hợp với tư tưởng ngày nay. Những thứ thay đổi thế giới, theo lý thuyết hỗn loạn là những thứ nhỏ bé. Một con bướm vỗ cánh trong rừng rậm Amazon, và sau đó một cơn bão đã tàn phá một nửa châu Âu là chứng minh của Terry Pratchett và Neil Gaiman trong tác phẩm Good Omens.

Thật ra, trong thế giới bao la kỳ diệu này còn rất nhiều điều mà chúng ta chưa bao giờ có cơ hội tìm hiểu kỹ. Hiệu ứng cánh bướm (Butterfly Effect) là một phép ẩn dụ được dùng để miêu tả một khái niệm về thuyết hỗn loạn (chaos theory) thể hiện độ nhạy cảm của hệ thống đối với điều kiện gốc, vì hiệu ứng cánh bướm xuất phát từ một nghiên cứu thời tiết, ở đó chỉ cần một thay đổi nhỏ có thể cho ra kết quả hoàn toàn khác biệt trên bình diện rộng. Edward Norton Lorenz là người khởi xướng khi nghiên cứu về thời tiết, ông đã nhập tất cả các dữ liệu vào máy tính, và vô tình nhập những con số làm tròn để không mất nhiều thời gian. Sau đó ông nhận ra dù chỉ thay đổi vài đơn vị rất nhỏ thôi cũng làm thay đổi hoàn toàn kết quả. Chính điều này đã khiến ông đưa ra một phát biểu lịch sử rằng "Chỉ cần một con bướm đập cánh ở Brazil cũng có thể gây ra một cơn lốc xoáy ở Texas." Theo lý thuyết này thì một sự kiện nhỏ xảy ra vào đúng thời gian và địa điểm, có thể kích hoạt một loạt các sự kiện theo sau mà cuối cùng sẽ dẫn đến việc hình thành một cơn bão ở nơi khác trên thế giới. Tất nhiên, một hành động đơn lẻ như con bướm vỗ cánh không thể gây ra một cơn bão. Tuy nhiên, các sự kiện nhỏ có thể đóng vai trò là chất xúc tác khởi động lên các điều kiện bắt nguồn khủng khiếp.

Thế giới hiện nay đang chứng kiến cuộc xung đột giữa Israel và Hamas ngày càng leo thang tới mức nguy hiểm khủng khiếp và nếu cứ tiếp tục tàn sát lẫn nhau thì sẽ tác động tồi tệ không chỉ với vùng đất Trung Đông mà còn ảnh hưởng đen tối với toàn thế giới. Nhìn chung thì cuộc tấn công trên bộ vào Gaza do quân đội Israel chủ động đã phát hiện hàng trăm kilomet đường hầm đào sâu ở những nơi phố thị, bệnh viện, trường học, thánh đường v.v... là sự tính toán của quân khủng bố Hamas vô cùng bất nhân khi lợi dụng cơ sở hoạt động xã hội bên trên để thực hiện mưu đồ chiến tranh phía dưới, một cách ngụy trang hơi phũ phàng. Cuộc xung đột chưa đến hồi kết giữa Hamas và Israel đang gây ra cú sốc chính trị sâu sắc, những biến đổi chiến lược đầy bất ngờ làm tan vỡ đột ngột khoảng thời gian yên tĩnh và hy vọng hiếm hoi về những biến chuyển ngoại giao ở lò lửa Trung Đông, khiến tính toán của Hoa Kỳ, Israel, thế giới Ả Rập... đều thay đổi theo hướng bất lợi cho nhân loại toàn cầu.

Sự việc Hamas bất ngờ tấn công Israel vào ngày 7 tháng 10 năm 2023 đã làm phức tạp và trì hoãn các nỗ lực bình thường hóa quan hệ giữa Saudi Arabia và Israel do Hoa Kỳ vận động đàm phán trong tiến trình hòa bình, ổn định ở Trung Đông. Điều này chắc chắn khó xây dựng quan hệ bình thường giữa Israel và Saudi Arabia, nối lại triển vọng này đòi hỏi thời gian lâu dài đầy khó khăn và hiện nay vẫn còn khá mơ hồ.

Đến nay thì nguy cơ chiến tranh toàn diện ở khu vực Trung Đông đang hình thành. Các nhóm vũ trang khủng bố khác trong khu vực như Hezbollah, Houthi lợi dụng thời cơ để kích động bạo lực ở nơi khác và giao tranh cũng có thể lan rộng ra ngoài Dải Gaza tới Bờ Tây. Đáng lo ngại, không những trên phạm vi Trung Đông bất an mà cuộc xung đột Hamas với Israel còn tác động toàn cầu, đặc biệt với an ninh của cộng đồng người Do Thái lẫn người Palestine cư trú khắp hoàn vũ đều bị quấy rối, xúc phạm, chém giết, biểu tình, cô lập và thù ghét lẫn nhau.

Thế giới cứ như vậy mà thay đổi hằng ngày. Hoa Kỳ phải có những tính toán hợp lý, cân bằng hơn trong bối cảnh Nga, Tàu ngày càng tăng cường vai trò và ảnh hưởng ở điểm nóng Trung Đông. Cùng lúc Hoa Kỳ bị chi phối hai đầu, ở Ukrain và Israel, làm cho việc cung cấp đạn dược, phòng không đến hai nơi quả là thiên nan vạn giải. Hơn nữa, triển vọng phục hồi nền kinh tế toàn cầu, vốn đã bị ảnh hưởng nặng nề bởi đại dịch Covid-19, chiến tranh Nga-Ukraine, làn sóng di cư, hạt nhân nguyên tử, kể cả bầu cử nguyên thủ quốc gia như

Hoa Kỳ, Anh, Pháp, Ý cũng chạm trán với làn sóng biểu tình đầy bạo động. Tổng kết sơ khởi hai bên giao tranh trong mấy chục ngày qua có đến hàng mấy chục ngàn người thiệt mạng, bị thương, đói khát... hầu hết là dân thường, dẫn đến nguy cơ xảy ra một cuộc khủng hoảng nhân đạo quy mô lớn.

Ngược dòng lịch sử Trung Đông thì xung đột giữa Hamas và Israel bắt nguồn từ những hận thù dai dẳng trong mấy thập niên qua chưa thể hóa giải, nên vùng đất Gaza bên bờ Địa Trung Hải càng thêm hừng hực lửa. Chúng ta phải làm sao tìm cho được giải pháp nào dừng các hoạt động quân sự trên mọi mặt trận, bảo vệ dân thường, tìm kiếm phương hướng hòa bình phù hợp với luật pháp quốc tế hầu ổn định lâu dài cho vùng đất đầy linh thiêng của nơi từng sinh ra nhiều tôn giáo lớn. Vai trò thăng giáng chức vụ của Tổng thống Hiệp Chủng Quốc Hoa Kỳ và chiếc ghế Thủ Tướng Israel dễ bị ảnh hưởng theo nguyên lý hiệu ứng cánh bướm là như vậy.

Mình sinh ra ở đâu thì tấm lòng ái quốc đặt vào chốn ấy. Tình yêu nước là một thứ tình cảm thiêng liêng, quý báu nhất trong mỗi con người, quốc gia nào trường tồn là người dân nước đó đặt nặng Tổ Quốc lên trên hết! Xuyên suốt thời kỳ dựng nước và giữ nước thì có biết bao sinh mạng công dân anh hùng trước và sau, hàng hàng lớp lớp, sẵn sàng hy sinh thân mình, đổ xương máu để bảo vệ đất nước! Những người đem tuổi thanh xuân và lòng can trường cầm súng chiến đấu; những binh lính, sĩ quan lúc nào cũng xứng đáng được vinh danh và nhận lời tri ân qua những hành động hy sinh cao cả của họ để chúng ta được hưởng độc lập, dân chủ, nhân quyền trên từng tấc đất tự do.

Do vậy đầu trung tuần tháng này có ngày lễ Cựu Chiến Binh để người dân có cơ hội ghi ơn những người lính Hoa Kỳ đặt tổ quốc lên trên mọi giá trị khác. Cuộc diễn hành truyền thống Ngày Cựu Chiến Binh tại Trung tâm thành phố San Jose, tiểu bang California bắt đầu lúc sáng sớm Thứ Bảy, ngày 11 tháng 11 trên Đại lộ Market ở Plaza de Cesar Chavez với các cựu quân nhân Hoa Kỳ đủ các binh chủng, bước đều trong cuộc diễn hành quy mô, gần cả trăm đơn vị Hoa Kỳ và các quốc gia đồng minh xuất phát từ Trung tâm thể thao SAP đến Phố San Carlos thật nhịp nhàng, trật tự. Các đội kèn đồng của nhiều trường Trung Học trong vùng đã trổi lên những nhạc khúc quân hành vô cùng hào hứng, như hiệu lệnh một thời thúc giục tiến quân. Nhiều năm trước đây, với sự xuất hiện của Liên Hội Cựu Quân Nhân Việt Nam Cộng Hòa Bắc Cali thật hùng tráng, oai phong trong các bộ quân phục anh dũng năm xưa, tái xuất hiện trên đất nước Hoa Kỳ này là một kỷ niệm nhắc nhớ đến thế hệ tiếp nối luôn ngưỡng vọng và tri ân những chiến sĩ đã ngã xuống vì sự bảo tồn trọn vẹn non sông gấm vóc.

Dẫn đầu đoàn diễn hành năm nay là Đại úy Douglas Beck, Lực lượng Dự bị Hải quân và Nguyên Giám đốc Đơn vị Đổi mới Quốc phòng, có nhiệm vụ báo cáo trực tiếp với Bộ trưởng Bộ Quốc phòng. Trong vai trò này, Douglas Beck giám sát các nỗ lực nhằm đẩy nhanh việc áp dụng công nghệ của Bộ, trong toàn quân đội, đồng thời đóng vai trò cố vấn cấp cao cho Bộ trưởng và Thứ trưởng Bộ Quốc phòng về đổi mới công nghệ, cạnh tranh và tác động chiến lược toàn cầu. Khi nói chuyện với Douglas Beck thì quan niệm ái quốc của ông là làm cho dân chúng an lành, nâng cao dân trí để toàn dân ý thức sống trong yêu thương, tự khắc đất nước sẽ thái bình hạnh phúc.

Nhân ngày cựu chiến binh, trong tình hình chiến sự Trung Đông tàn khốc hiện nay, tôi muốn nhắc đến vị thủ tướng Israel, Yitzhak Rabin, đã bị một người Israel bảo thủ cánh hữu ám sát khi đang tham dự một cuộc tuần hành cho hòa bình ngày 4 tháng 11 năm 1995. Trong tang lễ Thủ tướng Israel có vị Lãnh đạo Tổ chức Giải phóng Palestine kiêm

Tổng thống Palestine, Yasser Arafat, lần đầu tiên kể từ khi lên nắm quyền ở Dải Gaza, đã tới Israel để chia buồn với góa phụ của cố thủ tướng Yitzhak Rabin vào ngày 9 Tháng Mười Một, năm 1995. Tổng thống Arafat khi ấy đã nói với bà quả phụ Rabin rằng: "Chúng ta đã mất đi một người dũng cảm, người đã mang lại hòa bình cho những người dũng cảm cùng chúng tôi. Anh ấy là đồng minh của chúng tôi, và chúng tôi cảm ơn các bạn vì đã tiếp tục con đường và hành trình của anh ấy đến hòa bình."

Việc một lãnh tụ Palestine rơi lệ trước cái chết của một Thủ tướng đối nghịch Israel là điều khó tưởng tượng, vậy mà nó đã thành sự thật qua Hiệp định Oslo, một Hiệp định trả bằng máu và nước mắt. Đã hơn ba thập niên kể từ khi Israel và Tổ chức Giải phóng Palestine (PLO) ký Hiệp định Oslo vào Ngày 13 Tháng Chín Năm 1993, sau nhiều năm xung đột, đặt nền móng cho chính quyền tự trị lâm thời của Palestine ở West Bank và Dải Gaza. Các cuộc đàm phán dẫn đến Hiệp định Oslo, do Na Uy làm trung gian, và sự hậu thuẫn của Hoa Kỳ là nỗ lực và công sức của những người đã nhận thức được tầm quan trọng của việc Israel trở lại vùng đất hứa cũng như việc Palestine bị tước quyền và chiếm đóng phải được giải quyết. Tuy nhiên, hiệp định Oslo chưa bao giờ được coi là một giải pháp cuối cùng của tiến trình hòa bình giữa Israel và Palestine vì cái chết của nhà lãnh đạo Israel ngăn cản nó trở thành sự thật.

Phải xây dựng niềm tin là bước khởi đầu của một quá trình giải quyết những xung đột lịch sử bao gồm yêu sách của người Palestine về quyền trở về quê hương, mà họ đã mất từ năm 1948; giải pháp vấn đề Jerusalem, nơi mà cả Palestine và Israel đều tuyên bố là thủ đô thiêng liêng của mình; giải pháp cho các khu định cư của người Israel trên đất bị chiếm đóng của Palestine.

Họ tin tưởng lẫn nhau và họ làm được việc hòa giải nên năm 1994, Thủ tướng Yitzhak Rabin, Bộ trưởng Ngoại giao Shimon Peres, và Tổng thống Yessar Arafat cùng được trao Giải Nobel Hòa bình vì những nỗ lực của họ nhằm tạo dựng hòa bình ở Trung Đông thông qua Hiệp định Oslo.

Thủ tướng Yitzhak Rabin, người chết cho hòa bình, vì ông coi sự phản kháng của người Palestine không phải là một mối đe dọa quân sự, nhưng là một bất bình chính trị cần được giải quyết. Do đó ông đóng vai trò then chốt trong Hiệp định Oslo, để giải quyết những hiềm khích lịch sử giữa Israel và Palestine. Cái bắt tay ký kết Hiệp định Oslo trước Tòa Bạch Ốc giữa Thủ Tướng Israel Yitzhak Rabin và Tổng Thống Palestine Yessar Arafat, với sự ủng hộ của tổng thống Hoa Kỳ Bill Clinton đã đi vào lịch sử chính trường thế giới, trở thành biểu tượng của đàm phán và hòa giải những cuộc xung đột khó giải quyết nhất. Nhưng rồi, vào Ngày 4 Tháng Mười Một Năm 1995, Thủ tướng Yitzhak Rabin bị ám sát bởi 2 phát súng của một thanh niên Do Thái Israel 25 tuổi, theo khuynh hướng bảo thủ và chủ nghĩa dân tộc.

Sau cái chết của Thủ tướng Yitzhak Rabin, triển vọng về một nền hòa bình lâu dài giữa người Palestine và người Israel cũng tan theo mây khói. Giá như không có hai viên đạn giết chết Thủ tướng Rabin ngày đó thì sự thay đổi vận mệnh của Palestine và Israel sáng sủa biết bao. Cái chết của Yitzhak Rabin được cho là đã xóa sổ tiến trình hòa bình mong manh ở Trung Đông. Tổng thống Yasser Arafat từng tuyên bố: "Cuộc chiến vì hòa bình là trận chiến khó khăn nhất trong cuộc đời chúng ta." Để đạt được hòa bình vĩnh viễn, các bên phải dung hòa, thậm chí thỏa hiệp giải pháp cùng chung sống hòa bình.

Một cánh bướm đã rung chuyển thế giới là vậy. Hiệu ứng này là bài học cho Israel và Palestine cần phải lắng nghe lời kêu gọi của hai nhà lãnh đạo từng là kẻ thù với nhau, nhưng vượt qua sự thù hận, để tái tạo hòa bình cho người dân, chú trọng xây dựng kinh tế để nâng cao đời sống mọi người, chứ tiếp tục thù hận theo như khủng bố Hamas bắn phá thì Israel phản công, muôn đời sẽ không bao giờ an ổn.

Kinh Pháp Cú có dạy: "Lấy tình thương xóa bỏ hận thù." Tình thương ở đây là cái tâm lo cho cuộc sống của dân chúng được no đủ, trẻ con được giáo dục, đời sống được an lành, dân quyền và dân sinh nâng cao thì sự thù hận chắc chắn sẽ tiêu tan. Nhất thiết duy tâm tạo! Có lẽ, chỉ khi nào Israel và Palestine có được những nhà lãnh đạo bản lĩnh và yêu thương dân chúng thì may ra tiến trình hòa bình mới thật sự được thiết lập vững bền. Hiệu ứng cánh bướm đến bởi hai tâm hồn cao thượng từ đôi bờ đối lập thiện chí, thiện tâm tự khắc sẽ hướng thế giới tiến về chiều hạnh phúc an bình.

Mong lắm thay!

Hội Nghị APEC

Thành phố San Francisco, mà người Việt chúng ta thường gọi là Cựu Kim Sơn, có cầu Golden Gate nổi tiếng, thuộc dạng kỳ quan thế giới nằm ở phía Bắc của tiểu bang Califormia, cách thành phố San Jose chừng 50 dặm với tổng diện tích lên đến 121 kilomet vuông. Lấy thành phố San Jose để so sánh vì người Việt tỵ nạn cư trú tại Thung Lũng Hoa Vàng đông vào bậc nhất nhì ở hải ngoại, trên một trăm năm chục ngàn người Mỹ gốc Việt cùng hàng trăm sắc dân khác làm việc chăm chỉ khiến cho Tiểu bang Vàng này có mức GDP lên đến 501 tỉ dollar, đứng vào hàng "top ten" của thế giới.

Thành phố này được thiên nhiên ưu ái vì điều kiện khí hậu dễ chịu với nhiều danh lam thắng cảnh tuyệt vời. Hơn thế nữa hệ sinh thái ở nơi đây rất đa dạng, từ động vật, thực vật cho đến các loại khoáng sản quý hiếm. Khí hậu vùng Bay Area bao quanh thành phố rất ôn hòa phân bổ thành hai mùa rõ rệt là mùa hè nắng chan hòa, mát mẻ và mùa đông chẳng thiếu tuyết rơi, băng giá, mưa phùn.

San Francisco luôn toát lên những vẻ tinh túy tuyệt vời của thiên nhiên như trăm thung lũng thơ mộng mọc lên bao kỳ hoa dị thảo phủ kín cánh đồng hoa vàng bát ngát; xuyên con dốc đứng, ngoằn ngoèo hay từng góc phố ẩm thực có thể gặp ở bất cứ nơi đâu với hình ảnh phố tiệm Á Âu pha trộn. Đó cũng là hệ sinh thái với nhiều cánh rừng nhiệt đới chứa bao điều kỳ bí; những dòng sông có đá quý trong đất khiến cho dân tứ xứ về đây đãi cát tìm vàng, di dân lập nghiệp từ khoảng năm 1848 tạo thành nhiều cộng đồng đa văn hóa tại thành phố thơ mộng này.

Những chi tiết hấp dẫn trên cũng đủ thuyết phục Ban tổ chức Hội Nghị Thượng Đỉnh về Diễn Đàn Hợp Tác Kinh Tế Châu

Á Thái Bình Dương gọi tắt là APEC (Asia-Pacific Economic Cooperation), diễn đàn của 21 nền kinh tế thành viên vành đai Thái Bình Dương với mục tiêu tăng cường mối quan hệ về kinh tế và chính trị hội họp từ ngày 11 đến 17 tháng Mười Một, năm 2023, quyết định chọn thành phố San Francisco và mời các nhà lãnh đạo Diễn đàn Hợp tác Kinh tế Châu Á, Thái Bình Dương giáp mặt nhau bàn thảo về chủ đề "Kiến tạo tương lai kiên cường và bền vững cho tất cả mọi người".

Đến thời điểm này thì các nền kinh tế thành viên APEC bao gồm: Úc, Brunei Darussalam, Canada, Chile, Cộng hòa Nhân dân Trung Hoa, Hồng Kông Trung Quốc, Indonesia, Nhật Bản, Đại Hàn Dân Quốc, Malaysia, Mexico, New Zealand, Papua New Guinea, Peru, Philippines, Liên bang Nga, Singapore, Đài Bắc Trung Hoa, Thái Lan, Hợp chủng quốc Hoa Kỳ và Việt Nam.

Kỳ họp APEC tại thành phố chủ nhà San Francisco là sự tính toán có nghiên cứu khá hoàn hảo vì nơi đây luôn đổi mới sáng tạo và bao trùm một trung tâm quan trọng giữa nền kinh tế toàn cầu. San Francisco là khu vực kinh tế lớn thứ tư ở Hoa Kỳ và vùng Vịnh San Francisco là nơi có nhiều công ty Fortune 500 lớn nhất thế giới như Tesla, Uber, Salesforce, Pixar, Netflix, Lucasfilm Ltd., Levi Strauss v.v... và một số công ty sáng tạo nhất trong lãnh vực AI, kỹ nghệ sinh học, phần mềm, công nghệ sạch và phương tiện truyền thông xã hội. Các hải cảng nơi đây ghi nhận 100 tỷ đô la từ vận chuyển hai chiều với các thành viên APEC hằng năm và người Mỹ gốc Á chiếm 33% tổng dân số San Francisco.

Kỳ họp này có hai nhân vật lãnh đạo nước Cộng Hòa Nhân Dân Trung Hoa hay là Tàu Cộng và nước Cộng Hòa Xã Hội Chủ Nghĩa Việt Nam hay còn gọi là Việt Cộng tham dự. Tập Cận Bình và Võ Văn Thưởng đại diện cho hai quốc gia có nhiều tai tiếng về thành tích chà đạp nhân quyền, đàn áp dân chúng, tước đoạt quyền làm người qua hành động quản chế, tù đày đối với những công dân bất đồng chính kiến. Riêng Tàu Cộng càng chồng chất nhiều nỗi thống khổ, điêu linh cho các quốc gia khác như Tây Tạng, Mông Cổ, Duy Ngô Nhĩ cũng như lấn chiếm Biển Đông. Do đó, người Việt Tỵ nạn Cộng Sản tại tiểu bang California có cơ hội biểu tình, lên tiếng trước dư luận quốc tế, tố cáo tội ác của Tập Cận Bình và Võ Văn Thưởng trước các ống kính truyền hình đa quốc gia.

Ban Tổ chức biểu tình được thành lập từ hơn một tháng qua do Cộng Đồng Việt Mỹ Bắc California đứng đầu phối hợp với các Hội Đoàn, Đoàn thể, các Cộng đồng Việt Nam tại Miền Trung và Miền Nam California cùng đồng hương vùng Bay Area kéo đến trước nơi diễn ra cuộc họp tại Moscone West Convention Center số 747 Haward Street, San Francisco, để chống đối những kẻ độc tài, đảng trị, hại dân, bán nước đang có mặt tại nơi này.

Đông đảo đồng hương Việt Nam ba vùng Nam, Trung, Bắc California hưởng ứng lời kêu gọi của ban tổ chức cuộc biểu tình quy mô vào hai ngày 15 và 16 tháng 11 để phản đối Việt Cộng và Trung Cộng vi phạm nhân quyền, trước trụ sở Hội Nghị Thượng Đỉnh APEC 2023 với rừng cờ vàng và những biểu ngữ nội dung kêu gọi tôn trọng nhân quyền cho Việt Nam, tố cáo Việt Cộng phạm tội phản quốc, đã bán nước cho quan thầy Trung Cộng! Và những tội ác chống lại loài người, thậm chí diệt chủng của Tàu Cộng! tàn ác đối với chính người dân của họ. Trung Cộng và Việt Cộng chỉ lợi dụng Hội Nghị Thượng Đỉnh APEC 2023 làm diễn đàn để quảng bá, khoa trương cho Đảng Cộng Sản mà thôi, trong khi người dân vẫn nghèo đói và bị đàn áp hằng ngày. Sau đây là nguyên văn Lời Kêu Gọi Tham Gia Biểu Tình Của Ban Tổ Chức:

"Thưa các bạn! Chúng tôi gồm các tổ chức người Mỹ gốc Á, viết thư này kêu gọi sự tham gia cuộc biểu tình để phản đối

các phái đoàn Việt Cộng và Trung Cộng, vào ngày 15 và 16 tháng 11 năm 2023, tại Hội nghị APEC ở San Francisco.

"Trong khi mục tiêu của APEC là gia tăng phúc lợi cho mọi người cùng đạt được tăng trưởng kinh tế bền vững và toàn diện trong khu vực, chúng tôi khẳng định rằng nhân quyền vẫn là yếu tố cốt lõi của phúc lợi đó. Trong khi chúng tôi mong muốn nền kinh tế Á Châu phát triển và đại đa số người dân được tham gia vào sự phát triển đó, lập trường của chúng tôi là không chấp nhận, đón tiếp hay cộng tác với những thế lực đang đàn áp những giá trị phổ quát này và phạm tội phản quốc, tội ác chống lại loài người, thậm chí diệt chủng đối với chính người dân của họ. Đất nước Hoa Kỳ là ngọn hải đăng của tự do chính trị và cơ hội kinh tế cho nhiều người dân bình thường, nhưng không có chỗ cho những ai gieo rắc bóng tối của chủ nghĩa Cộng sản. Nhân dịp kỷ niệm 75 năm Tuyên ngôn Quốc tế Nhân quyền, với tư cách là nạn nhân của chủ nghĩa Cộng sản và con cháu của họ, chúng tôi tưởng niệm hơn 100 triệu sinh mạng đã chết dưới bàn tay của chủ nghĩa Cộng sản và thề sẽ không cho phép những hành động tàn bạo như vậy được tiếp tục diễn ra ở bất cứ nơi đâu.

"Không ai có thể chối cãi rằng Trung Cộng phải chịu trách nhiệm về dịch bệnh Covid-19 đã cướp đi sinh mạng của hơn một triệu người Mỹ. Cuộc khủng hoảng fentanyl cũng bắt nguồn từ Trung Cộng, đang giết chết hàng chục nghìn người Mỹ mỗi năm. Theo báo cáo mới nhất của Bộ Quốc phòng, Trung Cộng đang nhắm vào Mỹ với 1.000 đầu đạn hạt nhân vào năm 2030. Lợi ích của Mỹ tiếp tục bị đe dọa bởi các chiến thuật kinh tế cưỡng bức, tham vọng bá chủ và sự coi thường hoàn toàn luật pháp quốc tế của Trung Cộng. Ủng hộ Trung Cộng là chế độ Cộng sản Việt Nam và Bắc Triều Tiên, quốc gia có chung giáo điều dựa vào khủng bố, dối trá để trị dân. Chúng tôi tập hợp lại để bác bỏ và phản đối những chế độ đó. Mong các bạn đứng lên cùng chúng tôi để bày tỏ tiếng nói chính nghĩa quốc gia.

"Theo lời của Elie Wiesel, người đoạt giải Nobel Hòa bình và là người sống sót sau thảm họa Holocaust phát biểu: "Có thể có những lúc chúng ta bất lực trong việc ngăn chặn sự bất công, nhưng không lúc nào chúng ta bỏ cơ hội phản kháng." Lúc đó chính là bây giờ. Xin tham gia với chúng tôi! Ban Tổ Chức gồm có Ủy Ban Chấp Hành Cộng Đồng Việt Mỹ Bắc California, Liên Hội Cựu Quân Nhân Bắc California, Tập Thể Chiến Sĩ VNCH Hải Ngoại; Khu Hội Cựu Tù Nhân Chính Trị Bắc California; Uỷ Ban Phụng Sự Cộng Đồng Bắc California; Liên Ủy Ban chống Cộng sản và tay sai; Hội Đồng Liên Kết Quốc Nội Hải Ngoại Việt Nam; Hội Đồng Đại Biểu Cộng Đồng Người Việt Quốc Gia Liên Bang Hoa Kỳ; Cộng Đồng Miền Trung California và Alliance For Vietnam's Democracy."

Lần biểu tình này hầu như các quốc gia Á Châu bao gồm Phi Luật Tân, Đài Loan, Duy Ngô Nhĩ, Tây Tạng, Hồng Kông, Việt Nam đều nhắm mục tiêu phản đối đến Trung Cộng. Từ ngày 5 tháng 11 năm 2023, Nguyễn Thái Học Foundation đã gửi thư đến các diễn giả, thành viên và các đại diện tham dự hội nghị APEC tại San Francisco, California, U.S.A, yêu cầu xem xét lại tư cách của nhà cầm quyền Cộng Sản Trung Quốc khi tham gia vào Hội Nghị APEC. Nội dung đề nghị như sau:

- Không nên chấp nhận đương quyền Cộng Sản Trung Quốc là thành viên tham dự trong hội nghị này.
- Không nên đàm phán, hợp tác với Cộng Sản Trung Quốc, và thận trọng với những hứa hẹn của họ vì những lý do sau đây:
- Đương quyền Cộng Sản Trung Quốc đã không thành thật khi tham gia vào WTO: Quốc gia này đang có nền kinh tế đứng thứ hai trên thế giới và chính phủ họ có dư tiền để cho vay và tài trợ cho các quốc gia khác. Họ vi phạm Hiệp định chung về Thuế quan và Thương

mại 1994 cũng như Hiệp định chống bán phá giá.

- Chiến lược "Một Vành Đai, Một Con Đường" đã tạo ra những "bẫy nợ" cho các quốc gia để họ chiếm dụng; xây dựng những thương cảng và biến những nơi này thành quân cảng sau này vì mục đích quân sự như Hambantota Port của Sri Lanka hoặc Ream Naval Base của Cambodia.

- Vấn đề An ninh, Kinh tế và Thương mại: Nhà cầm Quyền Cộng Sản Trung Quốc đã cài đặt gián điệp kinh tế để trộm cắp những bí mật từ các công ty và nhái tạo những hàng hóa giả mạo bán ra thị trường quốc tế. Xuất cảng những thực phẩm hàm lượng hóa chất cao, che giấu những vi phạm bằng cách luồn lách hàng hóa sang các nước khác để xuất cảng. Nhiều sản phẩm được làm ra từ những tù nhân cưỡng bức lao động ở Tân Cương, Duy Ngô Nhĩ...

- Vấn đề An ninh hàng hải: Đương quyền Cộng Sản Trung Quốc đã không tôn trọng luật hàng hải UNCLOS mà họ đã ký, rồi lại tự vẽ ra đường chín đoạn để chiếm đoạt lãnh hải của các nước khác, ỷ mạnh đánh chiếm trái phép những đảo Hoàng Sa, Trường Sa của Việt Nam, bao vây và ngăn chặn tiếp tế thực phẩm nhân đạo trên bãi cạn Scarborough của Philippines, đảo Natuna của Indonesia và đảo Borneo của Malaysia. Chính họ đã xua đuổi, cấm tàu thuyền các nước không được đánh, bắt hải sản trên vùng biển không thuộc về chủ quyền của Trung Cộng, gây xáo trộn, tạo bất ổn trên biển khi ngụy trang, quân sự hóa các tàu, thuyền dân sự để dễ bề gây hấn và đánh đuổi tàu của các nước khác.

- Đương quyền Cộng Sản Trung Quốc đã hành xử thiếu đạo đức và nhân quyền: khi cưỡng bức, cướp mổ và buôn bán nội tạng các tù nhân học viên Pháp Luân

Công; âm mưu chủ đích phát tán Covid-19 như một thử nghiệm chiến tranh sinh học đến toàn cầu...

Với những sự kiện nêu trên, nhà cầm quyền Cộng Sản Trung Quốc đã và đang hành xử những âm mưu, lừa đảo và tiếp tục tái diễn sau này, chúng tôi đề nghị APEC không nên để Cộng Sản Trung Quốc tham gia hội nghị lần này cũng như trong tương lai nếu chế độ chuyên chế, độc đảng vẫn còn tồn tại.

Đoàn biểu tình giương cao biểu ngữ cực lực phản đối nhà cầm quyền Cộng sản Việt Nam do Võ Văn Thưởng, Chủ tịch nước dẫn đầu, tố cáo trước dư luận quốc tế sự dối trá và khẳng định Việt Cộng không phải là đối tác đáng tin cậy. Chúng là những kẻ ăn bám và đâm sau lưng, bằng chứng là những hành vi khúm núm gần đây đối với Trung Cộng và Nga, ngay sau khi được nâng cấp lên quan hệ đối tác chiến lược toàn diện. Lợi ích của chúng hoàn toàn mang tính tư lợi và gây nguy hiểm cho lợi ích Hoa Kỳ... Do vậy, đoàn biểu tình quyết tâm phản đối sự hiện diện của phái đoàn Võ Văn Thưởng là những kẻ cầm quyền đang đưa dân tộc đến chỗ nghèo nàn, lạc hậu và nền đạo đức bị suy đồi. Hiện nay Việt Cộng đã nhốt khoảng 243 nhà bất đồng chính kiến và đấu tranh cho dân chủ, đẩy những nhà đấu tranh đến chỗ suy sụp tinh thần, dân oan bị cướp đoạt đất đai, Công an ngày đêm tra tấn và bắt bớ người dân với những tội danh rất bất công và mơ hồ mà kể hoài không bao giờ chấm dứt.

Nói về Tổng Thống Hoa Kỳ Joe Biden cùng họp với Đảng trưởng Trung Cộng Tập Cận Bình tại Điền Trang Filoli thì trong vài điều được giải quyết, dường như có vẻ thất thế cho Hoa Kỳ hơn là chiếm phần thủ đắc. Thứ nhất là các đường dây nóng giữa hai quân đội Mỹ, Trung đồng ý nối lại sau một thời gian dài bị Trung Cộng tự động cắt đứt kể từ khi cựu Chủ Tịch Hạ Viện Nancy Pelosi đến thăm Đài Loan vào tháng 8/2022. Thứ hai là ngăn chặn việc xuất cảng các mặt hàng liên quan đến chất fentanyl, nguyên nhân hàng đầu gây ra tình trạng sử dụng ma túy quá liều ở Hoa Kỳ để đổi lấy một sự giải tỏa cấm vận cho quân đội Trung Cộng. Điều đáng lo sợ là vấn đề AI (Artificial Intelligence) khi Joe Biden đem chiến thắng lớn đến cho Trung Cộng với thỏa thuận hạn chế sử dụng AI trong vũ khí nguyên tử và drone. Đây là một quyết định sai lầm trầm trọng của Tổng Thống Mỹ, bởi vì hiện nay kỹ thuật AI của Hoa Kỳ đang đi trước Trung Cộng rất xa qua những phát minh của semiconductor. Tại sao Joe Biden lại tự trói tay mình để nhường một lợi thế chiến lược vô cùng quan trọng cho Trung Cộng là câu hỏi mà nhiều người có suy nghĩ bình thường đang quan tâm. Joe Biden đã đạt được các thỏa thuận về fentanyl, nối lại đường dây nóng liên lạc quân sự, còn Tập Cận Bình đạt quá nhiều điều có thể xem như thoát đại nạn vì Tập đã giành được những nhượng bộ trong chính sách của Hoa Kỳ như gác lại những xử phạt đổi lấy hợp tác của Mỹ, biến từ đối địch sang bạn bè nhằm giảm bớt căng thẳng song phương sẽ cho phép Trung Cộng tập trung nhiều hơn vào tăng trưởng kinh tế, và cơ hội thu hút các nhà đầu tư nước ngoài đang ngày càng xa lánh Tàu Cộng qua cuộc nói chuyện đầy hứa hẹn của Tập Cận Bình với các nhà đầu tư ở San Francisco. Đáng lẽ Hoa Kỳ cần nắm cái cán dao để răn đe Trung Cộng không được quấy rối Biển Đông hoặc chẳng dám hợp tác với Nga chống lại Tây phương mới là nước cờ cao kiến.

Trong Sử ký Tư Mã Thiên chép về nhà thuyết khách Tô Tần khoảng cuối thế kỷ thứ tư trước Công Nguyên, cùng thời với Trương Nghi, đối thủ chủ xướng kế sách liên hoành. Ông lần lượt đi du thuyết lục quốc gồm Yên Văn hầu, Triệu Túc hầu, Ngụy Huệ vương, Tề Tuyên vương, Sở Uy vương với kết quả, sáu nước hợp tung và cùng chung sức chống nước Tần. Tô Tần là người cầm đầu hợp tung, kiêm Tể tướng sáu nước. Trong quá trình thực hiện thuyết hợp tung, để ngăn chặn việc nước Tần đánh Triệu sẽ hỏng kế sách của mình, Tô Tần đã dùng mưu mẹo kích động người bạn giỏi du thuyết là Trương Nghi đi sang nước Tần làm quan để khuyên vua Tần không đánh nước Triệu, khiến kế sách của ông được thực hiện thành công. Sau khi việc hợp tung 6 nước hoàn thành, nước Tần không mang quân đi đánh các nước khác trong vòng 15 năm để sáu tiểu vương quốc này có cơ hội liên kết sức mạnh, âm thầm chế tạo vũ khí, xây dựng kinh tế, liên minh chống Tần. Quả thật sau đó nước Tần bị lục quốc hợp lực tiêu diệt. Ở nước Tề thì Tô Tần bị các đại phu nước này ganh ghét vì họ sợ tranh giành sự tin yêu của Tề Mẫn vương nên nhóm đại phu ra tay đâm trọng thương Tô Tần. Vua Tề rất yêu mến Tô Tần bèn quyết tìm cho kỳ được hung thủ là ai nhưng không bắt được. Đến lúc gần chết Tô Tần nói với Tề Vương: "Sau khi thần chết, xin dùng ngựa xé xác mà rao ở chợ rằng: "Tô Tần vì nước Yên mà làm loạn ở nước Tề." Làm thế thì thế nào bệ hạ cũng bắt được hung thủ giết thần. Tô Tần nói vậy nhằm mục đích khiến mọi người tưởng Tô Tần là kẻ có tội bị vua Tề thất sủng, kẻ giết Tô Tần sẽ lộ diện. Vua Tề làm theo, quả nhiên người giết Tô Tần tự ra nhận công. Tề Mẫn Vương bèn bắt hung thủ mang đi chém đầu.

Hai ngàn sáu trăm năm sau, tại thành phố San Francisco cũng diễn tuồng y hệt lục quốc hợp tung, không biết ai là Tô Tần nhưng Hoa Kỳ làm hòa với Trung Cộng trong công nghệ AI thì kẻ hưởng lợi sau cùng không ai khác hơn là kẻ thù của dân tộc Việt Nam? Buồn thay!

Thầy Tuệ Sỹ

Thầy Quảng Đức có tài tướng số thần kỳ, đang đứng ngoài sân chùa nói chuyện với Thầy Tuệ Sỹ, năm 1973 tôi còn quá nhỏ, đang ở sau hậu liêu của Phật Học Viện Hải Đức học nội điển thì Đại Đức Tịnh Diệu sai tôi đi tìm Thầy Tuệ Sỹ cho Ôn dạy việc. Tôi chạy loanh quanh và xuống bực cấp thì thấy hai vị đứng dưới gốc cây sứ nói chuyện khá sôi nổi. Không chờ tôi trình báo thì Thầy Tuệ Sỹ đã nói với Thầy Quảng Đức, "anh đoán đúng" và không đợi tôi thưa thỉnh thì Thầy vội vào trong cho Ôn dạy việc.

Chuyện lâu tôi không nhớ, nhưng duyên may gặp lại thầy Quảng Đức tại San Jose đang truyền nghề cho người đệ tử là Kim Khoa, một doanh nhân ngành địa ốc thành đạt vùng Bay Area. Khi nhắc đến thời gian đó thì thầy Quảng Đức cho biết là sự việc sắp xảy ra như thế nào thầy Tuệ Sỹ đều biết trước. Bằng chứng là lúc hai vị nói chuyện, thầy Tuệ Sỹ bảo rằng chừng 10 phút nữa sẽ có một chú nhỏ dừng câu chuyện này. Quả đúng như vậy, mười phút sau đó tôi là người chạy tìm Thầy và dù chưa thưa thỉnh thì Thầy đã rõ.

Thật ra, thầy Quảng Đức không phải là tu sĩ nhưng thân cận với thầy Tuệ Sỹ từ những năm thuộc thập niên sáu mươi, thương quý và chăm lo cho thầy Tuệ Sỹ vào những năm tù đày trong trại Phú Yên miền Trung cũng như trại Ba Sao miền Bắc. Thầy Quảng Đức cũng tinh thông kinh kệ nhưng chuyên ngành dịch số, tướng pháp tâm linh nên làm điều gì cũng đoán được phần lớn chuyện xảy ra trong từng khoảng thời gian. Qua lời Thầy Quảng Đức, tôi biết thêm về Thầy Tuệ Sỹ trong sự nghiệp văn chương, thi phú, âm nhạc, ngôn ngữ và dịch lý mang tầm vóc quốc tế, khó ai sánh bì. Tầm ảnh hưởng về đạo pháp, dịch thuật kinh điển, trước tác văn chương thì ba bốn trăm năm sau chưa biết có được nhân tài nào như vậy để "tái hiện đàm hoa" trong cõi Diêm phù đề này hay không?

Thầy Thích Tuệ Sỹ, thế danh Phạm Văn Thương, sinh năm 1943 tại tỉnh Paksé, Lào. Năm chín tuổi xuất gia và làu thông kinh điển rất sớm. Thầy có một bộ óc siêu việt, các ngôn ngữ chính đều thông thạo và trở thành Giáo sư tại Viện Đại Học Vạn Hạnh thập niên bảy mươi của thế kỷ XX khi độ tuổi còn khá trẻ. Những công trình nghiên cứu Phật học và những khảo luận Triết học có giá trị cao như Đại Cương về Thiền Quán, Triết Học về Tánh Không rất dễ hiểu, dễ tu. Nhờ tinh thông chữ Hán, biết nhiều ngoại ngữ như Anh, Pháp, Lào, Thái, Nhật, Tây Tạng, thông thạo hai cổ ngữ Pali và Sanskrit; hiểu tiếng Đức, nghiên cứu kỹ về Heidegger và Hoelderlin nên Thầy dịch cuốn Thiền Luận của D.T. Suzuki ra Việt ngữ được nhiều tầng lớp xã hội hoan nghênh, đón đọc rất say mê. Đặc biệt với kiến thức Phật học uyên thâm, Thầy đã viết giảng luận "Huyền thoại Duy-ma-cật", và đi theo hình mẫu lý tưởng này nên Thầy Tuệ Sỹ đã không ngại dấn thân phụng sự, và trở thành biểu tượng của sự đấu tranh ôn hòa cho các giá trị nhân quyền và tự do tôn giáo tại Việt Nam.

Năm 1984 Thầy Tuệ Sỹ bị nhà đương quyền Cộng Sản Việt Nam bắt và gán tội "âm mưu lật đổ chính quyền", tuyên án tử hình trong phiên tòa mà chính Thầy tự biện hộ cho mình. Khi bản án đưa ra, Thầy Quảng Đức đã cười to và nói rằng, "không rụng một cọng lông của Thầy Tuệ Sỹ", mà chính Thầy cũng tự biết như vậy. Quả thật, nhiều chương trình hoạt động quốc tế đồng loạt lên tiếng phản đối chế độ bất nhân đó; Tổ chức Human Rights Watch trao giải thưởng tranh đấu nhân quyền (Hellman-Hammett Awards) cho Thầy và cuối cùng, Cộng Sản buộc phải trả tự do nhân ngày quốc khánh của chúng vào năm 1998. Một tu sĩ Phật giáo ốm yếu đã lãnh án tử hình, 17 năm tù đày và ba lần bị quản thúc, trải qua các lao xá khắc nghiệt khắp Nam Trung Bắc, tuy nhiên điều đó vẫn không thể thay đổi được một người đã quyết tâm sống trọn vẹn với những giá trị mình đã lựa chọn, vẫn giữ lòng thanh thản bao dung không chút oán hận đối với bất cứ chúng sanh nào từng đối xử tàn tệ với Thầy.

Một lòng với Giáo Hội Phật Giáo Việt Nam Thống Nhất, tháng 4 năm 1999, Hòa thượng Thích Quảng Độ đề cử Thầy Tuệ Sỹ làm Tổng Thư Ký Viện Hóa Đạo, và sau đó cung cử lên Đệ Nhất Phó Viện Trưởng Viện Hóa Đạo. Với tư cách này, Thầy Tuệ Sỹ là một trong những nhà lãnh đạo Giáo Hội Phật Giáo Việt Nam Thống Nhất đóng góp rất nhiều cùng với Hòa Thượng Thích Huyền Quang và Hòa Thượng Thích Quảng Độ trong công cuộc đấu tranh đòi hỏi quyền tự do tôn giáo tại Việt Nam, nhất là quyền phục hoạt của Giáo hội Phật giáo Việt Nam Thống nhất.

Thầy Tuệ Sỹ từng tuyên bố tại tòa án, cũng như khí phách kiên cường lúc ngồi tù, là tấm gương sáng, là niềm tự hào của Phật giáo và của dân tộc: "Lập trường của chúng tôi là lập trường của Phật giáo, là lập trường của toàn khối dân tộc." Vì Thầy cho rằng sức mạnh của Phật giáo không phải là Chính trị, mà là Văn hóa và Xã hội, trong đó Giáo dục có vai trò rất quan trọng. Nhưng công cuộc giáo dục này phải do Giáo hội độc lập đề ra, không thể chịu sự kiểm soát hay áp đặt của bất cứ thế lực nào, thì mới mong đào tạo ra những thế hệ tăng ni có tài đức để phụng sự xã hội, phục vụ chúng sanh.

Khoảng tháng Ba năm 2003, Thầy Tuệ Sỹ tháp tùng Hòa thượng Thích Huyền Quang ra Hà Nội gặp Thủ tướng Cộng Sản đương thời Phan Văn Khải yêu cầu giải quyết việc Nhà nước đình chỉ sinh hoạt của Giáo Hội Phật Giáo Việt Nam Thống Nhất sau năm 1975. Trong dịp này, đại diện ngoại giao của sáu quốc gia thành viên Khối Liên Âu và Hoa Kỳ tại Hà Nội đã chủ động tìm gặp và mời thầy Tuệ Sỹ đến thăm, làm việc tại trụ sở ngoại giao của phái bộ Liên Âu ở Hà Nội.

Họ đón Thầy đi một mình, không cần người phiên dịch và cuộc nói chuyện hết sức cởi mở đã giúp những nhà ngoại giao Liên Âu thấu rõ tình cảnh của Giáo Hội Phật Giáo Việt Nam Thống Nhất quyết tâm nắm giữ giềng mối của sự tinh túy uyên nguyên Phật Giáo và văn hóa dân tộc như thế nào!

Tháng Mười năm đó Thầy đã cùng nhị vị Hòa thượng Thích Huyền Quang và Thích Quảng Độ tổ chức Đại hội bất thường Giáo Hội Phật Giáo Việt Nam Thống Nhất tại Tu viện Nguyên Thiều, Bình Định. Sau Đại hội này, các vị Hòa thượng cũng như Thầy Tuệ Sỹ bị nhà cầm quyền quản chế mỗi người một nơi, do đó Giáo Hội trong nước ủy thác cho các Giáo Hội Phật Giáo Việt Nam Thống Nhất tại Hải ngoại tổ chức Đại hội tại Tu Viện Quảng Đức, Melbourne, Úc Châu để công bố đầy đủ nhân sự lãnh đạo Giáo hội trong nước và hải ngoại, đồng thời toàn thể Tăng ni Phật tử đã suy tôn Đại lão Hòa Thượng Thích Huyền Quang lên ngôi vị Đệ tứ Tăng thống.

Năm 2008, đức Đệ tứ Tăng thống Giáo Hội Phật Giáo Việt Nam Thống Nhất viên tịch và ngôi vị Đệ ngũ Tăng thống được truyền thừa cho Hòa Thượng Thích Quảng Độ. Tháng Ba năm 2019, đức Đệ Ngũ Tăng thống Thích Quảng Độ biết sự vô thường sắp đến nên phú chúc di ngôn và ấn tín của Viện Tăng Thống Giáo Hội Phật Giáo Việt Nam Thống Nhất ủy nhiệm cho Thầy Tuệ Sỹ lãnh đạo, xử lý thường vụ Viện Tăng Thống sau khi Ngài viên tịch vào tháng Hai năm 2020.

Từ những năm tháng tù đày, sức khỏe của Thầy Tuệ Sỹ suy yếu trầm trọng, dù vậy Thầy vẫn kiên trì mạnh mẽ chống chọi cơn bạo bệnh để hằng ngày phiên dịch kinh điển, hiệu đính các tác phẩm, tổ chức sắp xếp thư mục cho công trình phiên dịch Đại Tạng Kinh Việt Nam được thực hiện theo đúng tiêu chuẩn học thuật quốc tế.

Tháng 11 năm 2021, thầy Tuệ Sỹ chủ trì Đại hội lần thứ nhất của Hội đồng Hoằng pháp, quyết định thành lập Hội đồng Phiên dịch Tam tạng Lâm thời để kế thừa Hội đồng Phiên dịch Tam tạng do chư tôn Trưởng lão Hội đồng Giáo phẩm Trung ương trực thuộc Viện Tăng thống Giáo Hội Phật Giáo Việt Nam Thống Nhất đã thành lập hồi năm 1973, nhưng bị gián đoạn do thời cuộc chướng duyên.

Đến cuối năm 2021 Hội đồng Phiên dịch Tam tạng Lâm thời chính thức được thành lập và phiên dịch, hiệu đính, chứng nghĩa chuyết văn và tổ chức in ấn quy củ, hình thành 29 tập đầu tiên của Thanh Văn tạng, được khởi in trong năm 2022, đặt nền móng cho công trình Đại Tạng Kinh Việt Nam chính thức được tiếp nối.

Đến tháng Tám năm 2022, Hội đồng Giáo phẩm Trung ương suy cử Thầy Tuệ Sỹ đảm nhiệm trách vụ Chánh thư ký kiêm Xử lý thường vụ Viện Tăng Thống tại chùa Phật Ân, Biên Hòa và cử hành lễ truyền trao ấn tín Viện Tăng Thống tại chùa Từ Hiếu thuộc quận Tám Sài Gòn sau đó một ngày.

Từ đó, Thầy đã dành hết thời gian và sức khỏe còn lại để chuyên tâm phiên dịch kinh tạng, hiệu đính, chứng nghĩa cho các dịch phẩm hầu lưu lại cho hàng hậu bối. Tiếc thay công trình hoằng pháp lợi sanh còn cần đến khối óc uyên thâm của Thầy, nhưng rồi ai cũng phải ra đi, thầy Tuệ Sỹ đã thuận thế vô thường thâu thần thị tịch tại chùa Phật Ân, huyện Long Thành, tỉnh Đồng Nai, Việt Nam, vào lúc 16:00 giờ, ngày 24 tháng 11 năm 2023, trụ thế 80 năm.

Nhận được thông tin về sự thị tịch của Người, Bộ Ngoại Giao Hoa Kỳ đã đăng lời phân ưu bày tỏ sự tiếc thương vô cùng đến một bậc thức giả với di sản văn hóa, giáo dục đồ sộ lưu lại cho thế nhân.

Quả thật như vậy, Thầy Tuệ Sỹ là một anh tài tinh hoa của dân tộc, một chiến sĩ kiên cường bất khuất trước vô minh, luôn đấu tranh cho cái thiện được trường cữu, cho tinh thần Giáo Hội Phật Giáo Việt Nam Thống Nhất được xiển dương, cho đạo pháp trường tồn và dân tộc được thăng hoa, chúng sanh an lạc.

Chúng ta hãy lắng nghe lời thao thức của Thầy Tuệ Sỹ từ hai thập niên trước từng gửi gắm những người trẻ với lý tưởng phụng sự chúng sanh, xuất gia cầu đạo khi nhìn thấy sự biến đổi hư ngụy của trần gian quay cuồng:

"Trong những ngày gần đây, những biến động tuy làm sửng sốt thế giới nhưng hầu như chỉ làm gợn sóng một ít nơi đây để giữ yên cho giấc ngủ đông miên kéo dài qua hai thập niên của Phật giáo Việt Nam.

"Trong không khí được bao trùm bởi trạng thái ứ đọng của vũng nước ao tù, bị cắt đứt với mạch nguồn quá khứ, bị che chắn khuất tầm nhìn tương lai; trong không khí đó tâm tư ước nguyện của thế hệ non trẻ, của thế hệ tăng ni sinh mới lớn, như được bộc lộ trong những ngày vừa qua, từ Bình Định cho đến Thừa Thiên - Huế, là dấu hiệu của nguồn mạch ngầm vẫn luân lưu bất tuyệt trong dòng lịch sử truyền thừa của Phật giáo Việt Nam. So với khối lượng tăng ni sinh trong cả nước, các con chỉ là một nhóm nhỏ. Ít, nhưng đây là những hạt lúa chắc. Nhiều, nhưng chỉ là vỏ trấu, và là những hạt chưa được ủ mầm mà đã mục rỗng bên trong.

"Các con hãy tự hào, với niềm tự hào trong trắng và vô tư của tuổi trẻ, từ thời điểm cột mốc này, đã một lần và mãi mãi đứng thẳng trên đôi chân của chính mình, bằng đôi mắt trí tuệ và hùng lực mà nhìn thẳng không khiếp sợ vào quyền lực xấu ác của thế gian, tự xác định hướng đi cho bản thân để làm những việc cần làm cho chính mình và cho mọi người. Thế hệ của thầy, những thanh niên trang lứa được nuôi dưỡng để dựa vào chiến trường của cuộc chiến tranh ý thức hệ, được giáo dục để biết hận thù giai cấp. Nhưng may thay, giòng suối Từ vẫn âm thầm tuôn chảy, để xoa dịu những đau thương mất mát; để hàn gắn những đổ vỡ điêu tàn của dân tộc. Các con lớn lên trong thời đại thanh bình, nhưng các con

lại bị ném vào giữa một xã hội mất hướng. Quê hương và đạo pháp là những mỹ từ thân thương nhưng đã trở thành sáo rỗng. Các bậc cao tăng thạc đức, một thời đã đánh thức lương tâm nhân loại trước cuộc chiến hung tàn, đã giữ vững con thuyền đạo pháp trong lòng dân tộc; nay chỉ còn lại bóng mờ, và quên lãng.....

"...Xưa kia, khi vua chúa bắt sư tăng cúi đầu nhận tước lộc của triều đình để làm tôi tớ cho vương hầu, chư Tổ đã sẵn sàng đặt đầu mình trước gươm bén, giữ vững khí tiết của người xuất gia, bước theo dấu chân vô úy, vô cầu, của các bậc Thánh Đệ tử, được gói gọn trong thanh quy: Sa môn bất kính vương giả. Nhẫn nhịn đời nhưng không để cho quyền lực đen tối của đời sai sử. Tùy thuận thế gian, nhưng không tự đánh chìm trong dòng xoáy ô trược của thế gian. Các con hãy tự rèn luyện cho mình một tín tâm bất hoại; một đức tính dũng mãnh vô úy; nỗ lực tự huân tập trí tuệ bằng văn, tư, tu để nhìn rõ sự tướng chân ngụy, để thấy và biết rõ mình đang ở đâu, đang đi về đâu; không nhắm mắt phóng càn theo cỗ xe lộng lẫy bên ngoài nhưng rệu rã bên trong, đang lao xuống dốc dài không định hướng.

"Mỗi thế hệ có vấn đề riêng của nó, do những biến thiên của xã hội chung quanh, do những biến cố dao động mang tính thời đại. Thế hệ của thầy thừa hưởng được nhiều từ Thầy Tổ, nhưng chưa hề báo đáp ân đức giáo dưỡng cao dày trong muôn một. Chỉ mới tròn ba mươi tuổi, đã phải khép lại cổng chùa, xách cuốc lên rừng, xuống biển, cũng mưu sinh lao nhọc như mọi người. Rồi lại vào tù, ra khám, lênh đênh theo vận nước thăng trầm. Sở học và sở tri cũng cùn mòn theo tuổi đời, năm tháng. Duy, chưa có điều gì thất tiết để điếm nhục tông môn, uổng công Sư trưởng tài bồi. Một chút niềm tin chưa hề thoái thất, chỉ mong cùng chia sẻ với thế hệ kế thừa. Một thế hệ đang trưởng thành để khơi tỏ ngọn đèn Chánh pháp giữa một đất nước thấm nhuần phong hóa.

"Cầu mong các con có đủ dũng mãnh để đi bằng đôi chân của mình, nhìn bằng đôi mắt của mình; tự xác định hướng đi cho chính mình. Thầy sẽ là người bạn đồng hành với các con trên đoạn đường bóng xế của đời mình.

"Quảng Hương Già Lam

"Ngày 28.10.2003

"Thầy"

Như những lời tâm huyết ấy, suốt cuộc đời Thầy Tuệ Sỹ đã tập trung toàn thời gian vào sự nghiệp hoằng pháp, tận tụy hơn sáu thập niên phiên dịch, chú giải, giảng dạy và sáng tác thơ văn, tiểu luận... biểu hiện nền Văn hóa, Giáo dục nhân bản và khai phóng của dân tộc trong một giai đoạn lịch sử đen tối trên quê hương. Do vậy, sự ra đi của Thầy đã chấn động đến tận trái tim của đức Đạt Lai Lạt Ma, Ngài viết lời phân ưu như sau:

"Tôi rất đau buồn khi được biết Trưởng lão Hòa thượng Thích Tuệ Sỹ vừa viên tịch ở tuổi 81. Tôi xin dâng lời cầu nguyện lên Cố Hoà Thượng và gửi lời chia buồn đến chư Huynh Đệ Pháp Lữ của Cố Hoà Thượng cũng như đông đảo Phật Tử của Ngài. Tôi được biết rằng Cố Trưởng lão Hoà Thượng đã tận tuy cống hiến hết mình để phụng sự tha nhân. Mặc dù Ngài ấy không còn ở bên cạnh chúng ta nữa; nhưng chúng ta cũng cảm thấy được an ủi rằng Cố Trưởng lão Hoà Thượng đã sống một cuộc đời đầy ý nghĩa. Cách tốt nhất mà các môn đệ của Cố Trưởng Lão Hoà Thượng có thể bày tỏ lòng kính trọng đối với Ngài là noi theo tấm gương của Ngài đã cống hiến hết mình để phụng sự tha nhân. Với những lời cầu nguyện chân thành!

"Đạt Lai Lạt Ma"

Tôi liên lạc với Thầy Quảng Đức ở Washington DC để tổ chức một *"Đêm Thơ Nhạc & Thắp Nến Tưởng Niệm"* đến công hạnh và đạo nghiệp của Người, nhưng Thầy Quảng Đức đang ở Sàigòn tham dự tang lễ trang nghiêm và cảm động ở chốn Già Lam Phật Ấn Tự cho đến tuần chung thất mới quay về. Thôi thì hai thầy đã thủy chung có nhau quý hóa vô vàn; còn riêng Thung Lũng Hoa Vàng nơi đây, nhiều trái tim yêu thương Thầy Tuệ Sỹ, thân hữu, sinh viên Sàigòn, Nha Trang, Vạn Hạnh năm xưa và những người từng là độc giả, học giả tham khảo văn thơ kinh sách của Người có cơ hội đốt nén tâm hương bái vọng về một bậc anh tài, xuất trần thượng sĩ, nhóm anh em cư sĩ miền bắc California quyết định tổ chức buổi Lễ Tưởng niệm nêu trên tại Di Lặc Vegetarian Cuisine 2850 Quimby Road # 125 San Jose vào chiều 15 Tháng 12 năm 2023, đúng dịp tuần thất thứ ba của Người.

Đêm nay, trước khi thiền tọa, tôi đốt trầm hương, viết bài vị để vọng bái khi tang lễ Thầy Tuệ Sỹ đang trà tỳ tại Hòa Lạc Viên - Sala Garden thuộc huyện Long Thành, tỉnh Đồng Nai, bên kia bờ Thái Bình dương. Khói trầm ngào ngạt bay lên hư không, tôi linh cảm Thầy đang mỉm cười nhẹ gót độc hành nhưng chắc chắn đàm hoa tái hiện. Thầy Tuệ Sỹ sẽ tái lai nơi cõi Sa bà trong tương lai vì hạnh nguyện phục hoạt Giáo Hội Thống Nhất đúng nghĩa vẫn chưa viên thành. Tôi nắn nót từng chữ:

"Phụng vị Từ Lâm Tế Chánh tông tứ thập tứ thế, Giáo Hội Phật Giáo Việt Nam Thống Nhất, Tăng Thống Viện Chánh Thư Ký Xử lý Thường Vụ, húy thượng NGUYÊN hạ CHỨNG, hiệu TUỆ SỸ, Trưởng lão Hòa thượng Giác linh thùy từ chứng giám."

Đệ tử Như Ninh

Henry Kissinger

Kinh Phật có dạy: "Dục tri tiền thế nhân, đương kim thọ giả thị." (Muốn biết nhân đời trước, xem kết quả đang nhận.) Điều này có nghĩa là, khi nhìn vào hiện tại, chúng ta có thể biết được quá khứ thiện ác của một người đã tạo ra như thế nào. Cuộc chiến bằng súng đạn ở Việt Nam đã chấm dứt từ năm 1975, nhưng từ đó đến nay qua gần nửa thế kỷ mà cuộc chiến giữa hai ý thức hệ Quốc gia, Cộng sản chưa bao giờ chấm dứt. Hơn nữa, càng ngày lại càng khốc liệt hơn trong tâm hồn và giữa tâm linh dân tộc Việt Nam, xung đột tư tưởng trở nên thậm tệ, tàn nhẫn và bi thương hơn bao giờ hết.

Sau năm 1975, nhân dân Miền Nam Việt Nam bỗng nhiên phải đối diện với một thứ "khỉ già rừng rú" nấp bóng "xã hội chủ nghĩa", mượn danh "quốc doanh" để chiếm đoạt tất cả của cải, tài sản do công khó mà gia đình họ gầy dựng được hay tổ tiên để lại. Trong cơn cuồng nộ của sự đổi đời, những thanh niên trai tráng trở thành tù nhân và hàng hàng lớp lớp thân nhân của họ trắng tay thành "vô sản", bị đẩy vào vùng kinh tế mới mà vẫn không dám mở miệng nói ra ý nghĩ của mình. Hố sâu phân ly của giống nòi ngày càng khơi rộng giữa người Miền Nam, kẻ Miền Bắc, thật quá đổi chua cay.

Người Cộng Sản cực đoan và mù quáng đến nỗi, hễ cái gì ở miền Nam đều sai; và ngược lại, miền Bắc luôn ưu việt. Căn bệnh "đỉnh cao trí tuệ loài người" ngày càng thêm nặng, bất chấp việc họ liên tục đi từ thất bại này sang thất bại khác. Đau đớn nhất là một nền văn hóa nhân bản bị bóp cổ, văn học nghệ thuật bị hỏa thiêu và quan niệm đúng, sai, tốt, xấu, đen, trắng, đỏ, vàng phải phát xuất từ cái loa phường, tuyệt đối không được phép nẩy sinh từ bất kỳ sáng kiến trung tính nào cả. Do vậy, hầu như tầng lớp thanh niên đã mất đi khả năng phán xét thiện ác, đúng sai, mà chỉ cần thuộc lòng những luận điểm một chiều đã được nhồi sọ thì sẵn sàng chà đạp mọi giá trị, truyền thống, đạo đức, quan hệ huyết thống, bằng hữu thâm giao hay ngay cả lòng trắc ẩn của chính mình để tranh danh đoạt lợi.

Sự nhận thức một chiều làm mất đi mọi tư tưởng sáng tạo đa dạng và điều này được nhân rộng ra cả một dân tộc, trở thành cao trào khi chỉ có phe nhóm độc đảng là đúng, người đảng viên đứng trên pháp luật, ngồi chung nghị trường, nói cùng một thứ ngôn ngữ xum xoe, bợ đỡ, nịnh hót hay ngay cả vùi dập theo bè thì mới là đồng mục tiêu, đồng chí hướng, cùng đúng cả! Ngược lại, những ai phản biện, chống lại sự bất công, nói lên sự thật do mắt thấy, tai nghe, khác biệt với luận điểm của "đỉnh cao trí tuệ loài người" thì đều là sai, đều là "phản động" hay "diễn biến hòa bình" và do "thế lực thù địch sai khiến".

Hàng triệu người bỏ nước ra đi, số người không may bỏ xác trên đại dương được ước tính ít nhất cũng hơn nửa triệu, xấp xỉ với dân số một quốc gia như Luxembourg. Thật là khủng khiếp! Sau gần nửa thế kỷ trôi qua, chuyện cơm áo gạo tiền vẫn là nỗi thao thức hằng đêm của những bà mẹ quê khi đồng lúa biến thành sân golf. Dù bộ mặt "trưởng giả học làm sang" nhan nhản khắp làng quê nhưng không có nghĩa là bình an tự tại, bởi xã hội ưu việt đó đã tạo ra quá nhiều những con người man trá, lừa lọc và bất chấp thủ đoạn mong đạt mục đích, để trở thành tầng lớp thượng lưu trong xã hội. Một quốc gia vẫn xếp hạng nghèo đói bậc nhất, lợi tức đầu người chưa qua được bốn con số (năm 2022 chỉ là 3.550 đô-la Mỹ/người) nhưng thạc sĩ và tiến sĩ nhiều hơn Pháp quốc, chỉ vì hầu hết đều là bằng giả, được mua bằng tiền chứ không thực sự là thước đo tri thức. Do vậy mà hiện tại ở Việt Nam có rất nhiều trí thức "ngồi không đúng chỗ", như cử nhân chạy xe ôm hoặc làm môi giới mua bán nhà, thạc sĩ đi giao hàng online và tiến sĩ như ông Bùi Hiền thì đưa ra những đề nghị "cải cách tiếng Việt" đầy phi lý! Đó là những kết quả "trăm năm trồng người" của ngành giáo dục xã hội chủ nghĩa. Còn môi trường thiên nhiên của đất nước nhiều ngàn năm tươi đẹp thì giờ đây chỉ còn là những cánh rừng xác xơ trơ trọi, để những biệt phủ trị giá hàng triệu đô-la được chạm trổ hoa văn toàn là trầm hương gỗ quý. Sông ngòi thì hết cát, sạt lở từng phần mà cát vàng khai thác xây tượng đài ngàn tỷ cùng những ngôi nhà trăm phòng của bí thư nọ, tỉnh ủy kia...

Người Việt Nam dưới thời xã hội chủ nghĩa là vậy đó, ai cũng dấy lên lòng hoài nghi, nhưng dửng dưng trước thời cuộc. Tham nhũng trở thành quốc nạn và được xem như thứ văn hóa bình thường trong quan hệ giữa cường quyền và dân đen. Muốn tìm sự tử tế trong giáo dục học đường, trong quan trường nghị viện hay ngay cả trong dòng tộc họ hàng thân thuộc thì giờ đây còn khó hơn cả tìm vàng!

Trên đây là bức tranh tổng thể của kết quả hiện tại mà nguyên nhân thì có thể liệt kê ra hàng hàng lớp lớp... Tuy nhiên, trong số những nguyên nhân chính yếu dẫn đến hệ lụy của cả một dân tộc phải sống đời u ám như hiện nay thì vai trò của Cựu ngoại trưởng Hoa Kỳ Henry Kissinger không thể không nhắc đến. Giờ đây, Kissinger đã không còn trên dương thế, ông chết ở tuổi 100 vào ngày 29 tháng 11 năm 2023 tại Tiểu bang Connecticut, nhưng người dân Việt Nam vẫn có cái nhìn bàng quan về ông sau nửa thế kỷ trôi qua hơn là chút trắc ẩn đối với người quá cố.

Trong cuộc toạ đàm trực tiếp truyền hình trên VNA TV, Giáo Sư Nguyễn Đức Lâm, Bác Sĩ Phạm Đức Vượng, Nhà Thơ Chinh Nguyên và tôi ngẫm về vai trò của cựu Ngoại trưởng Henry Kissinger đồng thời cùng nhìn lại về sự sụp đổ của miền Nam Việt Nam vào tay Cộng sản Bắc Việt, dẫn đến kết quả một Việt Nam tồi tệ như ngày hôm nay.

Giáo Sư Nguyễn Đức Lâm nói rằng, Tiến sĩ Kissinger là một ngoại trưởng khá nổi bật trong lịch sử Hoa Kỳ, phục vụ dưới hai chính quyền Richard M. Nixon và Gerald Ford, đồng thời cũng từng là Cố vấn an ninh quốc gia. Ông là người có ảnh hưởng trên chính trường và định hình chính sách ngoại giao của Hoa Kỳ trong ba thập niên, trong đó có Hiệp định Paris được ông ký kết với ông Lê Đức Thọ, cố vấn đặc biệt của phái đoàn Việt Nam Dân chủ Cộng hòa, hồi đầu năm 1973, để chấm dứt chiến tranh, lập lại hòa bình ở Việt Nam. Tuy nhiên chữ ký đó đã vấy quá nhiều máu của quân dân cán chính Việt Nam Cộng Hòa, ông có trách nhiệm rất lớn trong việc để miền Nam sụp đổ vì Hiệp định Paris được ký kết chỉ có lợi cho Việt Cộng và quân đội Hoa Kỳ rút về nước, mở đường cho Cộng sản cưỡng chiếm miền Nam bằng vũ lực vào ngày 30 tháng Tư năm 1975. Hiệp định này là để "lập lại hòa bình" nhưng rõ ràng không hề có hòa bình, kết quả là một nửa dân tộc Việt Nam bị đày đọa. Anh linh của hàng triệu con người tức tưởi nằm xuống không thể nào tha thứ cho Kissinger.

Bác Sĩ Phạm Đức Vượng cho rằng, ông Kissinger là một nhà ngoại giao có tài nhưng đã vận dụng khả năng ngoại giao của mình vào con đường xảo quyệt, tà đạo, bất chính, đúng như thiên hạ đặt biệt danh cho ông là "Vua đi đêm". Năm 1972, Kissinger sang Trung Cộng gặp Mao Trạch Đông và Chu Ân Lai để cải thiện quan hệ Hoa Kỳ và Trung Cộng, chấm dứt hơn hai thập niên lạnh giá, cô lập và thù địch. Tuy nhiên hậu quả đó bây giờ người Mỹ đã sáng mắt, vì kẻ thù của nhân dân Hoa Kỳ chính là Trung Cộng. Theo thống kê của PEW thì 90% dân Mỹ tin là như vậy.

Đối với chiến tranh Việt Nam, Hoa Kỳ gia tăng nỗ lực rút quân và Tổng thống Nixon vận động tranh cử bằng khẩu hiệu "Nền hòa bình trong danh dự", nên Henry Kissinger đã tiến hành đàm phán với Cộng sản Bắc Việt, bức tử chế độ

Việt Nam Cộng hòa và trói chân tay một quân đội oai hùng can đảm, để binh sĩ Hoa Kỳ về nước sau ngày 27 tháng 1 năm 1973 không mang danh thua cuộc. Sai lầm chết người của Kissinger là chủ quan cho rằng Trung Cộng thay đổi kinh tế sẽ dẫn đến thay đổi về chính trị. Sự sai lầm này là hậu quả khiến cho nhân dân Hoa Kỳ ngày nay đang trải qua khủng hoảng Fentanyl, bị đánh cắp sản phẩm trí tuệ và là đối địch với Hoa Kỳ trên mọi phương diện hạt nhân, kinh tế, ngay cả cạnh tranh đồng dollar. Hãy nhìn xem, từ ngày Mao Trạch Đông gặp Nixon đến nay đã trên nửa thế kỷ, chế độ Cộng sản Trung Quốc càng ngày càng tỏ ra hung hăng hiếu chiến hơn, xâm chiếm biển đảo, hù dọa Đài Loan và tuyên chiến với Hoa Kỳ trên lãnh vực công nghệ đất hiếm. Tất cả những điều đó đều khởi bắt nguồn từ Henry Kissinger. Vậy mà trước khi chết ông ta còn sang Trung Cộng gặp Tập Cận Bình để nhận những lời khen hão huyền rồi chia tay hồi tháng 7 vừa rồi.

Nhà thơ Chinh Nguyên kể lại câu chuyện lúc Kissinger bị người dân Hoa Kỳ kêu gọi khởi tố ông ta vì sự sụp đổ của chế độ Việt Nam Cộng Hòa! Sự kiện xảy ra ngày 29 tháng 1, 2015 tại cuộc điều trần trước Thượng Viện Hoa Kỳ, Tiểu ban Ngoại giao, trong nghị trình về những thách thức toàn cầu và chiến lược an ninh quốc gia tại Capitol Hill. Cựu Ngoại trưởng Henry Kissinger đã bất ngờ đối diện với một nhóm hoạt động xã hội có tên gọi là CodePink. Nhóm này đã xông thẳng vào nghị trường và hô to các khẩu hiệu đòi đưa Henry Kissinger ra tòa vì đã bán đứng Việt Nam và nhiều quốc gia khác trong thế kỷ 20, gây nên tai họa tàn khốc cho nhiều dân tộc nhược tiểu.

Riêng cuộc chiến Việt Nam thì Henry Kissinger, dưới thời Tổng thống Nixon, đã tạo nhiều điều khoản dối trá trong Hiệp Định Paris dẫn đến sự tan rã quân đội mạnh nhất Đông Nam Á và cho tới nay vẫn bị nguyền rủa bởi những người ủng hộ nhân quyền về cách dàn xếp âm thầm của ông trong hậu trường chiến tranh Việt Nam, bao gồm cả những hành động tàn bạo khác nhau trên khắp hành tinh suốt hơn nửa thế kỷ qua.

Những thành viên của nhóm hòa bình CodePink đã giương khẩu hiệu, gọi Henry Kissinger là tội phạm chiến tranh, tiến tới và giơ chiếc còng số 8 vào trước mặt ông ta. Nhóm hoạt động CodePink nói rằng họ thực sự tự hào về hành động của mình tại Thượng viện ngày 29 tháng 1 năm 2015 vì đã thay mặt cho nhân dân Đông Dương, Trung Quốc, Đông Timor và những ai yêu chuộng hòa bình ở khắp mọi nơi, nói thẳng vào mặt Henry Kissinger về tội ác của ông ta. Medea Benjamin, người đồng sáng lập tổ chức CodePink nói rằng: "Henry Kissinger phải chịu trách nhiệm cho cái chết của hàng triệu người. Ông ta là một kẻ sát nhân, nói dối, lừa đảo, và là một kẻ côn đồ. Ông ta cần phải đưa ra trước vành móng ngựa tại tòa án Hague." Những người biểu tình CodePink đã hô vang: "Phải bắt giữ Henry Kissinger vì tội ác chiến tranh!" Anna Kaminski, thành viên của nhóm CodePink nói với báo chí rằng: "Di sản thật sự của Kissinger để lại chỉ là sự hủy diệt. Ông là nhân vật phản diện vĩ đại của Hoa Kỳ."

Để biết thêm về những gì mà Henry Kissinger đã gây ra, CodePink yêu cầu tất cả mọi người cần tham khảo thêm về Việt Nam: Từ năm 1969 đến năm 1973, Kissinger, làm việc cho Richard Nixon, gây ra một cuộc chiến tàn khốc giữa hai miền Nam Bắc Việt Nam. Sau đó, vì muốn đi đêm với Trung Cộng trong chính sách bảo vệ Đài Loan và bỏ rơi miền Nam Việt Nam, Campuchia và Lào, Henry Kissinger đã để mặc cho ba nước Đông Dương này rơi vào thảm trạng sanh tử chuyên chính. Nửa thế kỷ sau, tàn dư từ những bài toán của Henry Kissinger vẫn còn làm tan nát lòng người và các đất nước nói trên. Đặc biệt, sự sụp đổ của chế độ Việt Nam Cộng Hòa đã trở thành một vết nhơ khó quên trong lịch sử hiện đại Hoa Kỳ.

Có lẽ chúng ta cần nhìn lại lịch sử bằng con mắt khách quan, giờ đây với thời gian nửa thế kỷ đi qua, mới đủ tầm nhìn nghiêm túc, đúng đắn. Hãy lần giở những thước film tài liệu mà Cơ quan lưu trữ Quốc gia Hoa Kỳ đã công bố, các cuộn băng ghi âm dài hơn 150 giờ với 30.000 trang tài liệu dưới thời Tổng Thống Richard Nison, sự thật trắng đen phơi bày, cho nên chúng ta kết luận rằng, con người Kissinger gốc Do Thái này chính là thủ phạm bán đứng Việt Nam Cộng Hòa.

Tổng thống Richard Nixon và Henry Kissinger ép Việt Nam Cộng Hòa phải ký hiệp định Paris. Chỉ vài giờ trước lễ nhậm chức lần thứ hai vào ngày 20 tháng 1 năm1973, Nixon đã gọi điện cho Henry Kissinger và hối thúc ông này gây sức ép để Tổng Thống Nguyễn Văn Thiệu ký vào Hiệp định Paris, Nixon nói: "Tôi không biết liệu lời đe dọa đó có đủ không, nhưng tôi sẽ làm bất cứ việc chết tiệt gì, hay cắt đầu hắn ta, nếu cần thiết." Henry Kissinger nói: "Bộ trưởng Ngoại giao Việt Nam Cộng Hòa Trần Văn Lắm là một con lừa và chẳng thể làm gì hết." Tài liệu cho hay Tổng thống Nguyễn Văn Thiệu rất ghét Kissinger và ngược lại. Vì vậy ngày 22 tháng 10 năm 1972, Tổng Thống Nguyễn Văn Thiệu đã nổi giận khi Kissinger ép buộc ông phải chấp nhận bản dự thảo Hiệp định đình chiến mà Kissinger đã cùng Lê Đức Thọ âm thầm soạn thảo tại Paris.

Tổng Thống Nguyễn Văn Thiệu khuyến cáo Kissinger: "Tôi không đồng ý về việc một số nhân viên của quý vị đi nói khắp Sài Gòn là tôi đã ký. Tôi chưa ký kết gì cả. Tôi không phản đối hòa bình nhưng tôi chưa nhận được một trả lời thỏa đáng nào của quý vị cho nên tôi sẽ không ký." Kissinger mất bình tĩnh với tuyên bố của Tổng thống Thiệu, ông đã thành công ở Bắc Kinh, Mạc Tư Khoa và Paris mà bây giờ ông phải thất bại tại Sài Gòn: "Nếu ngài không ký, chúng tôi sẽ xúc tiến một mình." Ngày 27 tháng 1 năm 1973 hiệp định tại Paris được ký kết, Hoa Kỳ coi như bán đứng Việt Nam Cộng

Hòa cho Cộng Sản quốc tế. Tổng Thống Nguyễn Văn Thiệu từng nói: "Hoa Kỳ đã đâm sau lưng chúng tôi."

Mục đích của Kissinger đã thất bại khi hòa bình và danh dự đều không thực hiện được, hòa bình đã không đến và những người Mỹ cuối cùng đành bỏ chạy khỏi Sài Gòn. Miền Nam Việt Nam mất vào tay Cộng sản và sự phản bội của Kissinger làm cho uy tín Hoa Kỳ trên trường quốc tế bị suy giảm không hồi phục được cho tới ngày nay.

Gần cuối đời thì Kissinger thừa nhận sai lầm! Sự sai lầm đã khiến cho hàng triệu người chết ở Thái Bình dương thì hối hận đó quá muộn và không đủ! Hơn nữa, khi đổi Đài Loan để thay Trung quốc vào ghế Hội Đồng BAn Liên Hiệp Quốc, Kissinger tin theo học thuyết chính trị thực dụng của chính mình, vô hình trung tạo ra mối họa liên hoàn cho toàn cầu kể cả Hoa Kỳ khi phải đối phó với kẻ ngang ngược, hung hăng, bất chấp luật quốc tế và thường xuyên ăn cắp sản phẩm trí tuệ của nhiều quốc gia tiên tiến để lợi mình hại người.

Trong câu chuyện của Ađam và Êva, chúng ta biết về mối đe dọa do con rắn Satan đã lừa dối Ađam và Êva để họ không vâng lời Chúa, ăn trái cấm trở nên tội lỗi. Satan có thể sử dụng bất kỳ vẻ đẹp nào để lừa dối và Henry Kissinger cũng là kẻ cùng phường, dù dùng bằng bất kỳ lời hoa mỹ thơm tho hay ở địa vị cao cả như Ngoại trưởng kiêm Cố vấn an ninh quốc gia, Tiến sĩ gì đi nữa thì cũng chỉ là một con người lừa bịp để hại người khác, quốc gia khác, thì quả báo cũng trở về loài rắn độc, satan ác quỷ sâu bọ mà thôi.

Tiếc rằng, trong xã hội thời nay hiện tượng gian manh hay lừa lọc đã trở nên rất phổ biến ở mọi tầng lớp, mọi lứa tuổi, mọi ngành nghề, mọi tôn giáo, len lỏi cả vào học đường. Có thể nói rằng lời nói dối luôn được phun ra từng sát na và nhiễm độc cho hàng triệu con người đang bị những lời xảo ngôn bịp bợm thâm nhập vào ý thức mà họ không hay.

Hiện tượng này chỉ xảy ra sau năm 1975 đến tận bây giờ, bắt nguồn từ sự dối trá trong Hiệp định Paris 1973 phủ trùm sự xâm lược Miền Nam. Ngày nay thói dối trá đem lại cho con người sự đổ đốn và mục rữa trong tâm hồn và hậu quả là dân tộc ta tan hoang cả niềm tin cùng lòng tự trọng đức hạnh. Sự sụp đổ của Miền nam Việt Nam do rất nhiều lý do, nhưng nổi bật nhất vẫn là sự lừa dối của Henry Kissinger mà lịch sử dân Việt ngàn đời không phai mờ vết thẹo tủi hận, một thời cốt nhục tương tàn.

Kỷ Niệm 96 Năm Thành Lập Việt Nam Quốc Dân Đảng (25/12/1927-2023)

Thế hệ của chúng tôi có thể gọi là "nửa nạc nửa mỡ" khi được giáo dục ở Miền Nam Việt Nam trước năm 1975 và tiếp tục học hành tại nơi định cư mới với nền giáo dục Tây phương nhiều sự phóng khoáng thực tế hơn. Nhưng dù muốn dù không, con người cũng phải có nguồn gốc. Do sự hiện diện trong cộng đồng dân tộc, chúng ta không thể thoát ra khỏi sự chi phối của lịch sử, không thể đóng vai trò bàng quan trước các vấn đề chính trị, kinh tế hay những vấn đề có ảnh hưởng sâu xa đến sự thiêng liêng căn bản tối cao của mỗi cá nhân, đó là Tổ Quốc.

Chúng tôi còn là học sinh Trung học khi Trung Cộng ngang nhiên xâm chiếm quần đảo Hoàng Sa ngày 19 tháng 1 năm 1974 và nhiều vùng đất, vùng biển của nước Việt. Khi ấy, sinh viên và học sinh xuống đường biểu tình rầm rộ trong tuần lễ đó và tiếp diễn mãi đến ngày 30 tháng Tư năm 1975. Hồi ấy, các Thầy Cô giáo dạy rằng "Sứ mệnh thông thường của người công dân là bảo vệ Tổ Quốc, không thể ích kỷ sợ hãi." Mãi đến tận bây giờ, cả trăm triệu người dân Việt Nam, có lẽ nào chỉ là "con số không" vô cảm, vô hồn? Dù sống trong nước hay hải ngoại, chúng ta không thể chấp nhận mình là kẻ không nhà, không quan hệ đất nước. Tôi tin rằng, vận mệnh của đất nước là do hành động của chúng ta, và thuộc về quyền định đoạt của toàn dân, chứ không thuộc một nhóm, một đảng chuyên chế nào.

Người xưa nói, "sức dân như sức nước", khi bị chặn lại, nước dâng lên cao, nhất định rồi sẽ đến lúc tràn ngập, cuốn phăng đi các vật cản. Cho nên, không ai có thể ngăn cản mãi mãi một dòng nước chảy. Vận mệnh của dân tộc Việt Nam cũng vậy, sức mạnh của dân tiềm ẩn trong lòng quần chúng như sức chảy của một dòng nước hiền hòa, nhưng khi bị ngăn chặn lâu ngày chắc chắn sẽ trở thành dòng thác lũ không gì ngăn cản nổi. Sức mạnh của toàn dân là một thực tế không ai phủ nhận được, vì đó là trăm triệu dân Việt cùng một dòng máu, chung một quê hương, cộng với hơn năm triệu người Việt lưu vong đang định cư ở hải ngoại.

Lịch sử Việt Nam còn ghi rõ, vào triều đại nhà Trần, chúng ta luôn bị đe dọa bởi sức mạnh ngoại xâm từ phương Bắc, vốn là một đội quân hung hăng và đông đảo, có sức mạnh vượt trội hơn chúng ta rất nhiều. Nhưng với sự thống nhất trong nội bộ của triều đình và dân chúng cùng một lòng giữ nước, cho nên giặc Mông Cổ tuy có sức mạnh "bách chiến bách thắng" ở khắp mọi nơi nhưng đã phải ba lần liên tục nhận lãnh thất bại ê chề nhục nhã, bị đánh tan tành khi xâm lăng nước Việt ta. Đây là một bài học từ thực tế lịch sử chứ không phải bằng lý thuyết.

Bây giờ thì Trung cộng chẳng những chiếm cứ Hoàng Sa năm 1974 mà còn tiến chiếm Trường Sa năm 1988. Đây là nỗi đau khủng khiếp của đất mẹ thân yêu. Nhưng dù tan xương nát thịt thì chúng ta cũng phải tranh đấu để không nhượng lại cho bất cứ kẻ nào, dù một tấc lãnh thổ, lãnh hải của Việt Nam.

Sau biến cố tang thương ngày 30 tháng 4 năm 1975, cùng chung số phận với sự sụp đổ của nền Cộng Hòa Miền Nam thì các chính đảng Quốc Gia như Việt Nam Quốc Dân Đảng, Đại Việt, Dân Xã Đảng... cũng chìm theo con thuyền định mệnh. Một số Đảng viên đã có cơ hội ra đi trong những ngày giao thời và thường được định cư tại Hoa Kỳ. Sau vài năm, cuộc sống mới tạm ổn, những người còn tâm huyết liền tập họp lại, hình thành những tổ chức mang danh xưng cùng Đảng gốc nhưng thêm vào tiếp đầu ngữ hay tiếp vĩ ngữ để dễ định hình. Ví dụ như Việt Quốc Hải Ngoại là Việt Nam Quốc Dân Đảng ngoài đất nước Việt Nam, cùng nhằm mục đích tái xây dựng Đảng để cố gắng phục hồi sinh hoạt.

Nhớ lại những buổi đầu định cư, ban ngày đi học, ban đêm được cụ Võ Vân Kỳ Phan Như Toản đưa tài liệu học tập sinh hoạt hay nghi lễ Đảng cho tôi đánh máy, rồi photocopy thành nhiều bản gởi tới các cơ sở mới vừa thành lập tại các tiểu bang Hoa Kỳ và Canada, để có phương pháp hoạt động. Từ đó, một đại hội Việt Nam Quốc Dân Đảng vào cuối thập niên 80 của thế kỷ XX tại Santa Clara County, tiểu bang California được tổ chức để phối hợp những tổ chức Việt Nam Quốc Dân Đảng Canada và Hoa Kỳ, thành lập Đảng bộ Bắc Mỹ Châu.

Chuẩn bị khai mạc đại hội, chúng tôi đến phi tường San Francisco đón rước quý đồng chí Hoàng Công Quýnh ở Seatle Washington; Phạm Nhật Phương ở Chicago, Illinois; Bùi Quang Thống ở Houston, Texas; Trần Thế Khiêm ở Oklahoma; Trần Quý Đạt ở Toronto, Canada, Võ Viết Lợi ở Vancover BC, Canada; Phan Đức Châu ở Quenbec, Canada và một số quý đồng chí khác đến tham dự với tư cách cá nhân.

Cụ Phan Như Toản, bí danh Võ Vân Kỳ, lúc đó khỏe mạnh, năng nổ và nhiệt tình cháy bỏng khiến chúng tôi cũng học được đức tính hăng say và bổ túc rất nhiều cho cái sở học "nửa nạc nửa mỡ" của bản thân mình. Cụ vốn là nguyên Bí thư Thành bộ Đà Nẵng kiêm Ủy Viên Trung Ương Việt Nam Quốc Dân Đảng Thống Nhất, đặc trách Đảng vụ Vùng I chiến thuật. Sau ngày 30 tháng 4 năm 1975, cụ bị đi tù tại Hà Tây đến Nam Hà suốt 9 năm, rồi mạo hiểm vượt biên tìm tự do bằng đường bộ qua biên giới Thái Lan, Cao Miên và định cư tại Hoa Kỳ từ trại tỵ nạn Dongreck. Không hề nghĩ đến việc an thân tịnh dưỡng tuổi già, cụ Võ Vân Kỳ đã bắt tay ngay vào công cuộc chấn hưng Đảng, làm nòng cốt cho hoạt động chống Cộng cứu nước.

Khi đại hội đầu tiên tại Santa Clara hoàn mãn, cụ Võ Vân Kỳ được quý Đảng viên tín nhiệm bầu chọn trong vai trò lãnh đạo Việt Nam Quốc Dân Đảng tại Hải ngoại. Do vậy, Cụ đã đi xây dựng cơ sở ở Munich, Germany, Âu Châu với quý đồng hương địa phương điều hành gồm quý đồng chí Nguyễn Sanh Thạnh Munich, Germany; Bùi Công Hải, Amsterdam Holland; Lê Ngọc Hữu Pacleroba, Italia; Hoàng Kim Bắc, London, England. Đặc biệt tại Châu Âu có nhiều lão đồng chí kỳ cựu và dày công trạng trong công cuộc xây dựng và phát triển Đảng ở quê nhà như cụ Phạm Đình Nghị ở Munich; Trần Quang Túc ở Stutgond; Nguyễn Văn Bình ở Densseldog, Germany; Vân Linh ở London, Bác Sĩ Trần Duy Tâm ở Paris, France... nên phong trào chấn hưng đảng khởi sắc vô cùng.

Tiếp đó vài tháng, cụ Võ Vân Kỳ đến Sedney thành lập xứ bộ Úc Châu gồm quý đồng chí Phạm Phú Mân, Melbourne; Trần Đức Vũ, Nguyễn Đình Minh ở Sydney, Thanh Thủy, Phan Nở, Thái Sơn Tùng cùng nhau quy tụ các Đảng viên Việt quốc vừa mới định cư tại châu lục này.

Song hành với công cuộc hoạt động phát triển và xây dựng cơ sở Đảng hết sức bận rộn và sôi động tại khắp nơi trên thế giới, Cụ Võ Vân Kỳ đã ráo riết vận động và đặt kế hoạch thống nhất liên lạc chặt chẽ với những nhóm Việt Quốc vừa thành lập và các cựu đảng viên sống rải rác khắp nơi trên hoàn cầu để cùng nhau "Đồng lòng thực hiện công cuộc Thống Nhất Đảng tại hải ngoại, mở ra một kỷ nguyên mới cho con đường Cách Mạng Quốc Gia."

Từ những ước mơ đó, tại Hoa Kỳ, lần đầu tiên kể từ khi Tổ quốc thân yêu bị đặt dưới quyền thống trị sắt máu của bè lũ Cộng Sản, Việt Nam Quốc Dân Đảng lưu vong đã thực hiện được một thành tựu có tính cách lịch sử cực kỳ trọng đại. Đó là tổ chức thành công Hội nghị Thống Nhất Việt Nam quốc Dân Đảng Hải Ngoại tại Orange County, miền Nam California vào năm 1989, đúng vào dịp đại lễ kỷ niệm Tổng Khởi Nghĩa Yên Báy tại miền Bắc Việt Nam ngày 10 tháng 2 năm 1930.

Việt Nam Quốc Dân Đảng là một chính đảng quốc gia yêu nước, một đảng cách mạng tiền phong của dân tộc được thành lập vào ngày 25 tháng 12 năm 1927 tại Hà Nội, Việt Nam, có một vai trò lịch sử nhất định trong quá trình thúc đẩy vận động quốc gia đi lên, tiến tới xác định một phương hướng cứu nước của dân tộc dưới ách thống trị của thực dân Pháp.

Ngược dòng thời gian cách đây chừng một thế kỷ, những sự trưởng thành về kinh tế cũng như ý thức dân chủ của tầng lớp thanh niên, tư sản Việt Nam sau đại chiến thế giới lần thứ I (1914-1918) đã dẫn đến sự mong chờ phải có một đảng chính trị hầu thúc đẩy Việt Nam giành lại độc lập chủ quyền từ tay thực dân Pháp. Trong giai đoạn cuối năm 1926, đầu năm 1927, tại Hà Nội, một nhóm thanh niên trí thức có tư tưởng yêu nước đã cho ra đời Nam Đồng thư xã, một nhà xuất bản chuyên in những sách báo tiến bộ do anh em ông Phạm Tuấn Tài, Phạm Tuấn Lâm chủ trương. Buổi đầu, Nam Đồng thư xã chỉ hoạt động về văn hóa, xuất bản những sách nêu gương các nhà cách mạng nước ngoài với những tác phẩm cổ động cho cách mạng như Con thuyền khứ quốc, Gương thành bại, Dân tộc chủ nghĩa, Gương thiếu niên, Trưng nữ vương diễn nghĩa... Từ một nhà xuất bản với khuynh hướng cứu quốc, Nam Đồng thư xã dần dần trở thành một câu lạc bộ quy tụ những thanh niên, học sinh, sinh viên, trí thức, công chức, nhân sĩ... lui tới đông đảo.

Vào đêm 25 tháng 12 năm 1927, Nam Đồng thư xã chính thức triệu tập đại hội với mục tiêu thành lập một đảng chính trị, tiến hành thoạt tiên ở nhà ông Lê Thành Vỵ thuộc làng Thể Giao. Nhưng do mật vụ Pháp theo dõi và bị động nên đại hội đã chuyển lên trụ sở Nam Đồng thư xã ở số nhà 6, đường 96, phố Trúc Bạch, Ba Đình, Hà Nội. Tại đại hội có mặt nhiều trí thức trẻ yêu nước, trong đó có sinh viên Nguyễn Thái Học, Phó Đức Chính, Hoàng Văn Tùng, Hồ Văn Mịch... Đại hội kết thúc vào khoảng 5 giờ sáng, đồng thanh quyết nghị thành lập Việt Nam Quốc Dân Đảng và những thành viên đại hội đồng tuyên thệ gia nhập đảng, thông qua điều lệ và bầu Đảng trưởng là Nguyễn Thái Học. Sự phát triển Đảng chủ yếu trong các tầng lớp trí thức, tư sản, địa chủ, nông dân, binh sĩ trong quân đội Pháp, thiết lập một khách sạn Việt Nam ở địa chỉ 38 phố Hàng Bông, Hà Nội vừa làm trụ sở hội họp, vừa làm cơ quan sinh lợi cho đảng hoạt động. Ngoài ra, Việt Nam Quốc Dân Đảng còn xuất bản báo Hồn Cách Mạng làm cơ quan tuyên nghiên huấn.

Vào ngày 1 tháng 1 năm 1929, Việt Nam Quốc Dân Đảng mở Hội nghị ở phố Chợ Đuổi, Hà Nội, dưới sự chủ tọa của Đảng trưởng Nguyễn Thái Học để tổ chức cơ cấu Tổng bộ một cách quy mô và quyết định thành lập lưỡng viện, thứ nhất là Viện lập pháp do ông Nguyễn Khắc Nhu làm chủ tịch và thứ hai là Viện hành chính do ông Nguyễn Thế Nghiệp làm chủ tịch. Về tổ chức thì hội nghị đưa ra bốn cấp: Tổng bộ, Kỳ bộ, Tỉnh bộ và Chi bộ để dễ dàng thực hiện những chủ trương của Đảng đề ra là "dân tộc độc lập, dân quyền tự do và dân sinh hạnh phúc".

Hình thành trong bối cảnh bị Pháp theo dõi ngày đêm, những hoạt động của Việt Nam Quốc Dân Đảng chưa được tổ chức chu đáo và dựa vào sức tự chủ bằng những loại vũ khí tự chế chưa tinh vi còn mang tính mạo hiểm. Đêm 30 tết Kỷ Tỵ tức là ngày 9 tháng 2 năm 1929 xảy ra vụ ám sát một chủ mộ phu Bazin người Pháp trước ngôi nhà 108 phố Huế. Ngay sau đó, nhiều cán bộ chủ chốt và đảng viên bị sa lưới mật thám Pháp. Sau vụ án này thì Sở Mật thám Pháp tại Hà Nội theo dõi ráo riết khiến cho ông Đoàn Trần Nghiệp tức Ký Con phải ra tay ám sát Nguyễn Văn Kính, một tên phản đảng làm chỉ điểm, tại vườn Bách Thảo vào tháng 9 năm 1929. Kế đến, ông Nguyễn Văn Nho buộc phải bắn chết Phạm Huy Du ở ngõ Hồng Phúc vào ngày 22 tháng 1 năm 1930. Ông này là cha của Phạm Thành Dương, tức Đội Dương, một tên mật thám đã lọt vào hàng ngũ Đảng để bố trí lính Pháp bắt Nguyễn Thái Học trong Hội nghị ở Võng La tại Phú Thọ. Tuy nhiên Đảng trưởng Nguyễn Thái Học đã kịp thoát thân. Trước tình hình ấy, một số lãnh tụ của đảng đang hoạt động tại Hà Nội liền chủ trương dốc hết lực lượng tiến hành một cuộc khởi nghĩa với tinh thần "không thành công thì cũng thành nhân" để thức tỉnh toàn dân chống Pháp.

Theo kế hoạch chỉ đạo thì cuộc khởi nghĩa sẽ phát lệnh cùng một thời khắc ở nhiều nơi khiến quân đội Pháp không kịp trở tay. Tuy nhiên do chuẩn bị vội vã, gấp rút mà cơ sở Đảng lại bị chỉ điểm, đánh phá, khiến mệnh lệnh ban hành không thể thống nhất thời gian. Mặc dù vậy cuộc khởi nghĩa vẫn nổ ra ở nhiều nơi, chủ yếu thuộc các tỉnh Bắc kỳ như Yên Báy, Phú Thọ, Hải Dương, Thái Bình, và ngay cả Hà Nội cũng bị ném bom để phối hợp v.v... Quân khởi nghĩa chiếm được trại lính, tịch thu một số vũ khí tại Yên Báy, nơi lịch sử ghi nhận là cuộc khởi nghĩa Yên Báy vào ngày 10 tháng 2 năm 1930.

Thực dân Pháp đã trả thù rất dã man bằng cách giết hại hàng nghìn người, bắt giam hàng vạn chiến sĩ yêu nước khác, các thành viên và Đảng trưởng Nguyễn Thái Học cùng 12 đồng chí thân tín cũng bị sa lưới và thực dân Pháp thực thi bản án tử hình gấp rút đối với mười ba anh hùng liệt sỹ Việt Nam Quốc Dân Đảng. Họ bị xử trảm tại pháp trường Yên Báy vào rạng sáng ngày 17 tháng 6 năm 1930.

Mặc dù cuộc Khởi nghĩa Yên Báy thất bại song đã nói lên lòng yêu nước nồng nàn, tinh thần đấu tranh chống ngoại xâm kiên cường bất khuất vì độc lập, tự do của đồng bào Việt Nam. Đồng thời, cuộc khởi nghĩa đã cổ vũ lòng yêu nước và làm chất xúc tác khơi dậy ý chí quật cường trước mọi kẻ thù xâm lược. Hành động yêu nước và tấm gương hy sinh anh dũng của các nghĩa sĩ Yên Báy luôn sống mãi trong lòng người dân Việt, dù còn ở trong nước hay định cư tại các quốc gia Tây phương, vẫn nghe vang vọng lời hô trước lúc bị hành hình: "Việt Nam vạn tuế."

Sự biểu thị tinh thần phản kháng dân tộc quyết liệt của người dân qua hình ảnh Việt Quốc nhằm chống lại ách áp bức của thực dân Pháp với sự chà đạp các quyền độc lập dân tộc là một tấm gương bất khuất cho hậu thế noi theo. Dù đầu rơi xuống pháp trường Yên Báy nhưng bao hoạt động của Đảng cách mạng tiền phong này đã có tác dụng lớn trong việc góp phần phát triển ý thức dân tộc, tiếp thu và truyền bá tư tưởng tự do, dân chủ cũng như khơi dậy sự tỉnh thức các tư tưởng cách mạng độc lập trong toàn dân, phát huy chính nghĩa quốc gia và đề cao tinh thần dân tộc.

Ngày nay, đứng trước thế kỷ XXI thế giới vẫn đang chứng kiến hai khuynh hướng đối lập nhau, một bên chủ trương tự do dân chủ như Hoa Kỳ và một bên bám giữ sự độc tài, nuôi tham vọng bá quyền và luôn sẵn sàng xâm lấn các nước láng giềng, điển hình là Trung Cộng. Việt Nam hiện nay vẫn bị đảng Cộng Sản cai trị, là một trong năm nước có chế độ cai trị bất nhân, bất nghĩa, xuẩn động, vô luân và tự cao nhất thế giới. Chính cái nôi Cộng Sản Liên Xô, Đông Âu đã sụp đổ tan tành mà Việt Nam vẫn còn bám víu chế độ này. Đây là nguyên nhân khiến cho đất nước điêu linh, tụt hậu, luân lý đạo đức suy vi và lãnh thổ bị xâm phạm trong khi những người lãnh đạo có trách nhiệm vẫn thờ ơ lãnh đạm.

Bị khủng hoảng về mặt lý thuyết, Trung Cộng và Việt Cộng đã biến dạng đi theo "kinh tế thị trường định hướng xã hội chủ nghĩa" để tồn tại. Nhưng về tổ chức, đường lối hành động, chính sách cai trị thì chúng vẫn không từ bỏ chủ thuyết Cộng Sản nguyên thủy, từ thượng tầng trung ương đến hạ tầng cơ sở. Càng ngày càng tinh vi hơn, hung bạo hơn, như hiện nay có thêm bộ phận "côn đồ" trị, nghĩa là chính quyền giả dạng côn đồ để hành hung và cướp đoạt tài sản người dân.

Cộng Sản Liên Xô đã từ bỏ chủ nghĩa cộng sản Marx-Lenin, nhưng đám lãnh đạo Nga với đầu óc quốc gia cực đoan, cai trị theo kiểu lãnh đạo tình báo KGB nên nhanh chóng thay thế vị thế của Lenin ngày nào. Bắc Hàn và Cuba là hai con rối của Trung Cộng và Nga tại Đông Bắc Á và Nam Mỹ. Họ không phải là trở lực chính, nhưng là những tên tay sai manh động trong khu vực. Đặc biệt, tất cả các nước trên đều tự thú nhận kinh tế tập trung của Cộng Sản là thất bại thê thảm nên đã chạy theo con đường kinh tế thị trường tự do để kiếm lợi và tồn tại.

Vì vậy, qua bài học của cuộc khởi nghĩa Yên Báy, chúng ta thấy rằng trong bất kỳ lãnh vực nào, nhân sự có khả năng luôn là yếu tố tiên quyết để thành công và chống lại bất kỳ thế lực nào đối chọi với nhân dân, mà hiện nay chủ trương chống Cộng Sản độc tài là một mục tiêu cụ thể. Chính vì tình thế như vậy nên sự thống nhất Việt Nam Quốc Dân Đảng lần thứ hai năm 2016 tại Orange County, tiểu bang California, Hoa Kỳ đã đưa ra những nhận định là, vào cuối thế kỷ thứ 20, chủ nghĩa Cộng Sản đã phá sản toàn diện, hầu hết các nước Cộng sản trên thế giới đã từ bỏ chủ nghĩa không tưởng này. Thế giới đã chuyển hướng đến hòa bình hợp tác, cổ xúy nền chính trị tự do dân chủ, trong trật tự mới toàn cầu hóa để đem lại tự do hạnh phúc cho nhân loại. Tuy nhiên, vẫn còn một ít quốc gia theo chế độ Cộng sản, một số tổ chức theo chủ nghĩa khủng bố tôn giáo cực đoan, một số nước còn tham vọng bá quyền, xâm lăng các quốc gia láng giềng bằng quân sự, phá hoại nền hòa bình toàn cầu. Đảng Cộng Sản Việt Nam vẫn bám lấy chủ nghĩa Mác Lênnin lỗi thời, độc tài, nắm giữ quyền bính bằng bạo lực, ngăn chặn mọi quyền tự do của người dân, bắt bớ giam cầm những công dân bày tỏ khát vọng đòi dân chủ tự do, tiếp tục lừa bịp quốc dân qua chiêu bài "tư tưởng và đạo đức Hồ Chí Minh" gian trá, dung dưỡng tập đoàn "tư bản đỏ" làm giàu bằng tham nhũng và hành vi bóc lột tận xương tủy đồng bào, đưa đất nước vào cảnh nghèo đói, lạc hậu và xã hội băng hoại về mọi mặt. Việt Nam hiện đang bị Trung Cộng xâm lược, chiếm đoạt các cứ điểm chiến lược trọng yếu, xâm chiếm toàn bộ Biển Đông, trong đó có quần đảo Hoàng Sa và Trường Sa của Việt Nam, tình hình ngày càng căng thẳng và phức tạp. Tổ quốc đang đứng trước nguy cơ mất nước về tay Trung Cộng, nhưng nhà cầm quyền Cộng Sản Việt Nam vẫn cam tâm làm tay sai cho ngoại bang. Chỉ có đoàn kết toàn dân mới tạo được sức mạnh tổng hợp của dân tộc trong công cuộc đấu tranh cứu nước, đòi tự do, dân chủ và bảo vệ sự vẹn toàn lãnh thổ lãnh hải của Tổ Quốc.

Cho nên đại hội thống nhất Đảng quyết tâm duy trì truyền thống cách mạng Yên Báy, đấu tranh để thực hiện lý tưởng "Dân Tộc Độc Lập, Dân Quyền Tự Do, Dân Sinh Hạnh Phúc", nguyện sát cánh cùng toàn dân, kết hợp với các lực lượng trong và ngoài nước, đấu tranh trên mọi mặt trận để giải thể chế độ độc tài toàn trị tại Việt Nam; thiết lập một thể chế tự do dân chủ, không chấp nhận "hòa hợp hòa giải", hợp tác với chế độ Cộng Sản dưới bất cứ hình thức nào. Cùng đồng bào trong nước đứng lên bảo vệ tổ quốc, bảo vệ sự vẹn toàn lãnh thổ lãnh hải qua các hình thức biểu tình, tẩy chay hàng hóa của Trung Cộng; tố cáo Việt Cộng làm tay sai bán nước cầu vinh. Đồng thời cần hợp tác với các chính đảng, các đoàn thể đấu tranh cùng chung lập trường, nhằm xây dựng cộng đồng Việt Nam vững mạnh được hậu thuẫn quốc tế, và kêu gọi cán bộ và đảng viên Cộng Sản Việt Nam hãy từ bỏ đảng trở về với hàng ngũ dân tộc, sát cánh cùng toàn dân đấu tranh giải thể chế độ độc tài toàn trị. Cùng nhau vận động Liên Hiệp Quốc, các quốc gia tự do dân chủ và các định chế quốc tế ủng hộ công cuộc đấu tranh vì tự do, dân chủ, nhân quyền cho Việt Nam.

Hôm nay, nhân kỷ niệm năm thứ 96 ngày thành lập một chính đảng quốc gia yêu nước, xin nhắc lại đường hướng của Việt Nam Quốc Dân Đảng phù hợp và song hành với ý nguyện toàn dân Việt Nam trong cũng như ngoài nước, dù vào thời đại phong kiến, thực dân hay Cộng Sản thì chúng ta vẫn đặt Tổ Quốc Trên Hết và quyết tâm tranh đấu cho một Việt Nam tự chủ, độc lập, không còn Cộng sản trên quê hương.

Mong lắm thay!

Mỗi cuối năm Dương lịch, tại Hoa Kỳ có truyền thống bầu chọn một nhân vật trong năm do Time Magazine vinh danh. Năm 2023, vào ngày 6 tháng 12 này thì giới truyền thông Hiệp Chúng Quốc đồng loạt đưa tin Taylor Swift, nữ ca nhạc sĩ đầy tài năng, 33 tuổi được bình chọn danh hiệu giá trị tuyệt vời càng nhấn mạnh thêm sự thành công và sức ảnh hưởng của cô gái hát nhạc pop-đồng quê nổi danh khắp chốn. Suốt năm 2023, Taylor Swift đã có một sự nghiệp ca hát đạt đến đỉnh cao nhất với nhiều chuyến lưu diễn "Eras Tour" khắp thế giới, phá kỷ lục về doanh thu bán vé, thúc đẩy nền kinh tế của mọi thành phố, địa phương mà cô đến trình diễn.

Tuổi trẻ tài cao, Taylor Swift sinh năm 1989 tại West Reading, Pennsylvania, Hoa Kỳ. Cô yêu thích âm nhạc ngay từ khi còn nhỏ và nhanh chóng nổi lên từ các buổi trình diễn trong nhà hát dành cho trẻ em địa phương, và kỷ niệm đẹp nhất là lúc cô bé hát bài quốc ca "The Star-Spangled Banner" vào năm 11 tuổi trước trận đấu của đội bóng rổ danh tiếng Philadelphia 76ers. Cuộc sống từng năm lớn lên, cô viết nhạc đồng quê, hợp đồng đĩa ghi âm và biểu diễn nghệ thuật thu về hàng tỷ Mỹ kim.

Năm 2023 là năm có số người tử vong rất cao, từ cuộc chiến tranh Ukrain-Nga, động đất ở Thổ Nhĩ Kỳ rồi Irael chống khủng bố Hamas, Trung Đông. Tổng số người chết đã lên đến cả triệu sinh mạng. Thế giới đầy hỗn loạn, nhiễu nhương, phân hóa tột cùng, cho nên Tạp chí Time đã chọn vinh danh một nữ ca sĩ với dòng nhạc đồng quê mộc mạc hiền hòa để làm nhịp cầu cảm thông giữa những con người trong dòng máu cùng đỏ, nước mắt cùng mặn, vì âm nhạc là thứ ngôn ngữ chung có thể cưu mang những sứ mạng cao cả, hướng con người trở lại với những giá trị chân-thiện-mỹ trong thời đại mong manh đầy hiểm nguy như hiện tại.

Trong suốt quá trình phát triển cộng đồng nhân loại cũng như trên quê hương Việt Nam yêu dấu của chúng ta, những người phụ nữ như Taylor Swift thật ra cũng không hiếm. Họ luôn đóng vai trò quan trọng và không thể tách rời cuộc sống nhân sinh trong mọi lãnh vực, nhưng do phương tiện truyền thông chưa phổ cập nên chúng ta không có cơ hội biết đến như tên tuổi rợp trời của Taylor Swift mà thôi. Bên cạnh việc gìn giữ, phát huy vai trò "giữ lửa" trong mỗi gia đình, phụ nữ còn tích cực sáng tạo, sản xuất, lãnh đạo, tham gia đầy trách nhiệm vào các hoạt động văn hóa, xã hội, nghệ thuật, khoa học, kinh tế, chính trị, quân sự, giáo dục và có những đóng góp ý nghĩa trong sự phát triển tâm linh tôn giáo.

Dân tộc ta có hình ảnh mẹ Âu Cơ khởi thủy bên cạnh cha Lạc Long Quân, cùng nhau xây dựng cơ đồ từ thuở sơ khai. Địa vị của người phụ nữ đã được đề cao và coi trọng hơn hẳn so với người đàn ông, tiêu biểu là thời kỳ công xã thị tộc mẫu hệ. Trong xã hội này, quyền của người đàn bà được biểu hiện qua sự phân chia hoạt động trong gia đình và điều hành những công việc chung của thị tộc. Vì thế, họ không những được tôn trọng mà còn được bầu làm tộc trưởng, tù trưởng, lãnh đạo bộ lạc. Vì sao lại có sự tôn trọng đặc biệt dành cho người phụ nữ như vậy? Bởi vì, những đứa con được sinh ra bởi người phụ nữ; việc hái lượm, trồng trọt, chăn nuôi lúc bấy giờ cũng được người phụ nữ đảm nhận; qua đó, họ nắm quyền chi phối về mọi mặt của xã hội, điều khiển công việc và điều hòa quan hệ giữa các thành viên một cách nhịp nhàng và hoàn chỉnh.

Theo dòng thời gian tiếp diễn, phong tục tập quán cũng dần dần thay đổi, xã hội thị tộc mẫu hệ nhường chỗ cho chế độ phụ hệ, tiêu biểu là bức tranh toàn cảnh xưa kia dưới các triều đại trong thời kỳ phong kiến. Lúc bấy giờ, quyền lực của người đàn ông là vô hạn. Từ việc được quyền phân công lao động cho đến quyền quyết định mọi vấn đề, biến những thành viên khác trong gia đình thành kẻ phụ thuộc để người đàn ông nắm quyền lực chính trong mọi lãnh vực.

Tuy nhiên, xã hội cũng theo đà tiến bộ thay đổi và sự bình đẳng nam nữ trở nên phổ biến hơn, vai trò phụ nữ được tôn trọng để giữ ngọn lửa của gia đình ấm cúng bền vững, nuôi dạy con cái thành người, thúc đẩy sự phát triển của xã hội, là linh hồn của những giá trị văn hóa, truyền thống tốt đẹp, trong khi người đàn ông gánh vác việc nặng nhọc khác để tạo nền kinh tế phồn thịnh, nước giàu dân mạnh, bảo vệ bờ cõi không bị xâm lăng.

Tính đến năm này với thời đại tân kỳ của thế kỷ XXI, người phụ nữ Việt Nam nói riêng và quốc tế nói chung đang tiếp tục nâng tầm năng lực và phẩm chất của mình, phát huy tiềm năng, sức sáng tạo trong chính trị, kinh tế, ngoại giao, khoa học... có thể đáp ứng yêu cầu của thời đại Artificial Intelligence (AI), kỷ nguyên của công nghiệp hóa, hiện đại hóa, hội nhập toàn cầu, xứng đáng với các phẩm tính “công dung ngôn hạnh” như thời xưa tôn vinh hay “năng động, hội nhập, sáng tạo, đảm đang” như trong thời hiện tại.

Trải qua bốn ngàn năm sống dưới mọi chế độ từ phong kiến, thực dân, tự do, cộng sản, với biết bao cuộc chiến tranh bảo vệ tổ quốc thần kỳ để giành chủ quyền, tranh đấu cho một nước Việt Nam độc lập dân tộc, tự do dân quyền và hạnh phúc dân sinh, hình ảnh những người mẹ, người chị, người phụ nữ của dân tộc Việt Nam càng trở nên sáng ngời rạng rỡ, khẳng định được phẩm chất của mình trong từng thời kỳ lịch sử.

Suốt chiều dài dựng nước và giữ nước với hành trình hơn bốn thiên niên kỷ trôi qua, người phụ nữ đóng một vai trò trọng yếu qua việc thể hiện sự dịu dàng, nét đẹp hiền hòa, tình thương dạt dào. Dù rằng thật bình dị trong đời sống đơn sơ mà quá đỗi vĩ đại trong hơi thở của đời người, nhỏ bé mà cao cả thiêng liêng vì chính họ là ngọn lửa, là dòng nước, là làn gió, là sấm sét nổi trận lôi đình. Họ là tất cả vì chỉ biết hy sinh cho đất nước, quê hương và gia đình mà thường quên đi cá nhân của mình.

Tôi học lịch sử thế giới mà chưa hề thấy một dân tộc nào trên địa cầu này tôn vinh, ca tụng hình ảnh người phụ nữ ngay từ thuở hồng hoang, gắn với những bước đi ban đầu của lịch sử dân tộc bằng nước Việt. Chúng ta tự hào có một mẹ Âu Cơ đưa các con đi mở nước xây nhà và dạy dân dựng làng, tạo lối sống cộng đồng hạnh phúc. Chúng ta cũng có mẹ Gióng kiên trì nuôi đứa con suốt ba năm không cười không nói, để chờ ngày phóng lên yên ngựa sắt, lên đường đánh tan giặc Ân xâm phạm bờ cõi giang sơn.

Hình tượng người phụ nữ trên trống đồng Ngọc Lũ gắn với khí chất anh dũng quật cường qua nét uy nghi chống tay trên chuôi kiếm, chỉ có thể là người chỉ huy xông trận. Hai Bà Trưng, bà Triệu và những phụ nữ tài giỏi, dũng cảm khác của thời đại Ngô, Đinh, Lê, Lý, Trần, hậu Lê rồi Nguyễn, như Thái hậu Dương Vân Nga, Ỷ Lan nguyên phi, đô đốc Bùi Thị Xuân... đã được ghi vào lịch sử văn học nước nhà. Nét tiêu biểu qua những tượng đài bất hũ minh chứng cho ngọn lửa yêu nước, cho sức mạnh hào hùng bất khuất của dòng giống Lạc Hồng.

Lâu nay tôi vẫn muốn viết về hình ảnh một người chị con bác tôi. Chị có một cuộc đời cống hiến đẹp như pha lê. Chị tên Hồng Ân, lớn hơn tôi 9 tuổi, là con thứ ba trong gia đình nên thường gọi là chị Ba. Chị là hoa khôi trường Nữ trung học một thời. Tốt nghiệp Đại học Sư phạm Quy Nhơn đúng vào mùa hè đỏ lửa 1973, chị đi dạy và lấy chồng vào cuối năm, rồi sinh đứa con trai năm Nhâm Dần 1974 và đứa thứ hai sau 30 tháng Tư năm 1975 chừng sáu tháng. Chồng chị là anh Hoàng, sĩ quan xuất thân từ trường Võ bị Thủ Đức, cấp bậc trung úy pháo binh, chỉ huy một đội quân ở Ban Mê Thuộc, bị thương khi rút khỏi cao nguyên Trung phần hồi tháng Ba năm 1975. Anh đang nằm điều trị ở Quân y viện Sài gòn vào tháng Năm năm 1975, Cộng quân đã ra lệnh đuổi hết bệnh nhân ra khỏi bệnh viện, dù có những quân nhân cụt hết hai chân! Về nhà dưỡng bệnh chưa đầy một tháng thì bị ủy ban quân quản gọi đi trình diện học tập cải tạo mười ngày, anh Hoàng phải rời gia đình khi chị Ba đang gần ngày sinh nở.

Suốt năm năm từ 1975 anh bị đưa đi các trại tù Kim Sơn, Nước Nhóc, Bình Điền và chết ở miền Bắc vì bệnh kiết lỵ trước đêm giáng sinh năm 1980 vài hôm. Dĩ nhiên, suốt thời gian khốn khổ đó, chị Ba tần tảo nuôi con, nuôi tù cải tạo khi gia đình bị đánh tư sản, đổi tiền, tịch thu nhà cửa, ép chị đi kinh tế mới. Chị về tá túc với cô tôi trong ngôi nhà từ đường mà không có tên trong hộ khẩu gia đình, muốn đi thăm chồng phải có giấy phép thăm nuôi do ủy ban nhân dân xã ký xác nhận mà hộ khẩu thiếu tên thì vô phương. Cô tôi đứng ra lo giấy tờ xin phép và phải đi theo chị lên tận vùng rừng thiêng nước độc để chị thăm chồng. Kỳ trước cô tôi không tháp tùng mà giấy thăm nuôi không đúng tên chị nên đành trở về không! Hoàn cảnh chị Ba bội phần cay đắng, người thiếu phụ sau cuộc đổi đời 1975 không còn ước mơ hạnh phúc bên chồng mà chỉ còn những lo toan tính toán để sống còn trong một xã hội đầy nghiệt ngã với hai đứa con thơ dại mới vừa chập chững biết đi.

Chị Ba là người đẹp, dù gian nan vất vả nhưng thiếu phụ hai con chừng hăm mấy tuổi đời cũng toát ra nét thanh tú mỹ miều. Là cô giáo nhưng chị bị "mất dạy" nên phải tập tành buôn thúng bán bưng, lúc sắn lúc khoai, khi rau khi bắp đắp đổi qua ngày. Chị Ba nhận dạy kèm nhiều học sinh đủ các lớp về toán, lý, hóa cho những gia đình chung quanh. Dĩ nhiên tiền thù lao là những túm khoai lang, vài trái bắp và có cả mấy bó rau muống trong vườn.

Giữa tháng 12 năm 1980, cô tôi và chị Ba xin được tấm giấy thăm nuôi. Cầm tờ giấy phép này lại phải chạy mua vé chợ đen để lên chuyến xe lửa Thống nhất đến Hà Nội. Xe lửa ngừng ở rất nhiều trạm, ì ạch rồi sau vài ngày đêm cũng đến thủ đô Thăng Long, từ đó ở lại một hôm rồi đi xe than đến Thanh Hóa, chờ xe hàng chạy về Cẩm Thủy, đi xe kéo đến một con sông lớn, qua đò, cuốc bộ hơn 6 cây số mới tới trại tù.

Cô tôi và chị Ba đến nhà tiếp khách bằng nứa, lợp tranh, lúc tờ mờ sáng thì đã thấy nhiều người thăm nuôi đến trước ngồi đợi. Nhìn qua khung cửa sổ trống không, cô tôi kéo chị Ba đứng lên nhìn những người tù cải tạo đi lao động, áo quần rách rưới tả tơi, mặt mày buồn bã đi dưới làn sương mỏng của núi rừng miền Bắc. Không thấy chồng trong toán người đi làm ruộng, đốn củi ngang qua, chị Ba sốt ruột lo lắng. Nộp giấy thăm nuôi từ sáng, mãi đến mười một giờ mới có tên công an dẫn một tốp người tù ra gặp thân nhân. Anh Hoàng đi sau cùng, dường như anh lê đôi chân sưng phù, vừa bị thủng, sốt trong tình trạng yếu tim và vết thương nơi bả vai không chịu kéo da non nên cứ bị mủ, máu sưng tấy hoành hành.

Chị Ba nhìn chồng mà nghẹn ngào không nói được lời gì, cô tôi phải hỏi thăm, an ủi và dặn anh phải luôn cầu nguyện cho sớm ngày trở về với vợ con. Anh hỏi thăm thằng Diên, thằng Thọ và nhắn nhủ chị Ba chăm sóc cho hai đứa học hành tiến bộ. Chị cầm tay chồng mà nước mắt rơi lã chã thay cho lời tạm biệt.

Ba mươi phút trôi qua, đoàn tù được thăm nuôi xách đồ tiếp tế vào trại. Cô tôi ấn vào tay anh Hoàng 100 đồng tiền Hồ mới đổi, nhắc anh tìm cách mua gì cần phòng thân, rồi công an tới khám xét túi thực phẩm trước khi mang vào trại gồm chiếc xách lát đựng vài ký đường, một ít lương khô, muối ớt... Ôi, xót xa nhỏ lệ tiễn biệt ngàn trùng.

Quả thật là ngàn trùng xa cách! Gần mười ngày sau đó, anh không còn cơ hội gặp lại vợ con nữa, vì cơn sốt hoành hoành, mê man rồi tử thần đưa anh vào chốn hư vô tịch tịnh. Bạn bè trong tù chôn anh xong, mãi sáu tháng sau cô tôi mới biết tin, khi chị Ba bị tù trong trại giam Phan Đăng Lưu, Sàigòn.

Chuyện là thế này. Sau chuyến đi Bắc thăm chồng tháng 12 năm 1980 thật gian nan khổ ải, về tới nhà cũng là dịp Giáng sinh và gia đình người ông trong họ tộc tổ chức lễ kỷ niệm lần thứ 53 ngày thành lập Việt Nam Quốc Dân Đảng vào giữa đêm Noel. Chị Ba đến thăm ông, tham dự lễ rồi về. Thế nhưng sau đó hai hôm, công an đến nhà cô tôi khám xét, bắt chị Ba và sáu người trong buổi lễ Sinh Nhật Đảng, gán ghép họ cùng tội danh phản động, âm mưu lật đổ chính quyền cách mạng.

Chị bị tù ba năm tại trại giam Phan Đăng Lưu, cùng phòng với Ni sư Thích Nữ Trí Hải. Hằng ngày chị được nghe Ni sư thuyết pháp, nói rõ đạo lý vô thường, nên chị lập hạnh ăn chay theo Ni sư giữa môi trường khắc nghiệt ở trại giam. Cô tôi lại đi thăm nuôi chị với muối mè, đường cát, sả ớt và tàu hủ là những thứ cần thiết, tuyệt nhiên cô tôi không báo tin anh Hoàng, chồng chị đã chết. Tình trạng gia đình tan nát nên cô tôi gởi thằng Diên, thằng Thọ theo bà con đi vượt biên năm 1982. May mắn thay, hai cháu tới được Palawan, Phi Luật Tân trong tình trạng Minor và được Canada bảo trợ đi định cư tại Winnipeg, Manitoba, Canada.

Chị Ba ra khỏi tù mùa thu năm 1983 mới hay tin anh Hoàng đã vào lòng đất mẹ và hai con đang ở bên kia Thái Bình Dương, lòng đau như cắt. Có lẽ đây cũng là một thuận duyên hy hữu cho đời chị. Ngày rằm tháng Chạp năm ấy, kỷ niệm đại lễ đức Phật Thích Ca thành đạo tại chùa Bửu

Quang, chị xin thế phát xuất gia, nương nhờ cửa Phật, pháp danh Như Ngọc, pháp hiệu Thích nữ Giải Châu.

Suốt mười năm kinh kệ dồi mài, nhờ khả năng trình độ sư phạm, Sư ông đã giới thiệu chị vào học viện Phật Giáo Sài gòn rồi đi tu nghiệp tại Tích Lan hơn hai năm để hiểu thêm về chân lý Đại thừa.

Trở về nước cuối năm 1995, khi Sư ông viên tịch, chị Ba tức Sư cô Giải Châu chuẩn bị thọ đại giới đàn để được tấn phong trụ trì, tiếp nối đạo nghiệp của Sư ông lưu truyền. Một buổi sáng mùng một âm lịch năm 1996, Sư cô mở cửa chùa thì nhìn thấy chiếc thùng giấy đựng một bé trai nhắm mắt. Phản xạ tự nhiên của người phụ nữ từng là mẹ của hai hài nhi, Sư cô vội vã ôm đứa bé vào lòng để hơi ấm truyền vào thân bé. Đứa bé cựa quậy và tỉnh giấc nhìn Sư cô nhưng không một tiếng khóc. Sau này Sư cô mới biết là cháu bé cóng lạnh đến nổi không thể nấc ra tiếng.

Với lòng từ bi của đạo giác ngộ, Sư cô biết rằng tất cả là nhân duyên và đứa trẻ mồ côi này bị cha mẹ bỏ rơi trước cổng chùa cũng là một kiếp số. Thế rồi, ngày một ngày hai, những đứa bé vô thừa nhận bị vứt lại trước cổng chùa, vài tháng một em, thậm chí vài tuần cũng có một chiếc hộp chứa hài nhi được treo tòn teng bên trong song sắt cổng tam quan.

Giờ đây chị Ba đã thành Ni sư với tuổi đời 75 mà tuổi đạo cũng tròn 40. Những đứa trẻ mồ côi chị nuôi nấng lên đến cả trăm em và chú bé đầu tiên bây giờ tròn 27 tuổi, tốt nghiệp MBA tại Canada do Bác Sĩ Diên là con trai đầu lòng của Ni sư bảo lãnh. Người con thứ hai là Thọ, nay đã 48 tuổi, là một kỹ sư điện toán tại Quebec. Các con rất mong mẹ đến Canada thăm một chuyến, nhưng Ni sư bây giờ già yếu, không muốn đi đâu xa nên hằng năm hai con về thăm mẹ.

Trên một trăm đứa con nuôi, trong đó có vài chục cháu bị bịnh Down, trụy tim và suy dinh dưỡng, nhưng Ni sư đã không ngần ngại cho các cháu đến trường. Các cháu lớn lên đều được vào Đại học hay Cao đẳng. Quý nhất là có 6 chú tiểu theo cô vào chùa hầu tiếp tục truyền đăng tục diệm.

Để có kinh phí nuôi cả một "trung đoàn mồ côi" này, Ni sư đã làm việc liên tục trong ngành sơn mài, làm mành trúc xuất khẩu và thêu tranh trên lụa. Số tiền ít ỏi đó cũng không đủ vào đâu nhưng Diên và Thọ đều tự nguyện đóng góp hằng tháng vài chục ngàn đô-la Canada nên vấn đề kinh tế cũng xoay xở được.

Hình ảnh của chị Ba, Ni Sư thích Nữ Giải Châu, cũng rất xứng đáng với sự vinh danh như của Time Magazine. Đó là những tấm gương sáng thầm lặng, đại diện cho những phụ nữ Việt Nam, có thể nhiều đến mức không bút mực nào có thể ghi chép hết. Tuy nhiên, trong hiện thế ngày nay, khi viết về những nét đẹp tuyệt vời của người Phụ Nữ Việt Nam, lòng tôi không khỏi bùi ngùi xúc cảm với một thực tế khá phũ phàng. Đó chính là một số những phụ nữ ở quốc nội trở thành dân oan không nhà cửa, bị nhóm côn đồ Việt Cộng tóm thu, hoặc những cô gái trẻ đẹp xinh tươi trở thành món hàng xuất khẩu!

Cũng vì Xã hội chủ nghĩa Việt Nam chủ trương hạ thấp đạo đức, luân lý, nhân bản, nên tạo ra cuộc sống đầy bất trắc, bon chen, tất bật, khắc nghiệt, lo toan, nghẹt thở, ích kỷ và sợ hãi bao quanh. Một đất nước tìm cách thay đổi những cái hay của chế độ cũ để thay thế bằng cái ngớ ngẩn vô nghĩa của chế độ mới đầy kịch cỡm, lố bịch. Trước viễn tưởng đen tối ấy, những người phụ nữ trẻ đã trở thành nạn nhân cho sự đổi chác, mua bán xác thịt trên chính quê hương mình mà không có một giải pháp cứu nguy nào từ nhà nước đề ra. Có lẽ đáng xấu hổ nhất là chủ trương của đương quyền Việt Cộng về xuất khẩu phụ nữ qua hình ảnh "cô dâu xuất khẩu", thực chất là làm nô lệ tình dục và lao động không công cho ngoại bang. Từ ngữ "xuất khẩu cô dâu" không hề có trong ngôn ngữ trước đây, nó được sản sinh và xuất hiện dưới thời đại Xã Hội Chủ Nghĩa khi tệ nạn buôn bán phu nữ trở thành phương thức hợp pháp được công an bảo kê. Tôi đọc tin tức hằng ngày trên Việt Nam America Television (VNA_TV) với muôn vàn những bi kịch của hàng ngàn phụ nữ bị xem như món hàng xuất khẩu sang Trung Quốc, Đại Hàn, Đài Loan, Trung Đông, Phi châu theo lời rao "đổi đời", nhưng rồi một ngày kia hàng vạn cô gái bất hạnh ấy muốn quay về xứ sở cũng trăm đắng ngàn cay.

Muôn đời thì người phụ nữ Việt Nam vẫn được thừa nhận bởi vẻ đẹp dịu dàng nết na, lòng nhân hậu vị tha với thiên chức làm mẹ làm vợ đầy tình thương, sưởi ấm từng tâm hồn mỗi chúng ta. Taylor Swift có sự tuyệt vời của trí thông minh, giọng ca xuất chúng và lời nhạc du dương đưa người vào chốn bình an. Bà Trưng bà Triệu đánh đuổi ngoại xâm dành độc lập cho nước nhà hay như Ni sư Thích nữ Giải Châu đã vun đắp cho hàng trăm mảnh đời bất hạnh...

Và còn bao nhiêu người phụ nữ khác vẫn âm thầm làm việc không tên, cống hiến cho thế giới nhiều hạt kim cương bất hoại để thu đến đầy hoa cúc nở vàng và xuân về hương lan đơm ngọc. Những người phụ nữ từng chăm lo công việc tề gia nội trợ, nhưng tài năng và sự sáng tạo của hơn nửa dân số địa cầu này mãi mãi là một sức sống mãnh liệt để nuôi hành tinh xanh tiếp tục quay tròn hầu thăng hoa cuộc đời.

Mục Tiêu Đầu Năm

Năm 2024 khởi đầu không mấy tươi sáng. Tại Ishikawa, Nhật Bản, một trận động đất mạnh đến 7,6 độ Richter xảy ra vào sáng ngày 1 tháng 1 khiến cho hàng trăm người tử vong và nhà cửa, phố xá, cảnh vật công viên bị vùi dập trong đống bùn lầy vô cùng thảm khốc. Tính đến hết ngày 25 tháng 2, dữ liệu thu thập được cho thấy có 241 người đã chết, hơn 70.000 tòa building sụp đổ một phần hoặc toàn bộ và hơn 60.000 ngôi nhà của người dân bị hư hại...

Trong khi đó, Nga đã phóng 158 quả tên lửa vào Odessa thuộc lãnh thổ Ukrain, phá sập nhiều khu phố, bệnh viện và trường học, giết hơn 40 người vô tội và 120 người khác bị thương. Sau phút giao thừa đó, Ukrain phản kích lại bằng pháo tự hành vào tỉnh Donetsk, vùng bị Nga chiếm đóng, cũng làm thương vong hàng chục người dân khốn khổ.

Bên Trung Đông cũng không khá hơn, cuộc xung đột vũ trang giữa Israel và Hamas đã leo thang khốc liệt từ đêm tân niên, ngay thời điểm thế giới bước sang năm mới 2024. Quân khủng bố Hamas khai hỏa hàng trăm tên lửa từ Dải Gaza, nhắm vào thành phố Tel Aviv và vùng phụ cận thủ đô. Vụ tấn công vào miền Nam Israel xảy ra lúc 0h (giờ địa phương) ngày 1 tháng 1 và một số vụ khác nhằm vào trung tâm quyền lực thủ phủ Do Thái xảy ra 1 phút sau đó, khiến số thương vong lên đến hàng trăm người đang mừng đón Tết dương lịch.

Chúng ta đang sống trong một thế giới bất toàn. Đúng như điều giác ngộ thứ nhất trong kinh Bát Đại Nhân Giác đã nói: "Thế gian vô thường, quốc độ nguy thúy, tứ đại khổ không, ngũ ấm vô ngã, sinh diệt biến dị, hư ngụy vô chủ." (Thế gian là vô thường, cõi nước mong manh đầy nguy hiểm, bốn đại là khổ là không, năm ấm không có tự ngã, luôn sinh diệt biến đổi, giả dối không thật, không có chủ thể.)

Biết là vậy nhưng chúng ta không thể chỉ ngồi đó sầu bi khổ lụy. Ít nhất mỗi chúng ta cũng phải tự đề ra mục tiêu tốt đẹp nào đó trong năm 2024, dù chưa hoàn tất được nhưng cũng sẽ giúp ta thấy nhẹ nhõm khi đã vạch cho mình một chí hướng vươn lên.

Có người đặt mục tiêu năm 2024 của thế kỷ XXI này là phải mua nhà, mua xe mới, cưới vợ, sinh con... hoặc dù chẳng nghĩ nhiều đến chuyện tình cảm thì khi ra trường cũng phải kiếm được công việc vững vàng... Nói chung dù mục tiêu là gì, thì có lẽ tất cả chúng ta đều hướng đến một cuộc sống hạnh phúc, thành tựu và an vui.

Trong năm qua có quá nhiều điều thử thách nhưng xin chúc mừng tất cả vì chúng ta đã mạnh mẽ vượt qua hết 365 ngày đầy khó khăn, dám nhìn thẳng vào điều chưa đạt được để lấy đó làm động lực tiếp tục cố gắng. Chúng ta nên tự hào về mọi nỗ lực của mình đã thực hiện, quan trọng hơn hết là phải biết thiết lập một sức khỏe cho tương lai, đủ lạc quan nhìn thấy những cơ hội khác trong năm 2024 rồi thêm một mái ấm để cùng làm chỗ dựa cho nhau sánh bước tiến lên.

Hãy viết những con số đầu dòng trong dấu hoa thị *1, *2, *3, *10 hay *20 để nêu đích đi tới. Vật chất và tinh thần cần quân bình, sức khỏe và trí tuệ phải cân đối thì cuộc sống mới có ý nghĩa. Hai ông Giáo sư chính ngạch cùng phân khoa của tôi đã phát hiện bị ung thư trong semester vừa rồi, một ở gan một bị tiền liệt tuyến, nên tinh thần xuống dốc tột cùng, ông dạy điện xin nghỉ để về lại Phần Lan, quê hương xưa hưởng những ngày còn lại trên đời. Ông dạy toán thì eo xèo như chợ chiều đông. Vì chánh ngạch nên ông được giảng dạy toàn thời gian, lương cao hơn so với những "instructor part time", nhưng cũng chính bối cảnh trực diện với sanh tử, tiền tài, danh vọng ấy mà chúng ta nhận ra bài học cực kỳ đáng giá cho sức khỏe rằng, dù lương vừa đủ sống mà sức khỏe tráng kiện thì không có gì quý giá hơn.

Khi chưa đau yếu thì cứ nghĩ rằng mình còn trẻ, dồi dào năng lượng, chân tay lành lặn nên thoải mái thức khuya, làm việc quá giờ, ăn nhậu, rượu chè, trai gái vô độ mà ít chăm sóc cơ thể, xếp thứ tự ưu tiên cho sức khỏe ở tận cuối bảng. Thực ra, chỉ trong tháng vừa qua, bác Nguyễn Hữu Có pháp danh Từ Sắc, 93 tuổi, Kỹ sư Nguyễn Tấn Thọ pháp danh Hồng Khánh 73 tuổi và Bác sĩ Đặng Đình Hòa pháp danh Như Bình 35 tuổi, đều từ giả chúng ta để đi về bên kia thế giới. Đây là những người thân yêu mà tôi được biết. Họ ra đi không hẹn tuổi tác bao nhiêu, vì cơ thể mỗi người không dễ hiểu được, nên sức khỏe chẳng thể vì nghĩ mình còn trẻ mà bỏ mặc, không chịu lưu tâm.

Có hàng triệu căn bệnh, nào tâm, can, tì, phế, thận rồi Covid, HIV... trên đời nhưng chỉ có một sức khỏe trong thân thể chưa cao hơn hai thước này. Nếu chờ đến lời nhắc của Bác sĩ mới quan tâm đến bịnh trạng thì e rằng đã muộn. Vậy thì mục tiêu năm nay là phải dành thời gian để tập thể dục, chạy bộ, múa may quay cuồng cho cuộc đời thêm hưng phấn.

Vấn đề gia đình phải chu toàn và luôn tìm cách đối xử với nhau thật là tử tế. Buông xả bớt những căng thẳng áp lực, suy tính thiệt hơn, những cạnh tranh cao thấp để trở về với mái ấm gia đình, nơi mà mình thực sự là chính mình, không cần trau chuốt, trang điểm, không cần uốn lượn khéo léo, dối gạt cho vừa lòng người khác. Do vậy, có thể làm được gì cho thân nhân thì hãy làm ngay, đừng hẹn rày, hứa kia, vì ngày mai có thể không bao giờ đến. Năm tháng còn dài nhưng thời gian của người thân luôn có giới hạn, sẽ đến một ngày mình về nhà và không còn thấy những bóng dáng thân thương nữa. Đó là chuyện không hiếm xảy ra. Câu chuyện thương tâm của anh chị Phúc "Quảng Đà" vừa bước ra hè phố thì vĩnh viễn không quay đầu trở lại là một minh chứng rõ ràng.

Thực tế của cuộc sống khá phũ phàng khi có kẻ sẵn sàng thân thiện, lịch sự với một người xa lạ nhưng lại không thể kiềm chế được sự nóng nảy khi đối xử với thân bằng quyến thuộc. Chẳng lẽ người nhà nên bị cư xử suồng sã, chửi rủa, vô tâm nói lời tổn thương, đay nghiến mới hả dạ hay sao? Vì vậy mục tiêu năm 2024 cần phải đề ra là hãy học cách đối xử tử tế với chính gia đình trước tiên, biết ơn và trân trọng những điều tốt đẹp họ đã dành cho mình trong suốt quãng đời hít thở trên trần gian.

Thêm mục tiêu quan trọng ghi vào sổ năm mới nữa là mỗi tuần nên đọc ít nhất một vài cuốn kinh hay sách. Đó là nguồn tri thức bất tận của nhân loại. Với một xã hội hiện đại, công nghệ số hiện nay, giá trị của kinh sách thể hiện càng rõ rệt, bởi vì nó chứa đựng những giá trị tinh thần của tiền nhân lưu giữ và truyền lại từ nhiều đời nay. Mỗi cuốn kinh sách lại là những chủ đề, lĩnh vực khác nhau, nhưng đều hướng tới cho chúng ta hiểu biết thêm những tri thức mới, những giá trị nhân loại.

Kinh sách chứa đựng nguồn kiến thức khổng lồ và giúp chúng ta thông hiểu thế giới nội tâm lẫn ngoại cảnh, tiếp cận với các nền văn minh của nhân loại. Trên một khía cạnh nào đó thì kinh sách đã vẽ ra những con đường mới cho xã hội phát triển tốt đẹp, nhờ đó mà chúng ta cùng thăng hoa cuộc đời.

Kinh sách là nơi lưu giữ những giá trị lịch sử và lời dạy quý giá cho hậu thế, là nơi chứng thực những giá trị, thành tựu của nhân loại trong quá khứ và hiện tại đi vào tương lai. Tầm quan trọng của kinh sách đối với chúng sanh không phải ai cũng thấu hiểu được, vì mỗi cuốn kinh, sách, được viết dưới những góc nhìn khác nhau, sẽ mang đến cho người tụng đọc nhiều giá trị đặc thù, truyền tải những nội dung nhân văn, giáo dục, tình yêu thương, chân thiện mỹ, lối sống đạo đức, tâm linh giúp con người hướng đến những điều thiện lành trong cuộc sống.

Ngoài ra, nhiệm vụ của kinh, sách còn giúp chúng ta phát huy sự sáng tạo, áp dụng những kiến thức trong đó để ứng dụng vào thực tế hầu xử sự trong các tình huống khác nhau, giúp cho xã hội ngày càng văn minh, tiến bộ hơn và chính chúng ta cũng sẽ phát triển và hoàn thiện được bản thân.

Khi những mục tiêu thế gian đề ra tạm hoàn thành thì mục tiêu xuất thế gian cũng nên thiết lập để chuyên tâm hướng thượng. Nhìn sự vô thường của nhân thế mà mình cần phải chăm lo cho cuộc sống tinh thần để tu tập phương cách thoát khổ, giác ngộ và giải thoát.

Chúng ta chớ nghĩ đơn giản tu tập theo một tôn giáo nào đó đúng nghĩa như đạo Phật, Thiên Chúa, Cao Đài, Hòa Hảo là giữ giới, ăn chay, làm việc lành tránh việc dữ, đi chùa, nhà thờ, thánh thất, thực hành hạnh bố thí, giúp đỡ người nghèo khổ bất hạnh, xây cầu, đắp đường đào giếng v.v... là đang trên con đường tiến tới giải thoát. Thực ra, đây chỉ là bước đầu của người thực tập sống lương thiện, đạo đức, trải lòng từ bi với mọi loài chúng sanh. Những hành động bố thí, cứu tế, từ thiện này giúp cho chúng ta dần dần dẹp bớt tham sân si, bỏ bớt lòng ích kỷ, tâm thức mở rộng khiến cho cuộc sống hiện tại của mình được an vui hạnh phúc. Những việc làm tốt đẹp đó sẽ kết thành thiện nghiệp và chúng ta sẽ được hưởng sự may mắn nào đó trong đời sống hiện tại, hoặc thọ phước báu nơi tương lai.

Giải thoát là chúng ta hành trì tu tập ngay trong đời sống hiện tại bằng cách tâm không dính mắc với những đam mê vật chất, không vướng víu với những tri kiến thế gian, không đắm chìm trong hạnh phúc dục lạc, cũng không bị phiền não vây bủa. Nếu tâm của chúng ta hoàn toàn không bị trói buộc với bất cứ vui buồn hạnh phúc khổ đau của cảnh sắc thế gian thì tâm được giải thoát, tức là tuy còn sống trong chốn Ta bà chiến tranh, chết chóc đầy nhiễu nhương mà tâm thì đã an nhiên tự tại với trạng thái "Hữu Dư Niết Bàn".

Trong đời sống tâm linh, có người cho rằng cần học một pháp môn rồi chuyên tu thì kết quả tốt hơn là học nhiều, nghe rộng. Điều này cũng đúng thôi, nhưng đó là trường hợp đặc biệt với những kẻ đủ tiền căn phúc lạc. Còn trên bình diện phổ thông thì chúng ta nên nghiên cứu kinh điển nhiều hơn để biết phương pháp so sánh, thực hành tự thân. Bởi vì trước khi muốn làm một công trình gì đó thì siêng năng cầu học lý thuyết tiên khởi để biết phương pháp, kỹ thuật, cách làm đúng đắn mà ta sẽ áp dụng. Việc tu học cũng thế, nghiên cứu Phật Pháp để biết cách ngồi thiền hay niệm Phật, tụng kinh, trì chú như thế nào cho phù hợp với căn cơ, trình độ của mình hầu mong thẩm thấu được cái hay, cái đẹp, cái chân lý cao thượng mà mình hướng đến.

Mục đích của học Phật Pháp là để ta noi gương Đấng giác ngộ và chư vị Tổ sư. Các Ngài từ bỏ danh lợi để tìm cầu chân lý chứ không phải từ bỏ chân lý để tìm cầu danh lợi. Các Ngài xem quyền tước như hoa trong gương, như trăng đáy nước, như mây nổi tụ tán vô thường mà xả bỏ, chứ không đấu tranh, thưa kiện hay quyết tử để giành những thứ ngũ dục của thế gian. Do vậy mà mình dẹp bớt ngã mạn, cái tôi trong bản thân sẽ dần dần giảm thiểu.

Vì thế năm nay chúng ta ghi vào mục tiêu tinh thần là phải học Phật Pháp để biết điểm tựa lý tưởng của đời mình, rằng cần sự hạnh phúc, an lạc thật sự, vì mốc đến cuối cùng của đạo giác ngộ và giải thoát là lìa khỏi tham dục, sanh tử luân hồi, và đạt được Niết bàn vô thượng.

Sự tinh tấn trong con đường tu học là thăng tiến về đạo hạnh với quả vị chứng đắc an trú trong hiện tại. Hơn nữa, chúng ta học Phật Pháp để biết rằng ngoài cõi người còn có các cõi trời hay lục đạo, luân hồi, địa ngục mà nếu ta tạo nghiệp ác thì quả báo sẽ phải sinh vào chốn ngạ quỷ, súc sanh, đó là điểm đến đương nhiên không sai chạy.

Vì sự lợi lạc cho đời sống hiện tại và phúc báo thiện nghiệp cho nhiều kiếp mai sau, chúng ta quyết tâm đưa mục tiêu học Phật Pháp lên hàng ưu tiên để trí tuệ bừng sáng hơn, thực tập hạnh lành để ta càng biết thương yêu muôn loài chúng sanh chứ không phải làm khổ, đày đọa, nói lời hằn học điêu ngoa, mắng nhiếc chê bai hay ganh ghét giận hờn với nhau. Chúng sanh ai cũng tham sống sợ chết nên ta hãy trợ duyên lẫn nhau để cùng sống an lạc trong chốn Ta bà này. Một khi thân tâm được hài hòa, trí tuệ được sáng suốt và cõi lòng luôn tỏa sáng ánh từ bi thì chúng ta cảm nhận được sự an lạc hạnh phúc và nhận rõ mọi người thân cận cũng hòa ái vui vẻ, đáng yêu, đáng kính biết bao!...

Xin nguyện cho mục tiêu của chúng ta trong năm 2024 này được thành tựu là niềm hạnh phúc vô biên, hòa bình sẽ được tái lập trên Dãi Gaza, biên giới Ukrain và Nga sẽ không còn nghe hỏa tiễn gầm rú chết người và thiên tai cũng theo đó mà giảm bớt cơn cuồng nộ kinh hoàng.

Tâm bình thế giới bình. Chúng ta hãy để cõi lòng luôn an nhiên tự tại trong trạng thái “ Hữu Dư Niết Bàn”.

Mong lắm thay!

VÔ THƯỜNG

Trưa ngày đầu năm 2024, Kristina Mai, cô học trò của tôi ở Hayward gọi phone chúc tết "Happy New Year Thầy". Tôi đang đứng trước sân của Trung tâm Văn hóa Chùa Di Lặc trên đường Story, thành phố San Jose, nhận phone và vui vẻ trả lời cám ơn cũng như kèm lời chúc tốt đẹp suốt năm cho em. Bên kia đầu giây Kristina im lặng một lúc, tôi ngỡ cô cúp máy. Nhưng chỉ thoáng một chút trôi qua, giọng hơi xúc động cô báo tin Tom Lê vừa bị bắn chết.

- Cái gì?

Tôi hốt hoảng hỏi lại, Kristina chậm rãi trả lời:

- Tom đang làm nhiệm vụ ngăn chặn nạn trộm cướp thì bị bắn trong đêm.

Đến phiên tôi im lặng. Một sát na trôi qua như hòn đá nặng trĩu đè trên lồng ngực. Thật là điều không thể tưởng tượng được lại đến với một thanh niên năng động, vui tính và trẻ trung yêu đời. Tom học với tôi một semester nhưng tính năng động, thích đặt câu hỏi và hay pha trò nên tôi nhớ rất rõ. Sau khi làm cảnh sát viên tại Oakland, một vài lần ghé Calfornia State University Hayward lấy hồ sơ điểm để bổ túc lý lịch gì đó thì Tom gọi thăm tôi. Kristina Mai ra trường và làm việc tại Sở xã hội Oakland cùng thành phố với bạn học Tom Lê nên khi biết hung tin liền báo cho tôi hay.

Tom Lê tham gia vào đội chống trộm cắp ban đêm, 36 tuổi, được sở cảnh sát Oakland khen ngợi vì công tác luôn hoàn thành xuất sắc trong bốn năm qua. Thành phố Oakland thuộc miền bắc tiểu bang California, nơi có nhiều gia đình Việt Nam tỵ nạn Cộng Sản sinh sống và làm việc cách thành phố San Jose ba mươi bảy dặm về hướng bắc. Vào khoảng 1 giờ sáng cuối năm, cảnh sát được tin có một vụ trộm đang xảy ra tại khu thương mại trên đường Embarcadero nên Tom Lê cùng đội điều tra liền đến nơi để xem xét và vừa hoàn tất trở về văn phòng thì đến 4 giờ 33 phút sáng, cảnh sát cho biết họ lại nhận được tin có ăn trộm ở gần chỗ đó nữa.

Cảnh sát thuộc nhóm chống trộm của Tom Lê đến hiện trường và thấy nhiều người chạy tán loạn. Trong nhóm nghi can ăn trộm có người dùng súng bắn nhiều phát vào cảnh sát và Tom Lê lúc đó lái chiếc xe không có bảng hiệu cảnh sát (unmarked vehicle) vừa trờ tới thì bị những viên đạn bay thẳng xuyên qua kính xe găm vào thân thể Tom Lê. Một đoàn xe bao gồm cảnh sát Oakland và cảnh sát tiểu bang chạy theo xe cứu thương đưa thi thể nạn nhân vào bệnh viện Highland Hospital, nhưng cảnh sát viên Tom Lê đã không qua khỏi lưỡi hái tử thần. Đây là một nỗi đau vô cùng vì nhiều cảnh sát đang bảo vệ trật tự cho thành phố, làm việc không mệt mỏi để giữ gìn trật tự an ninh cho công chúng mà bị sát hại là điều không thể chấp nhận được.

Năm ngoái, nha sĩ Lili Xu gốc Á châu cũng bị giết trong khu phố Little Saigon Oakland qua vụ cướp trắng trợn giữa ban ngày, xảy ra vào trưa Chủ Nhật, 21 tháng 8, với ba viên đạn kết liễu mạng sống của nha sĩ Lili Xu, người vừa mừng sinh nhật lần thứ 60 của mình, ôm bó hoa bước ra khỏi nhà hàng sau bữa tiệc chúc mừng.

Trước đó, hôm mùng hai tháng sáu, anh chị Phạm Phúc, 72 tuổi là chủ nhân của nhà hàng Quảng Đà rất nổi tiếng ở thành phố San Jose, vừa bước ra trước sân hè thì bị một chiếc xe của tên ăn cướp đâm sầm vào khiến cả hai người đều tử vong.

Trong kinh Phổ Diệu có đoạn:

Ba cõi phù du mây thu bay,
Sinh tử khác nào vũ điệu say.
Chúng sinh mạng mỏng như chớp lóe,
Trôi nhanh như thác đổ non ghềnh.

Ý kinh dạy rằng, Tam giới vô thường và không bền vững, cuộc sống luôn trôi nhanh về phía cái chết, như điệu nhảy của vũ công, như tia chớp trên bầu trời, hay như dòng thác đổ vì chúng liên tục chuyển động và biến đổi không ngừng dù chỉ trong giây lát. Cho nên cảnh giới biến đổi liên tục và cái chết đến nhanh mà chúng ta không thể biết trước được.

Thực ra, bản chất của cuộc sống và vạn hữu vũ trụ là vô thường. Nhiều người trong chúng ta thường không chú ý đến điều này bởi luôn mải mê với bao nhiêu tranh đua, ham muốn, tham vọng, hạnh phúc, khổ đau, sắc tài danh thực thùy... Và những thứ đó cuốn hút chúng ta hết cả năm tháng ngày giờ như những dòng thác lũ.

Tình cảm con người khi yêu thích thì cầu cho được ở gần bên nhau, rồi qua thời gian có những thử thách ê chề đến độ tiền muôn bạc triệu cũng bỏ ra để mong ngày ly hôn không phải sống cùng nhau. Hãy tạm dừng một chút trên hành trình vội vã bôn ba hầu lắng lòng tư duy rằng trên đời này, chẳng có gì không thay đổi, chẳng có gì vĩnh viễn thường hằng, và hãy ý thức được kiếp người mong manh ngắn ngủi, để chúng ta biết trân trọng hơn và sử dụng cuộc đời có ý nghĩa và giá trị hơn.

Nhìn ra sân, hàng cây trắc bá diệp xanh tươi ngày nào bây giờ trơ trọi những cành khô cằn khẳng khiu. Đây cũng là bài học để suy tư về sự vô thường của thế giới chung quanh, môi trường cùng những thứ gần gũi như nhà cửa, xe cộ, áo quần, máy móc tiện nghi... Những vật thể tĩnh tại, rắn chắc nhưng thực tế lại là vật chất được tạo thành từ những phân tử vô cùng nhỏ bé đang xê dịch, di chuyển và biến động không ngừng.

Đừng mong cầu những con người dù thân bằng quyến thuộc hay bạn bè tri âm gì đi nữa luôn cố định tình cảm hay ý nghĩ như xưa. Thật ra thì thân và tâm họ cũng liên tục biến đổi, không tồn tại bất biến trong bất cứ khoảnh khắc nào. Điều này cũng đúng cho tất cả vạn loài chúng sinh như bò bay, máy cựa, động vật, chim chóc, côn trùng... Những sự vật to lớn như núi sông, lâu đài, thành quách, đường xá, xe cộ, trái đất, mặt trời, mặt trăng và các tinh tú... đều cấu tạo từ nguyên tử và phân tử nhỏ bé nhất, luôn liên tục thay đổi trong từng sát na. Không có sự vật nào tồn tại vĩnh viễn, thường hằng mà không biến dịch.

Cho nên chúng ta hãy nghĩ rằng, việc bám chấp vào sự thường còn của vạn pháp là một chuyện không thực tế và tự lừa dối bản thân. Bất cứ thứ gì đẹp đẽ, làm chúng ta hài lòng, đều sẽ thay đổi và cuối cùng biến mất. Vì vậy, chúng ta không thể kỳ vọng bất cứ thứ gì đem lại hạnh phúc vĩnh viễn, bởi nó sẽ thay đổi, có thể theo chiều hướng xấu hay tốt hơn, đừng bi lụy quá mức hay chối bỏ điều gì cả.

Chúng ta nói đến vô thường liền hiểu ngay đó là luật tuần hoàn của vũ trụ, bao gồm cả trời đất và nhân sinh. Ngọn lửa vô thường vẫn cứ điềm nhiên âm ỉ thiêu đốt cả thế gian, không một phút tạm ngừng, cho dù có bao nhiêu ngàn kiếp thì thân tâm và cảnh giới vẫn là một dòng chảy từ quá khứ, rồi hiện tại đến vị lai.

Tùy theo mức độ nhận thức mà vô thường có thể phân thành ba loại.

Thứ nhất là *phần đoạn vô thường*, hay *hòa hợp ly tán vô thường*, là tướng trạng thô thiển, dễ thấy nhất của vô thường, chỉ cho sự sinh ra và kết thúc của bất kỳ sự vật, sự việc nào, như một tiến trình tất yếu không thể tránh khỏi, ví dụ như sự sinh ra và chết đi của một con người. Khi nhân duyên hòa hợp liền có sự sinh ra; khi nhân duyên ly tán liền có sự chết mất, do vậy nên gọi là vô thường. Nhưng thật ra sự chết đó không có nghĩa là mất hẳn, mà chỉ là vắng mặt ở nơi này để biểu hiện ở nơi khác, trong một hình thái khác mà thôi.

Loại vô thường thứ hai tinh tế hơn, nên cũng khó nhận thấy hơn. Đó là *niệm niệm vô thường*, tức là sự vô thường diễn ra liên tục trong từng sát-na không ngừng nghỉ, băng hoại thường xuyên trong lòng sự vật, là sự chuyển biến không ngừng, nên sự tương tục ấy là tướng vi tế của vô thường.

Cuối cùng là *tất cánh như thị vô thường*, là tướng trạng vô thường vi tế nhất, nhỏ nhiệm nhất, chỉ bản chất vô thường của hết thảy mọi sự vật, sự việc vì là do nhân duyên giả hợp, vốn không thật có, nên khi quán chiếu sâu vào tự tánh của sự vật liền thấy ngay đó là vô thường. Do vậy, loại vô thường thứ ba này cũng được gọi là *tự tánh bất thành vô thường*.

Ba loại vô thường này vận hành trong hết thảy mọi hiện tượng vật lý, sinh lý và tâm lý, không có ngoại lệ.

Khi biết rõ về tánh chất vô thường, thay đổi nhanh chóng như vậy thì chúng ta sẽ trân trọng hơn những giây phút, khoảnh khắc đang sống trong cuộc đời này, sử dụng nó một cách có ý nghĩa hơn. Chính vì sự vô thường chi phối mà chúng ta cần định hướng cuộc đời để đạt được sự thăng hoa thích đáng qua những yếu tố quan trọng giúp cho ta thăng tiến thân và tâm. Chuyên cần, siêng năng, hăng hái, nhiệt tâm, tinh tấn nỗ lực, duy trì bền bỉ thì mọi việc sẽ được tốt đẹp theo thời gian, dù khó đến đâu. Ngược lại lười biếng, ỷ lại, thiếu quyết tâm và ý chí, buông lung, hưởng thụ quá đáng là nhân dẫn đến các thất bại trong mọi lãnh vực. Tích cực, nhiệt tình, có suy xét, cần mẫn, siêng năng là cơ hội gần nhất để dẫn đến sự thành công.

Tứ như ý túc là bài học trong giáo lý căn bản của Phật giáo mà chúng ta cần nghiêm chỉnh áp dụng. Thứ nhất là có nguyện vọng chính đáng, tức *dục như ý túc*. Thứ hai là siêng năng, tinh cần, bền chí lâu dài, tức *cần như ý túc*. Thứ ba là chuyên chú, nhất tâm vào công việc, tức *niệm như ý túc*. Thứ tư là thấu rõ nguyên lý duyên khởi của cuộc đời, tức *tư duy như ý túc*. Chúng ta có đầy đủ bốn yếu tố này thì mọi việc sẽ hanh thông và sáng tỏ như ý muốn.

Khi con người có nguyện vọng chính đáng rồi quyết tâm, nỗ lực kiên trì thì mọi việc dù khó đến đâu cũng dễ thành tựu viên mãn. Siêng năng, nhiệt tình mà không biết phân định đúng sai, tốt xấu thì dễ rơi vào hố sâu tội lỗi. Do đó phải có trí tuệ soi vào hành động, "chư ác mạc tác, chúng thiện phụng hành" (Không làm việc ác, nguyện làm việc lành). Một học sinh quyết tâm học giỏi để sau này lớn lên trở thành y sĩ chữa bịnh cho chúng sanh, giúp đỡ mọi người sống có yêu thương bằng trái tim hiểu biết. Đó là những nguyện vọng chính đáng, nhưng nếu thiếu yếu tố siêng năng đúng mức thì dễ thất bại. Sau khi xác định lập trường vững chắc rồi thì ta quyết tâm kiên trì bền bỉ đi theo mục tiêu cho đến lúc viên mãn mới thôi.

Đời sống chứa vô số điều tưởng chừng như nhỏ nhặt nhưng lại có thể góp phần tạo nên bức tranh toàn cảnh tươi đẹp hơn. Một lời nói ngọt ngào, một cử chỉ âu yếm, một hành động dọn dẹp vệ sinh, nấu một bữa ăn, lau chùi bàn ghế hay trồng một cây xanh, lượm rác cộng đồng, và ai cũng đồng lòng như vậy thì thế giới tươi đẹp biết là nhường nào.

Vì cuộc đời vốn là vô thường nên đời sống tinh thần của mỗi chúng ta cũng cần phải trau luyện cho tinh khiết để một mai có mệnh hệ gì cũng không phải hối hận sầu lo. Trước hết chúng ta cần dọn dẹp những rác bẩn trong tâm như đố kỵ, ganh ghét, giận hờn, bực tức, cau có, gắt gỏng, gian dối, lì lợm, chanh chua, chấp nhứt... Như vậy, trong giao tiếp mỗi ngày, chắc chắn cuộc sống của ta sẽ tươi đẹp, vui vẻ hơn... Mọi người sẽ xích lại gần nhau, cảm thông nhau hơn.

Tuổi thọ cho đời người không ai quy định, dù sống cả trăm năm mà vô tích sự thì cũng uổng phí kiếp nhân sinh. Cho nên sống được bao lâu không quan trọng, mà quan trọng là trong cuộc sống ta có đóng góp được gì cho xã hội, hay có để lại được những điều đáng cho hậu thế noi theo. Như vậy, Tom Lê đã cống hiến thời son trẻ cho việc gìn giữ an ninh trật tự cộng đồng, nha sĩ Lili Xu phục vụ nhân sinh hay anh chị Phạm Phúc từng mở nhà hàng để giúp cho hàng trăm nhân viên có công ăn việc làm, đều là những ý nghĩa đáng trân trọng.

Chúng ta hiểu vô thường để không nghĩ sai về bản chất cuộc đời, vốn thay đổi biến dịch trong từng phút giây. Nếu như cứ cho là mãi mãi trường tồn, muôn năm bất biến, thì hành động, lời nói và ý nghĩ của mình sẽ sai quấy, dẫn đến nghiệp quả tà vạy. Khi bảo thủ với ý nghĩ sai lầm vĩnh cữu, mọi thứ không bao giờ đổi thay, lòng người không thể nào chuyển hóa, thì chúng ta sẽ cực đoan ôm ấp chấp trước, yêu thương hay hận thù truyền kiếp. Nhận thức đúng thì niềm vui hay nỗi buồn cũng chỉ là một giấc nam kha, đâu có gì phiền muộn lâu dài mà phải chấp chặt khối sầu vạn kiếp!

Nếu quý độc giả có thời gian hãy viết lại điều giác ngộ thứ nhất trong kinh Bát Đại Nhân Giác để suy ngẫm thì cuộc đời sẽ không làm mình phiền lòng khi xuân hạ thu đông cứ xoay vần thay da đổi thịt. Điều giác ngộ ấy như thế này:

Thế gian vốn vô thường,
Cõi nước rất mong manh,
Bốn đại lại khổ không,
Năm ấm là vô ngã,
Luôn sinh diệt biến đổi,
Giả dối không có chủ.
Tâm là nguồn việc ác,
Thân là rừng nghiệp tội,
Nếu quán sát như thế,
Dần dần lìa sinh tử,
Vô thường có gì lo!

HOÀNG SA TRƯỜNG SA LÀ CỦA VIỆT NAM

Năm 1974, khi còn theo học trung học, lớp chúng tôi được thầy giáo dẫn ra trước khu chợ Hòa Bình, Đà Lạt để cùng sinh viên trường Đại học Kinh doanh và nhiều đồng bào Kinh, Thượng ở khắp tỉnh Tuyên Đức biểu tình phản đối Trung Cộng xâm chiếm đảo Hoàng Sa.

Đúng nửa thế kỷ sau, năm 2024, tôi cũng đi biểu tình cùng đồng hương người Mỹ gốc Việt và nhiều sắc dân khác, trong đó có Phi Luật Tân, Duy Ngô Nhĩ, Hồng-kông, Tây Tạng... trước Tổng lãnh sự quán Trung Cộng tại San Francisco, Hoa Kỳ, để phản đối Tập Cận Bình và nhà đương quyền Cộng Sản Bắc Kinh tiếp tục xâm chiếm Trường Sa, Hoàng Sa của Việt Nam cũng như những vùng lãnh thổ, hải đảo của nhiều quốc gia lân bang tại Á Châu.

Câu chuyện cách đây đúng 50 năm, rạng sáng ngày 19 tháng Giêng năm 1974, giữa lúc cuộc chiến tại miền Nam Việt Nam lên cao điểm với những trận tấn công dữ dội của quân Cộng sản miền Bắc vào lãnh thổ miền Nam, thì Trung Cộng đưa một lực lượng hải quân hùng hậu tấn công và cưỡng chiếm quần đảo Hoàng Sa thuộc chủ quyền của Việt Nam Cộng Hòa, khiến cho Thiếu tá Hạm trưởng Ngụy Văn Thà, chỉ huy HQ10, và 74 chiến sĩ Hải quân miền Nam anh dũng hy sinh để bảo vệ bờ cõi đất nước.

Mười bốn năm sau, mộng bành trướng bá quyền của Hán tộc vẫn không dừng lại. Từ ngày 31 tháng Giêng đến thượng tuần tháng Ba, Trung Cộng tiếp tục cho hải quân tiến chiếm bảy hòn đảo thuộc vùng Trường Sa, khiến cho 64 bộ đội Bắc Việt hy sinh tại đảo Gạc Ma ngày 14 tháng Ba năm 1988.

Từ ngàn xưa dân tộc Việt Nam luôn luôn chống trả những đợt xâm lăng từ phương bắc, các triều đại khởi nguyên của nước nhà nào Đinh, Lê, Lý, Trần, hậu Lê, Nguyễn đều không ngừng chiến đấu bảo vệ giang sơn. Riêng về quần đảo Hoàng Sa và Trường Sa là chủ quyền của Việt Nam qua văn hóa, tinh thần và lịch sử chứ không phải kiểu "nói lấy được" vô căn cứ của đám bành trướng Bắc Kinh.

Qua những bằng chứng trích dẫn sau đây, đều là các văn kiện hùng hồn giấy trắng mực đen rằng, thì cho đến nay, hàng trăm ấn phẩm xuất bản tại các nước phương Tây từ thế kỷ 18 đến thế kỷ 19 đều có thông tin liên quan đến quần đảo Hoàng Sa, Trường Sa và chủ quyền của Việt Nam đối với hai quần đảo này. Những tư liệu được xuất bản liên tục hàng trăm năm qua hiện vẫn đang được chứng minh qua nhiều cuộc trưng bày trong nước cũng như các quốc gia Tây phương. Nhiều học giả nổi tiếng thế giới khi xem xét những tư liệu đó đều khẳng định đây là những bằng chứng quan trọng, công minh, thể hiện đầy đủ, rõ ràng chủ quyền của Việt Nam đối với Hoàng Sa và Trường Sa. Đặc biệt là bộ "Atlas Thế Giới" được vẽ rất to với tỷ lệ 1 trên 1.641.836 có kích thước 53,5 cm x 37 cm để có thể ghép lại thành hình dạng một quả địa cầu với đường kính là 7,755 mét, làm tài liệu chính xác cho nghiên cứu trở nên nổi tiếng, đáng tin cậy và được sử dụng trong địa lý học gần 200 năm nay. Lại nữa, chúng ta may mắn có rất nhiều bản đồ địa lý và bản đồ hàng hải cổ do người phương Tây vẽ trong quá trình phát kiến hàng hải, giao thương và truyền giáo ở khu vực châu Á, Thái Bình Dương. Trên những tấm bản đồ này, quần đảo Hoàng Sa luôn được thể hiện bằng hình vẽ trong vùng biển Đông của nước Đại Việt theo kinh tuyến và vĩ tuyến khá chính xác với tên gọi là Paracel Island. Còn vùng bờ biển Quảng Nam đến Quảng Ngãi, song song với quần đảo Hoàng Sa thì được ghi nhận là Costa da Paracel tức là bờ biển Hoàng

Sa. Bản đồ bán đảo Đông Dương của anh em nhà hàng hải người Hà Lan là Van-Langren (1595) đã ghi nhận điều này. Thậm chí, ngay cả những tấm bản đồ từ năm 1507 cũng vẽ Việt Nam với biển Đông và quần đảo Hoàng Sa, Trường Sa. Đến những năm 1630, nhật ký của một công ty Ấn Độ và Hà Lan của J. M. Buch có nói về sự kiện ba tàu biển Veehuizen, Schagen và Grootebroek thuộc công ty này bị tai nạn ở quần đảo Hoàng Sa thuộc xứ Đàng Trong, thời Chúa Sãi Nguyễn Phước Nguyên, có niên đại từ 1613 đến 1635.

Những lá thư của các giáo sĩ phương Tây ở Trung Quốc năm 1701 cũng kể lại chuyến đi ra quần đảo Hoàng Sa thuộc vương quốc An Nam với bãi đá ngầm khủng khiếp, nơi xảy ra nhiều vụ đắm tàu. Hàng chục năm sau đó, ghi chép của một giáo sĩ kiêm thương nhân Pháp tên Pierre Poivre và đô đốc hải quân Pháp, Bá tước M.d. Estaing đều khẳng định, chúa Nguyễn đã đưa quân và khí tài là các khẩu súng thần công ra quần đảo Hoàng Sa để canh giữ chủ quyền. Còn Tiến sĩ Gutzlaff (1801-1851) thuộc Hội địa lý Hoàng gia Anh trong cuốn sách Geopraphy of the Cochinchinese Empire (Địa lý vương quốc Đàng Trong) cho biết, từ lâu chính phủ An Nam đã thiết lập trại binh và một điểm thu thuế trên quần đảo Hoàng Sa, để thu thuế các tàu thuyền đến đây và bảo trợ những người đánh cá bản quốc. Tiếp đó, những cuốn sách như "Storia delle Indie Orient Cali" của Felice Ripamonti xuất bản tại Milano năm 1825, cuốn "Compendio di Geografia" do nhà địa lý Italia Adriano Balbi soạn thảo năm 1850... đều khẳng định, vương quốc An Nam có quần đảo Paracels, nhóm đảo Pirati và nhóm đảo Poulo Conda (tức Hoàng Sa, Hải Tặc và Côn Đảo) ở phía đông, cách xa Trung Quốc ở phương bắc.

Đặc biệt, cuốn "Atlas Universel" (Atlas thế giới) của Philippe Vandermaelen (1795-1869) xuất bản năm 1827 tại Brusells, Bỉ quốc, là một bằng chứng hùng hồn có giá trị pháp lý cao, bổ sung vào kho sử liệu khổng lồ chứng minh Hoàng

Sa, Trường Sa là của Việt Nam. Philippe Vandermaelen là thành viên Viện Hàn lâm Hoàng gia các ngành Khoa học và Mvăn Vương quốc Bỉ và là người sáng lập Viện Địa lý Hoàng gia Brusells. Ở tập bản đồ này, Việt Nam được giới thiệu trong các tấm bản đồ số 97, 105, 106, 110 và đều có ghi chú rõ ràng, quần đảo Hoàng Sa thuộc chủ quyền của Việt Nam. Riêng tờ bản đồ số 106, vị trí kinh độ, vĩ độ của quần đảo Hoàng Sa được vẽ một cách chính xác. Còn Trung Quốc được vẽ với điểm cực Nam kết thúc ở vĩ độ 22, đường biên giới biển của Trung Quốc chỉ đến phía trên vĩ tuyến 18 mà thôi.

Về phía Trung quốc thì chưa bao giờ đưa ra được bằng cớ chứng minh việc nước này xác lập và thực thi chủ quyền đối với quần đảo Hoàng Sa, Trường Sa trong chiều dài lịch sử. Suốt hai ngàn hai trăm năm từ các đời Tần Thủy Hoàng, Hán Vũ Đế, Tống Thần Công, Minh Thành Tổ đến giữa thế kỷ hai mươi thì chẳng có sách lịch sử, địa lý hay bản đồ chính thức nào của Trung Quốc ghi nhận Hoàng Sa và cả Trường Sa là một phần lãnh thổ của Trung Quốc.

Đến năm 1908, Trung Quốc toàn đồ và Quảng Đông địa đồ trong “Trung Quốc cận thế dư địa đồ thuyết” do La Nhữ Nam biên soạn, hoặc “Nhị thập thế kỷ trung ngoại đại địa đồ” cũng đều ghi rõ cương giới phía Nam của Trung Quốc là cực nam của đảo Hải Nam. Thậm chí, “Hoàng Thanh nhất thống dư địa bản đồ” do triều đình nhà Thanh ấn hành năm 1894 còn ghi rõ “lãnh thổ của Trung Quốc chỉ chạy đến đảo Hải Nam là hết”.

Điều khôi hài là dưới thời Tổng thống Hoa Kỳ Barack Obama vào năm 2013, lợi dụng lúc Hoa Kỳ bận tâm đối phó với cuộc chiến tại Trung Đông, Trung cộng đã cho lực lượng hải quân nạo vét lòng biển, xây dựng 7 đảo đã chiếm của Việt Nam tại Trường Sa thành những căn cứ quân sự với mục tiêu chuẩn bị thôn tính biển Đông trong thời gian tới. Khi Hoa Kỳ phát hiện dã tâm của Trung Cộng thì chỉ còn cách đem hạm đội tuần tra để bảo vệ đường hàng hải quốc tế cho tàu thuyền qua lại được tự do. Thế nhưng trước sự xâm phạm biển đảo một cách trắng trợn như vậy, nhà cầm quyền Cộng Sản Việt Nam vẫn không làm gì để chống lại các hành vi xâm lược của Trung Cộng, thật là một điều tủi hổ vô cùng. Đã vậy, Bắc Việt còn để lại cho hậu thế một vết nhơ trong lịch sử dân tộc là công hàm bán nước của ông Phạm Văn Đồng ký vào năm 1958 mà Quốc hội nước Cộng Hòa Xã Hội Chủ Nghĩa Việt Nam bây giờ không dám thu hồi.

Riêng cộng đồng người Việt tị nạn Cộng Sản từ khi ra khỏi nước đến nay luôn kiên cường tranh đấu qua những cuộc biểu tình, kiến nghị và vận động quốc tế lên án các hành vi Trung Cộng xâm lược Hoàng Sa và Trường Sa của Việt Nam. Tại quốc nội thì có nhiều người dân nỗ lực đấu tranh đòi hỏi nhà đương quyền Hà Nội phải có thái độ phản đối Tàu Cộng, nhưng Việt Cộng lại không làm bất cứ hành động nào mà ngược lại còn bắt bớ hàng trăm người biểu tình nêu khẩu hiệu "Hoàng Sa Trường Sa thuộc về Việt Nam". Công an cũng thẳng tay đánh đập, giam cầm với những bản án tù phi lý chỉ vì người dân bày tỏ lòng yêu nước của mình.

Tôi cảm phục chính quyền Phillippines vì đã can đảm nộp đơn kiện lên Tòa Trọng Tài Liên Hiệp Quốc vào năm 2013 và thắng kiện năm 2016. Tại sao lại kiện ra tòa án quốc tế? Chính vì hành động xâm lược trắng trợn của Trung Cộng vào lãnh hải của Philippines nên buộc chính quyền sở tại nộp đơn lên Tòa Trọng Tài Thường Trực Liên Hiệp Quốc (Permanent Court of Arbitration: PCA) để khởi kiện Bắc Kinh theo Công Ước Liên Hiệp Quốc về Luật Biển (UNCLOS) vào ngày 22 tháng Giêng năm 2013. Trung Cộng không tham gia vào vụ kiện và đến ngày 12 tháng Bảy, 2016, Tòa Trọng Tài Thường Trực đã công bố Philippines thắng kiện Trung Quốc về tranh chấp chủ quyền Biển Đông. Tòa phán quyết rằng: "Trung Cộng không có 'các quyền lịch sử' dựa trên cái gọi là bản đồ 'đường chín đoạn' như đã rêu rao, và việc xây dựng các đảo nhân tạo là trái phép."

Qua bài học của Philippines, Việt Nam phải sử dụng cách thức pháp lý hơn là dùng ba tấc lưỡi gọi là "công hàm ngoại giao" đối với bọn bành trướng Bắc Kinh. Chúng ta nhìn nhận rằng đoàn kết dân tộc là vũ khí sắt bén nhất để bảo vệ sự tồn vong của đất nước và lãnh hải mà thôi. Tuy nhiên Đảng Cộng Sản còn ngồi đó chính là tảng đá cản đường tiến trình khởi kiện ra Tòa án quốc tế, một giải pháp và công cụ hữu hiệu nhất để chống lại Trung Cộng.

Tại hải ngoại, những tổ chức chính trị, đảng phái quốc gia cũng đã từng thiết lập hồ sơ đệ trình lên toà án Quốc tế, khởi kiện Trung Cộng xâm lấn biển đảo Việt Nam, tuy nhiên Tòa Án này chỉ xét đơn giữa hai quốc gia tranh chấp, vì vậy hồ sơ mà các luật sư Việt Nam hải ngoại đệ trình vẫn còn trong văn khố Tòa án tại The Hague, thành phố Den Haag, Hà Lan.

Dù vậy, hằng năm vào ngày 19 tháng Giêng, chúng ta không thể thờ ơ khi đất nước đang bị xâm phạm, người Việt trong và ngoài nước kiên quyết biểu tình hay làm bất cứ hành động nào để nhắc nhở thế giới luôn nhớ là quần đảo Hoàng Sa và Trường Sa của Việt Nam vẫn đang bị Trung Cộng cưỡng chiếm bằng vũ lực.

Chúng ta cũng cần lên án bọn Việt Cộng không dám tỏ thái độ bảo vệ chủ quyền, hèn với Trung Cộng mà ác với dân chúng. Khi họ trương khẩu hiệu chống "Tàu khựa" xâm phạm bờ cõi nước nhà liền bị bắt bớ, đánh đập, giam cầm và thủ tiêu.

Người Việt không thể quên đất tổ, do đó phải nói, phải viết hôm nay để con cháu mai sau nhớ mãi Hoàng Sa và Trường Sa thuộc về Việt Nam. Đồng thời nhiệm vụ thiêng liêng của con dân Việt là phải lấy lại cho bằng được những gì mà cha ông chúng ta tạo dựng. Người Do Thái bị mất nước mấy ngàn năm nhưng ở đâu họ cũng chào nhau bằng lời chúc về lại Jerusalem. Năm 1948, họ đã biến lời chào thành sự thật.

Trong Khâm Định Việt sử Thông giám Cương mục có ghi lời chỉ dụ của vua Lê Thánh Tông năm 1471 như sau: "Nhà vua dụ bảo Lê Cảnh Huy rằng: 'Nay nhận được tờ tấu của viên quan ở An Bang tâu: 'Người nhà Minh sai nhiều binh lính từ Quảng Tây sang, nói phao là sang hội đồng khám địa giới.' Việc này cần phải sai người dò thám ngay, nếu thấy có ý gì khác, phải lập tức đưa công văn đi các đạo tập hợp binh lính phòng giữ. Một thước núi, một tấc sông của ta có lẽ nào tự tiện vứt bỏ đi được? Phải kiên quyết tranh luận, không để cho họ lấn dần. Nếu họ không theo, còn có thể sai sứ sang tận triều đình của họ, biện bạch rõ lẽ phải trái. Nếu người nào dám đem một thước, một tấc đất đai của Thái Tổ để lại để làm mồi cho giặc, người ấy sẽ bị trừng trị nặng."

Con cháu người Việt Nam dù ở chân trời góc bể nào cũng tạc dạ ghi lòng lời phủ dụ của vua Lê Thánh Tông, như kim chỉ nam cho cuộc tranh đấu bảo tồn đất nước.

NGÀY THÀNH ĐẠO

Hôm nay là ngày mùng tám tháng Chạp năm Quý Mão, ngày đại lễ của Phật Giáo, khắp các tự viện tưng bừng tổ chức kỷ niệm ngày đức Phật Thích Ca Mâu Ni thành đạo, ngày mà Thái Tử Siddhatta Gotama đã trải qua hằng hà sa số kiếp trong quá khứ liên tục tu tập hạnh Bồ tát, vì lòng bi mẫn đối với chúng sanh trong ba cõi, sáu đường và ngày này cách nay trên hai mươi sáu thế kỷ, sau một đêm trăng sáng, ngài chứng thành đạo quả viên dung, đem ánh sáng chân lý rải khắp hành tinh. Và sự thành đạo đó đã sưởi ấm hàng tỷ trái tim nhân sinh thực hành hạnh nguyện từ bi và tình yêu thương rộng lớn.

Do ngày ấy, mùng tám tháng chạp năm nào, đấng giác ngộ đã phát đi thông điệp hòa bình, góp phần xây dựng nền tảng đạo đức xã hội với chất liệu từ bi hỷ xả, giúp thế nhân sống yêu thương nhau bằng trái tim hiểu biết. Chúng ta học được bài học giá trị độc lập này để từ đó ý thức được phương cách làm chủ bản thân, sống đời giảm thiểu tối đa "cái tôi" nhưng chu toàn trách nhiệm đối với gia đình, thân bằng quyến thuộc và đóng góp lợi ích cho cộng đồng, xã hội.

Nhờ ánh đuốc trí tuệ bừng khai, cũng con người ấy trước sau như vậy, nhưng cái thiêng liêng của bậc giác ngộ đã mở toang cánh cửa giải thoát để chỉ bày cho chúng sanh đang chìm đắm trong dục lạc u mê biết cách làm chủ bản thân mà sống đời an vui, hạnh phúc. Liên Hiệp Quốc ngày nay ghi rõ ngày mùng 8 tháng Chạp âm lịch hằng năm là bước tiến vĩ đại để nhân loại cùng sống trong yêu thương hòa ái vì con đường của đức Phật thành đạo chính là đạo của con người. Vì con người là chủ thể độc lập nên cần sống thương yêu đoàn kết giúp đỡ lẫn nhau, bằng trái tim có hiểu biết và sự khoan dung.

Đạo Phật từ ngày này phát sanh để bắt đầu nở hoa khai phóng con đường chân, thiện, mỹ, giúp cho nhân loại có được con đường tỉnh thức để nương theo phục tòng. Ánh sáng trí tuệ hiển hiện nơi cội tất bát la năm xưa với chất liệu từ bi hỷ xả, đồng giúp cho muôn loài chúng sanh thoát mê quy chánh, thúc đẩy mỗi người chúng ta biết cách sống tốt đẹp trong bất cứ hoàn cảnh nào. Bây giờ mình có thể chưa thật sự giải thoát hoàn toàn, nhưng lý tưởng và niềm tin vào tuệ giác của Phật đã dìu dắt chúng ta đang dần tiến bước đến mục tiêu an lạc hạnh phúc.

Sự thành đạo có ý nghĩa đối với thành quả viên dung mà Đức Thích Ca mâu Ni đi đến đích thành công viên mãn. Ngài trải qua biết bao tháng ngày không ăn quên ngủ, sáu năm dài khổ hạnh, công phu nhọc nhằn gạn lọc chân lý cạn sâu để tìm tòi con đường giác ngộ. Nhân loại tôn xưng là bậc Đại Giác.

Chúng ta đang học bài học vĩ đại của một chúng sanh cách đây 26 thế kỷ dưới cội tất bát la rằng: Từ khi mới phát tâm tu, chúng ta cần có thầy hướng dẫn đường lối đúng đắn để khỏi lạc lầm, nhưng vấn đề nỗ lực tự thân, tinh tấn công phu, tự mình thắp đuốc mà đi là điều quan trọng vô song, không ai tu học thay cho mình được. Nhờ vào sự thành đạo của Phật giúp ta hiểu và tin chắc bản thân ta cũng có khả năng thành Phật, hiểu rằng mình không thể tìm cầu Phật bên ngoài, không tin có một quyền năng ban phước giáng họa, mà chỉ tin vào chính tâm mình có chánh nhân thành Phật.

Khi ta nhận ra và hằng sống với con người chân thật của chính mình, có thể ta vẫn đang đi trên đường thành đạo, dù chưa hoàn toàn được như đức Phật Thích ca Mâu Ni nhưng ít ra cũng đang tiến dần từng bước trên con đường đạo.

Chiến tranh và hoà bình cứ thay phiên nhau xoay vần trong vũ trụ, thế giới loài người cũng đã bao lần đổi thay, nhưng những lời dạy của Đức Phật vẫn mãi mãi là bức thông điệp muôn thuở cho con người thực tập, khảo nghiệm, nghiên cứu, thực hành. Vì thế, sống ở quốc độ nào, ai ai cũng thấy được hiện thân của Phật là chân lý với biển trí tuệ và lòng từ bi để hàn gắn những hận thù, ganh ghét, giận hờn và chém giết lẫn nhau.

Nhân ngày kỷ niệm đức Phật Thành đạo hôm nay, tôi xin kể câu chuyện hành hương đến Ấn Độ để tận mắt chiêm bái Bồ đề Đạo tràng, nơi đức Phật Thích Ca thành đạo. Đó là vào năm 2009.

Tôi xin nghỉ phép một tháng để hành hương và chiêm bái các thánh tích Phật Giáo tại Ấn Độ, một đại nguyện mà tôi cứ ấp ủ hơn hai mươi năm nhưng chưa thực hiện được. Trong buổi họp về tiết mục "Xứ lạ đường xa" của chương trình truyền hình Việt Nam webcast TV, Tâm Phương và Quốc Hùng rất hoan nghênh một chuyến đi dài ngày để tận mắt thu hình và chiêm ngưỡng những trụ đá ngàn năm mà Vua Aśoka, tức A Dục Vương Đại đế, đã kiến tạo từ nhiều ngàn năm. Tôi hăm hở lấy lịch ra xem ngày và cùng nhau quyết định khởi hành khoảng trung tuần tháng Mười tới đây. Thế là ba anh em chúng tôi phân chia nhiệm vụ, mời thêm đoàn quay phim, nghiên cứu địa dư và lịch sử thánh tích, viết kịch bản và liên lạc trung tâm dịch vụ du lịch Á Châu để bảo đảm có được những hướng dẫn viên am tường thổ nhưỡng và phương tiện chuyên chở trong thời gian lưu trú và công tác tại xứ Phật linh thiêng huyền diệu đó……

***

Trời nắng nhẹ cuối tháng mười trên vùng đất Bihar của miền đông bắc xứ Ấn Độ. Ba anh em chúng tôi, gồm Tâm Phương, Quốc Hùng và tôi, bước ra khỏi xe bus để tiến về con đường đầy du khách đang chiêm bái Phật Tích nổi tiếng là Bồ Đề Đạo Tràng (Bodhgaya), nơi đức Phật Thích Ca Mâu Ni thành đạo sau sáu năm tu khổ hạnh, cách nay trên hai ngàn năm trăm năm.

Phút xúc động thật sự trong ba anh em chúng tôi dâng lên ngút ngàn khi những bàn chân không giày vớ bước lên bục thang vào khuôn viên Mahabodhi Temple. Sừng sững ngôi bảo tháp cao vút, uy nghiêm và hùng tráng phản chiếu ánh tà dương làm rực rỡ một màu hoàng kim tua tủa khắp chốn già lam. Dù là ngày thứ tư bình thường không rơi vào những đại lễ quan trọng của Phật Giáo, nhưng có nhiều trăm khách hành hương từ các quốc gia trên thế giới quy tụ về chiêm bái. Những bước chân thiền hành chậm rãi, khoan thai đi nhiễu tháp, lộ vẻ thành kính trong im lặng, là một uy lực nhiệm mầu hơn ngàn sấm sét. Quốc Hùng tiến về Kim Cang Tòa chắp tay đảnh lễ, trong khi Tâm Phương đang tìm chỗ đặt máy quay phim.

Nhiều vị tăng ni với gương mặt Âu, Phi, Mỹ, Á đang ngồi kiết già, lắng lòng nhìn vào nội tâm sâu kín của mình để khám phá cái đích thực tự ngã của kiếp nhân sinh. Chính họ đã thấy cảnh vô thường biến dịch, chính họ đã trải nghiệm sự thành trụ hoại không nên sinh tâm an lạc. Hiểu lý vô thường sẽ chấm dứt khổ đau vì đau khổ ấy là căn nguyên từ những cái mà chúng sanh ngỡ là thường còn, bất biến. Sóng kia lao xao sợ hãi, vờn lên, ngụp xuống đi tìm con nước cuốn trôi; nhưng khi biết đích thực sóng cũng chính là nước thì không còn gì là hoang mang lo lắng. Những triệu phú mới hôm qua sống trong đống kim cương, tiền bạc; qua một đêm tay trắng rã rời mà cứ ôm chặt cái vĩnh hằng bất biến thì có chết cũng chưa xong nỗi uất ức chiếm trọn linh hồn. Vậy mà có những kẻ an nhiên tự tại đang nhắm mắt tư duy nơi trụ đá mà nhiều ngàn năm trước vua Asoka (A Dục Vương Đại Đế) đến đây quỳ lạy và dựng nên. Trong những kẻ suy tư đó, biết bao nhiêu nhà tài phiệt hôm qua đã giật mình tỉnh giấc bởi hai chữ vô thường mà bậc Thiện Thệ Thế Gian Giải đã chỉ bày cho quần sanh phát kiến tự nơi đây.

Ba anh em chúng tôi có cơ duyên thật hy hữu, vì dù sinh ra không gặp thời Phật trụ thế, nhưng may mắn biết được giáo pháp cao minh và ước ao đến nơi đây để một lần kính lễ. Trong hai mươi điều khó nhất được Phật dạy trong kinh Tứ thập nhị chương: "Bần cùng bố thí nan, hào quý học đạo nan..., đắc đổ Phật kinh nan, sanh trị Phật thế nan..." thì kể như chúng tôi cũng hữu duyên mới được quỳ gối trước gốc cây bồ đề cổ thụ mà đức Thế Tôn đã ngồi nơi đây nhập định tham thiền suốt bốn mươi chín ngày đêm, để rồi vào lúc ban mai của ngày Mùng tám tháng Chạp âm lịch cách nay trên hai ngàn năm trăm năm, ngài đắc thành đạo quả, sau khi hàng phục tất cả ma chướng khởi từ nội tâm và ngoại cảnh. Cũng chính nơi đây, sau khi thành chánh quả, đức Phật lịch sử của chúng ta đã ngự trong khuôn viên này suốt bảy tuần lễ để chiêm nghiệm lại quá trình tu chứng trong nhiều ngàn kiếp, và rồi từ đó đến gần nửa thế kỷ tiếp theo, kim khẩu của Người đã trao truyền cho đồ chúng biết bao nhiêu lời vàng ý ngọc.

Trước tôn tượng trang nghiêm của đấng từ phụ Thích Ca Mâu Ni, Quốc Hùng nhắm mắt xin một chiếc lá bồ đề, mầu nhiệm thay, khi bừng mắt lên thì cũng là lúc chiếc lá còn đang xanh rơi vào lòng bàn tay kỳ diệu. Tâm Phương nghe tiếng chim rôm rả như những tiếng ca lăng tần già trên cảnh giới Lạc bang. Anh cũng đang cầu nguyện và lá cờ Phật giáo ngũ sắc đang tung bay trong gió lại rơi phủ lên camera, một kỷ niệm mà anh lưu giữ như sự linh thiêng chứng giám tự cao xanh. Riêng tôi, một sự ngẫu nhiên khi gặp được thiền sư Nhất Hạnh cùng tăng đoàn Làng Mai đang nhiễu tháp và các nhà làm phim Đường Xưa Mây Trắng của Ấn Độ đang quay cảnh thiền hành, tôi hân hạnh được bước đi trong niềm hỷ lạc ấy.

Trước gốc cây bồ đề cổ thụ, ba anh em chúng tôi ngồi tọa thiền bên cạnh những hành giả Tây Tạng đang hướng về bảo tháp và đảnh lễ bằng năm vóc sát đất. Khó mà tưởng tượng được, các vị ấy vô cùng thành kính, lạy nằm dài từ lúc bình minh vừa ló dạng đến bây giờ chưa ngừng nghỉ. Lại có các vị sư Tích Lan đang hốt từng nắm cát bỏ vào bình bát, đọc kinh chú nguyện rồi lại đổ ra đất, xong rồi lại hốt vào, và cứ như thế suốt bốn mươi chín ngày đêm để luyện tâm nhẫn nhục, kiên trì. Trong khi nhắm mắt, bàn chân ngồi xếp bằng, lưng thẳng tắp, mặt quay về hướng tây, thần trí tôi đang lướt qua một quãng đời vĩ đại của một chúng sanh cách đây nhiều ngàn năm đã chiến thắng tự ngã, tham ái, phiền não trong tâm cùng giặc thiên ma do Ma vương Ba tuần sai sử. Với lòng đại từ, đại bi vô hạn, với tinh thần dũng mãnh, tinh tấn siêu việt, ngồi suốt bốn mươi chín ngày đêm tại nơi đây để rồi trong đêm, vào canh hai của ngày Mùng tám tháng Mười hai âm lịch, chúng sanh đó đã chứng được Túc mệnh minh, thấy rõ được nhiều đời nhiều kiếp của chính mình. Đến canh ba đêm ấy chứng được Thiên nhãn minh để thấy rõ bản thể tự tánh của vũ trụ và nguyên nhân sinh diệt. Canh tư, khi sao Bắc đẩu chìm vào giải ngân hà vô định thì cũng là lúc Lậu tận minh vừa được chứng đắc, thấy rõ nguồn gốc khổ đau và phương pháp dứt trừ sinh tử luân hồi. Khi sao mai vừa hừng mọc cũng là lúc bầu trời thanh tịnh, cảnh vật im vắng lạ thường, chúng sanh đó hiểu rõ mọi pháp đều do duyên khởi, phạm hạnh đã thành, biết được "như như thật tướng" và trở thành viên thông, tỏ ngộ mọi ngõ ngách của kiếp nhân sinh, thành tựu công hạnh chánh đẳng chánh giác, tự giác giác tha, giác hạnh viên mãn và cứu cánh thành Phật, là đức Thế Tôn, là Bổn Sư Thích Ca Mâu Ni Phật.

Khi ngồi viết những dòng chữ này để gửi kịp bài báo sáng mai, tôi đã thực hiện xong tục lệ "lạp bát chúc" để kỷ niệm ngày thành đạo của ngài. Ở quê nhà khi phụ thân tôi còn sinh tiền thì thường nấu cháo, gói bánh nếp bố thí người thiếu thốn, nghèo khó; riêng nơi đây vẫn ý nghĩa đó, tôi mang vài mươi phần quà đến trung tâm cứu trợ người nghèo trên đường số Một, nhờ hội phân phối cho các bạn homeless không nhà. Khi lái xe về tòa soạn Calitoday, lòng không khỏi rung động trước tình thương rộng lớn với tất cả chúng sanh mà đấng Chánh Biến Tri đã khổ hạnh sáu năm cũng chỉ mong tìm ra chân lý cứu khổ chúng sanh.

Kính lạy bậc Thiên nhân sư, nhờ ngài mà con biết được tình thương yêu đồng loại. Đời ngài là một thiên anh hùng ca bất hủ, vì ngài đã chiến thắng kẻ thù nguy hiểm nhất, đó là chiến thắng chính mình, ngài đã thức tỉnh cho nhân thế tự tin vào con đường chánh đạo, đó là chân lý siêu việt của mỗi chúng sanh, tự trong con người đó có khả năng và hoàn toàn có thể tu tập để đạt đến quả vị cao nhất giữa muôn loài trong vũ trụ. Con đường sáng kỳ diệu đó là hiện thực và mọi người hãy nỗ lực tinh tấn, tự thắp sáng ngọn đuốc của chính mình đến đường giải thoát.

Ngày thành đạo của ngài đã cổ vũ cho loài người niềm tự chủ, niềm tin mãnh liệt nơi tự thân. Ngài đã khơi nguồn và thực chứng đạo quả viên dung thì mỗi chúng sanh như Tâm Phương, Quốc Hùng cũng có thể đạt đến quả vị giải thoát như con đường trung đạo mà ngài từng đi qua.

Thành kính đảnh lễ đấng Từ Phụ Bổn Sư Thích Ca Mâu Ni, vì có ngày quan trọng này mà thế giới loài người, một tỷ tín đồ của ngài chắc chắn không sát sanh, hại vật ít nhất trong hai mươi bốn giờ để kỷ niệm Ngày Phật Thành Đạo.

Câu chuyện vừa kể ở trên là hành trình đến Ấn Độ năm 2009, sau đó tôi có nhiều dịp đi Ấn Độ, Nepal, Sri Lanka để thăm những thánh tích Lam tỳ ni, núi Linh Thứu, Vườn Lộc uyển, Đại học Nalanda với nền móng còn nguyên từ thế kỷ V đến XII, từng là trường Đại học Phật Giáo đào tạo hàng trăm ngàn tăng sinh khắp chốn. Nhờ những chuyến hành hương khá lý thú rồi cũng mục kích cảnh bần hàn của dân chúng, nhưng họ luôn tỏa ra từ trường an lạc, vì vậy mà tôi có thể hiểu tường tận rằng, cuộc sống của chúng ta luôn có sự hiện hữu giữa hạnh phúc và khổ đau. Khổ đau là điều không ai mong muốn, thế nên ta tìm nhiều cách khác nhau để có được hạnh phúc cho mình. Nhưng đôi khi vì mải lo tìm hạnh phúc bên ngoài mà chúng ta gặp phải khổ đau. Hạnh phúc thật ra tồn tại ngay giữa những điều nhỏ bé, bình dị nhất trong cuộc sống. Dẫu vậy, ta vẫn không thể trong phút chốc dễ dàng cảm nhận, nắm bắt được. Một khi thấu hiểu và thực hành những lời dạy của Đức Thế Tôn vào đời sống hằng ngày, ta sẽ không còn khởi lên ý niệm kiếm tìm, không còn cảm thấy cô đơn, đau khổ hay muộn phiền... trong suốt cuộc hành trình lắm thăng trầm, thử thách của đời người. Thay vào đó là một hạnh phúc chân thật, lâu bền trong ánh đạo mầu của Đức Như Lai.

Suốt cuộc đời hoằng pháp của Đức Phật, Ngài đã chỉ dạy cho chúng ta rất nhiều phương pháp để có hạnh phúc thật sự, đó là cần bằng lòng với những gì mình đang hiện hữu và đang làm. Mỗi người đều có một khả năng nhất định, nếu tầm cầu quá mức sẽ gặp phải những phiền não, khổ đau, từ đó mất đi hạnh phúc. Trong cuộc sống hằng ngày, hãy thực tập quán chiếu nơi bản thân thì tự khắc thấy rất nhiều may mắn và hạnh phúc chung quanh. Đơn giản là mỗi sớm mai thức dậy, mở mắt thấy được mọi sự vật rõ ràng, biết mình vẫn đang hiện diện trên đời, có được thân thể khỏe mạnh, đôi mắt sáng, tay chân lành lặn, có thể đến trước bàn thờ, đốt một nén nhang thơm, đảnh lễ đấng Thế Tôn, tụng một thời kinh ngắn. Chao ôi! Hạnh phúc vô vàn.

Điều hạnh phúc trong giáo lý Phật Đà là những gì rất bình dị, ai cũng có thể thực hành được. Chính ánh sáng của chánh pháp sẽ làm mình luôn hài lòng với cuộc sống hiện tại, giữ được ngọn lửa tin yêu, hy vọng và tìm thấy hạnh phúc trong chính mình. Một người khi nắm giữ bí quyết hạnh phúc này sẽ mở ra muôn vàn cánh cửa hạnh phúc khác, vì vậy cần nên cảm nhận, mỗi ngày mình thành đạo một ít (bằng thiện nghiệp) thì mới không uổng phí kiếp nhân sinh.

Mong là vậy nhé.

Xuân Miên Viễn

Đồi núi Alum Rock vào mùa thu đẹp lắm! Những cánh hoa vàng nở rộ như những thảm nhung óng ả trước ngôi cửu ngũ, lung linh trong gió đẹp đến nao lòng. Trên con đường nhựa dẫn lên chót vót càng thấy rõ đất trời bừng lên muôn sắc gấm hoa, cây cối xanh tươi như sơn hà cẩm tú diễm lệ của quê hương thanh bình ngày nào, bởi nơi đó luôn đọng muôn hồng nghìn tía vì đất mẹ thương yêu.

Tôi đang đi từng bước chân chậm rãi để hít thở khí trời, vừa thưởng ngoạn mùa thu nơi thung lũng hoa vàng nổi tiếng của thủ đô Silicon Valley. Quả thật, nơi đây là trần gian mà như thể vườn địa đàng trong thánh kinh mà tôi từng đọc. Vài chú nai mon men bên khóm lá xanh, những em sóc chuyền cành và đôi hoàng hạc lững lờ trên khóm hoa dại. Gió sớm mát lạnh thổi qua, những chiếc lá cháy sáng lên lần cuối với bao sắc màu nhảy múa tung tăng trước khi rụng về cội nguồn của đất...

Cứ mỗi mùa thu như thế tôi có dịp đi vào chốn thiên nhiên để đôi chân được tiếp giao với từng chiếc lá, xào xạc vàng khô hay gãy gọn giòn tan thành những âm thanh mộc mạc. Chiếc mũ phớt trên đầu tôi hứng từng bụm lá đủ màu ngũ sắc rồi lung lay trong gió, lã chã rơi trên vai như từng cánh hoa thiên thần chào đón.

Chao ôi! Trong cảnh trí thiên nhiên tận hưởng phúc lộc của đất trời, hít thở không khí trong lành, nghe từng cuống lá tạm biệt nhánh cành với lời từ giã sao thiết tha trìu mến. Có tiếng chim hót ca đâu đó như mừng reo buổi sáng tinh mơ mà tôi như bất chợt cảm nhận được làn sóng sảng khoái chạy lâng lâng trong cơ thể, một từ trường vô hình lan tỏa từ đầu đến chân, len lỏi trong từng tế bào, khi sắc màu cảnh trí mãn nhãn một buổi sáng hồn nhiên tĩnh mịch.

Bốn tháng sau, khi trở lại chốn cũ, mùa xuân lại về, không có muôn hoa ngào ngạt sắc hương, không còn bướm ong rộn ràng hút nhụy, mà đất trời chỉ phủ trắng xóa một màu tuyết hồng nhạt. Đất trời cũng sớm thay đổi bốn mùa như tư duy của con người thường ví von là "tâm viên ý mã". Ngày nào sống ở quê nhà thì đầu xuân bao đời nay gắn liền với việc viếng chùa, đi lễ nhà thờ, dâng hương, xin lộc, thăm hỏi họ hàng, thầy cô và bạn bè. Thời gian dẫu qua mau, thế sự vốn vô thường, vạn vật và cõi nước không ngừng đổi thay mà truyền thống ngàn đời nơi chốn cũ cũng có phần dung dị. Nơi đây, nhiều gia đình kéo nhau đi Casino Las Vegas, du thuyền Alaska hay Banama bởi dịp tết là kỳ "on-sale" đại hạ giá. Những người còn lại trong cộng đồng, các con cháu tộc Việt với nhiều gia đình hôn nhân dị chủng vẫn giữ được nếp nhà, chào cờ đầu năm, tế lễ, lì xì, hái lộc đầu xuân.

Vài người bạn chí thân của tôi quanh năm bận bịu với việc làm, công tác xứ nọ chốn kia, không có dịp đến viếng cảnh chùa dù nhà ở rất gần, ấy vậy mà ngày xuân cũng hăng hái gọi phone rủ tôi về chùa dâng hương lễ Phật, cầu cho gia đạo bình an.

Tôi hiểu rồi, bạn bè trang lứa thì tuổi hạc tròn trịa một hoa giáp, U60 thì khi xưa Khổng tử đã nói *"tam thập nhi lập, tứ thập nhi bất hoặc, ngũ thập nhi tri thiên mệnh, lục thập nhi nhĩ thuận..."*, nghĩa là con người ở độ tuổi ba mươi về cơ bản đã có thể xác lập được phương hướng phát triển cuộc đời mình. Ai cũng có thể dựa vào bản lĩnh của tự thân mà gánh vác những trách nhiệm mình đảm đương như ngọn núi chia đôi dòng nước, phân hai ngã rẽ của đời người. Nhi lập là lập thân, lập gia đình, lập sự nghiệp, vì trước hết cần lập thân để xác định nhân cách và sự tu dưỡng của bản thân, bao gồm việc chánh tâm trong tư tưởng và hàm dưỡng đạo đức, bồi bổ năng lượng để có thể tự lực tự cường. Thứ hai là lập nghiệp nhằm xác định công danh, sự nghiệp mà mình muốn theo đuổi, phương thức mưu sinh làm cơ sở để độc lập về kinh tế.

Thứ ba là lập gia đình vì đứng từ góc độ sinh sôi nảy nở của nhân loại thì độ tuổi này lại rất phù hợp với sự duy trì nòi giống, dựng vợ gả chồng thì tâm hồn mới tìm được bến đỗ bình yên mà sống.

Bốn mươi là độ tuổi dùng điều bất biến để ứng vạn biến, có thể nhìn thấu muôn vật trên thế gian, tỉnh táo, minh bạch về bản thân, về người khác và về thế giới. Hiểu thấu bản thân chính là khiến nội tâm mình dần dần trở nên lớn mạnh trong quá trình trui luyện, biến những thứ bên ngoài trở thành năng lượng bên trong. Hiểu rõ sứ mạng của bản thân để gánh vác trách nhiệm xã hội, trách nhiệm gia đình, hiếu thuận với cha mẹ, và chịu trách nhiệm dưỡng dục con cái, là thời kỳ huy hoàng trong đời người, cống hiến lớn nhất cho gia đình và xã hội.

Đến năm mươi tuổi biết mệnh trời, rất nhiều việc trong đời dường như đã thành hình, không oán trách người, không lười nhác, sức lực không còn như trước, càng hiểu rõ tầm quan trọng của sức khỏe và tình thân, tình bạn, tình yêu trở thành những điều ưu tiên vì tâm danh lợi dần dần tiêu tan.

Bây giờ bạn bè trên sáu mươi rồi, dẫu cho ai nói ngả nói nghiêng, dù gặp phải trắc trở, khó khăn thế nào thì con người cũng đều không quá kích động, mình có thể suy nghĩ mọi sự một cách điềm tĩnh và thuận theo quy luật của vạn vật, thản nhiên trước vinh nhục, ngộ ra ý nghĩa đời người, nhìn thấu kiếp nhân sinh và coi nhẹ danh lợi, nhờ trải qua sự tôi luyện của tháng năm mà lưu lại những kinh nghiệm phong phú của mình cho con cháu, hồi tưởng về những ký ức đắng cay ngọt bùi như một trải nghiệm đặc biệt trong mùa thu cuối đời. Hãy sống hết mình mỗi ngày để có thể sống trọn vẹn cả một đời.

Tôi về chùa cùng bạn. Mùa xuân Di Lặc đầu năm với chốn già lam bừng lên muôn sắc hoa, phấn nhụy bay vàng khắp không gian cùng hương trầm, đào hoa hồng phấn, cả một vùng trời lại chen thêm những lồng đèn giữa thảm cúc đại đóa vàng rực, đỏ tía, xanh lơ, của năm màu cờ Phật giáo. Những cảnh chùa mang dáng dấp đường nét cổ truyền của tộc Việt xây dựng trên đất nước Hoa Kỳ vào ngày đầu xuân tấp nập bước chân người đến xin thụ lộc. Đạo Phật đã được những người Mỹ, Âu, Phi châu tìm đến, nhất là dòng thiền làng Mai, Phật giáo Kim cang Thừa Tây Tạng, Bắc truyền và Theravada. Những mùa xuân xưa, Phật giáo Việt Nam đã có những chứng tích huy hoàng rạng rỡ từ Đinh, Lê, Lý, Trần, Hậu Lê, Nguyễn, nhưng rồi cũng có những mùa xuân ảm đạm khi gặp họa cường quyền, độc tài, đảng trị. Thiền sư Vạn Hạnh đời Lý từng có bài kệ rằng:

"Thân như điện ảnh hữu hoàn vô,
Vạn mộc xuân vinh, thu hựu khô
Nhậm vận thịnh suy vô bố úy,
Thịnh suy như lộ thảo đầu phô."

Nghĩa là:

Thân như bóng chớp có rồi không,
Xuân xanh, thu héo chẳng tương đồng,
Mặc đời suy thịnh nào sợ hãi,
Như sương trên cỏ khí bay xông."

Sự thăng trầm của bất cứ sự vật nào ở thế gian cũng đều là lẽ vô thường. Sự thịnh suy, sanh diệt là biểu hiện cụ thể của quy luật thành, trụ, hoại, không, như ngọn tháp Chàm ngày nào uy dũng trên đất Chiêm Thành, bây giờ biến mất thành đồng không mông quạnh. Thế gian này chẳng có gì thường hằng vĩnh viễn, tất cả luôn biến chuyển thay đổi sanh diệt không ngừng. Dù vậy, khi bước chân vào đại hùng bảo điện thì cảnh trí uy nghiêm thật mầu nhiệm diệu kỳ, lòng người tự nhiên hoan hỷ, cảnh vật và tâm tư đều thấm nhuận, an hòa, cửa chùa rộng mở, tiếng chuông vang vọng trong hư không để tâm hồn cảm nhận một làn sóng âm ba như những vòng tròn lan tỏa khắp đất trời, chạm vào muôn vật, thức tỉnh lòng người. Bạn đang đảnh lễ đức Thế tôn, còn tôi đứng đó để hưởng được sự an vui trong phút giây hiện tại, ngay bây giờ và ở tại đây, sống tỉnh thức từng phút giây trực tiếp là hiện pháp lạc trú, không truy tìm quá khứ, không vọng cầu tương lai.

Tôi và bạn bước ra hành lang đi chung quanh với từng bước chân an trú. Chung quanh những tượng Bồ tát Quán thế Âm hiện thân ứng biến hình tướng ngàn tay ngàn mắt đặng hòa vào mùa xuân của đất trời, với con người và vạn hữu vũ trụ. Mùa xuân là của muôn loài, xuân dân tộc, xuân Di Lặc, tết cổ truyền, tiết nguyên đán... đã in sâu vào tâm thức bao thế hệ người Việt Nam. Những người Việt dù sống ở đâu, phương trời nào, lòng cũng hướng về mùa xuân mới với tết cổ truyền dân tộc Việt Nam. Ngay cả những thế hệ sinh sau này ở hải ngoại cũng nao nức vui với tết cổ truyền, chờ được tiền lì xì từ bậc cha chú nội ngoại viếng thăm.

Bạn tôi hỏi về hình tượng ngàn tay ngàn mắt của Bồ tát Quán Thế Âm. Thưa bạn, hãy nhìn bằng nhãn quan từ bi và nghệ thuật Phật giáo thì hình tượng này rất thân thiện trong cuộc sống nhân gian, ứng dụng vào đời sống tu tập thực tiễn, xiển dương giáo lý, cũng như đáp ứng nhu cầu văn hóa tâm linh của những người có tín ngưỡng thuần khiết. Biểu tượng *"thiên thủ thiên nhãn"* Quán Thế Âm Bồ tát thường được dân gian hiểu là ngài có nghìn mắt, nghìn tay để nhìn thấu nỗi khổ của chúng sinh và ra tay cứu giúp.

Bạn hãy suy nghĩ trên cơ sở sáu căn đều diệu dụng tức *"lục căn hỗ dụng"*, nghĩa là bất cứ một căn nào như mắt, tai, mũi, lưỡi, thân, ý cũng đều có thể thay thế cho tác dụng của các căn còn lại. Cho nên không chỉ dùng mắt quán âm thanh mà còn có thể quán sắc, quán hương, quán vị, quán xúc, quán pháp. Do vậy, các hình tượng này thường được biểu trưng bằng những uy lực vô biên như con số 1.000 thể hiện sự viên mãn, nên tượng được tạo với đủ 1.000 con mắt, 1.000 cánh tay, bao gồm 40 cánh tay lớn và 960 tay nhỏ, trong mỗi tay đều có một con mắt, thường quán sát chúng sanh.

Hình tượng Quán Thế Âm nghìn mắt nghìn tay dưới khía cạnh *"lục căn hỗ dụng"*, còn có ý nghĩa là tri, hành hợp nhất, tức là có bao nhiêu bàn tay là có bấy nhiêu con mắt; có biết là có làm, có làm là có biết. Chính vì thế, hình tượng nghìn mắt nghìn tay không phải là sự tưởng tượng phi lý của nhân dân, mà chính là biểu trưng cho hiện thực sinh động nhất của con đường Bồ tát đạo. Nếu đi đúng lộ trình ấy thì khả năng làm lợi ích an lạc cho chúng sinh vô cùng thù thắng.

Hiện tại, chúng ta đang phải sống trong tình trạng có quá nhiều những lý thuyết hay ho nhưng những bài học cơ bản làm người như "không giết hại, không trộm cướp, không chiến tranh tàn khốc" vẫn bị bỏ quên. Có quá nhiều lời hứa lớn nhưng thực hiện không xong hay quá nhỏ nhoi; như lời hứa xin lá phiếu của dân nhiều quyết tâm nhưng không có uy lực, can đảm để thực hiện. Do vậy mà các tệ nạn xã hội, tham nhũng, trộm cắp, xì ke, ma túy đầy dẫy khiến cho chúng ta tưởng chừng như đang bị quay cuồng trong ảo ảnh, giữa xã hội vẫn luôn tồn tại những pháp luật thiết thực của nhà tù từ county, tiểu bang lên đến liên bang...

Này bạn, một bài học đầy tình người nhưng rất trí tuệ của các nghệ nhân gửi gắm đến chúng ta qua hình tượng Bồ tát Quán Thế Âm nghìn mắt nghìn tay, trải qua nhiều thế kỷ thăng trầm của dân tộc vẫn còn nguyên giá trị, và bây giờ được thể hiện nơi đây cho chúng ta chiêm ngưỡng. Giá trị này chỉ cho bạn và tôi khi mặc nhiên thừa nhận rõ rằng "biết và làm" là thiết thực hơn "nói và làm", và dĩ nhiên lợi ích hơn ngàn lần khi chỉ "nói mà không làm gì cả" bạn nhé!

Những người Âu Mỹ đi lễ chùa cũng khá đông. Trong số họ, nhiều người cũng diện những y phục cổ truyền của dân tộc Việt Nam. Họ là những con dâu, con rể của cộng đồng Á châu. Tiết đông lạnh giá và nhiệt độ chừng 400F (dưới 50C) nhưng cái lạnh cũng không ngăn cản được lòng người nao nức đón xuân dân tộc tết cổ truyền. Chùa nào cũng đều cử hành lễ nguyện cầu cho "quốc thái dân an, phong điều vũ thuận, thế giới hòa bình, chúng sanh an lạc", khuyên người làm việc thiện, hướng về nẻo chánh.

Đến chùa lễ Phật dâng hương đã trở thành nếp sống của tổ tông bao đời nay, một sự kết hợp tuyệt vời giữa tinh hoa của văn minh Ấn, Trung phối hợp với bản địa Việt tộc hình thành. Cộng đồng Người Việt tỵ nạn ở Hoa Kỳ có cuộc sống văn minh phát triển, vật chất đủ đầy, tự do dân chủ hiện đại, nhưng tâm khảm vẫn hướng về cội nguồn dân tộc, gốc gác tổ tiên với truyền thống "mùng một tết cha, mùng hai tết mẹ, mùng ba tết thầy".

Ngày xưa Thiền sư Mãn Giác có bài thơ rằng:

"Xuân khứ bách hoa lạc,
Xuân đáo bách hoa khai,
Sự trục nhãn tiền quá,
Lão tùng đầu thượng lai,
Mạc vị xuân tàn hoa lạc tận,
Đình tiền tạc dạ nhất chi mai."

Thiền sư quán chiếu thấy dù xuân tàn mà hoa mai chưa bao giờ rụng hết, hoa mai trong lòng người, trong tết dân tộc, hiển hiện bây giờ và nơi đây, đóa hoa mai đã tạc vào lòng người. Xuân xưa, xuân nay, xuân sau này sẽ mãi mãi như đóa hoa mai, hoa chẳng bao giờ tận và xuân chẳng bao giờ tàn, vẫn mãi mãi trong tâm tưởng.

Được có thân người để về chùa lễ Phật, bạn phải tự hiểu rằng, đây là kết quả của việc giữ năm giới từ những mùa xuân quá khứ, còn có được thân người vào xuân mai sau hay không thì phụ thuộc vào việc ta có giữ được giới hạnh ở xuân này hay không. Mình là chủ nhân của nghiệp, cũng là kẻ thừa tự nghiệp. Nghiệp là thai tạng, là quyến thuộc, là điểm tựa cho muôn loài. Chính nghiệp phân chia sự dị biệt cao thấp trong đời này.

Những tà áo dài thướt tha đầy màu sắc của những cô gái xuân thì hái lộc đầu xuân cùng những cậu thanh niên khôi ngô tuấn tú. Lớp con cháu của mình lớn lên và tươi đẹp quá. Chúng sẽ là những hoa mai vàng tiếp nối mùa xuân miên viễn khi mình nhường khoảng không gian cho măng xanh vươn cành tươi tốt. Dòng thời gian miên viễn vô thủy vô chung, điểm đầu cũng là điểm cuối. Vòng luân hồi bất tận, không có điểm dừng. Đời người hữu hạn trong vòng trăm năm, thân người chưa đầy hai thước mà nghiệp lực thì cao vời vợi, nên hạnh phúc luôn nhỏ bé mà khổ đau chồng chất nặng nề đồng hành cả kiếp nhân sinh. Cho nên mùa xuân đến cho mình những khoảnh khắc hoan hỷ, ngay bây giờ ở tại đây, thật vô cùng quý báu vì "chỉ có pháp hiện tại, tuệ quán chính là đây".

Mừng xuân Di Lặc là vị Bồ tát hiện thân của tất cả những gì tốt đẹp, viên mãn và hoan hỷ nhất mà con người ước muốn có được. Mùa xuân ở Ngài là mùa xuân miên viễn không bị ngăn cách, giới hạn hay chi phối bởi không gian và thời gian. Bốn mùa tứ tiết thì xuân đến rồi xuân lại đi, nhưng xuân Di Lặc là mùa xuân trường cửu, bền chắc luôn hiện hữu trong ta xuyên qua từng khoảnh khắc ngày giờ tháng năm cho đời sống hiện tại và cả kiếp số mai sau.

Mời bạn cùng tôi nguyện xin đức Di Lặc gia hộ cho từng bước chân mình theo hạnh nguyện của Ngài để chế tác ra những năng lượng của hoan hỷ bao dung, như nụ cười hỷ lạc và tấm lòng rộng lớn thể hiện trên thân tướng của Ngài, để bạn và tôi luôn sống trong từng sát na của mùa xuân Di Lặc.

TẾT

Chúc mừng năm mới, nguyện cầu cho tất cả mọi người được an bình, gia đình hòa thuận yên vui, làm ăn phát đạt trong chánh nghiệp, hòa bình đến với quả địa cầu, mưa thuận gió hòa, người người được cơm no áo ấm.

Hôm nay ngày tết năm con rồng, Giáp Thìn, xin chân thành trao nhau những lời chúc tốt đẹp nhất vào dịp đầu năm như một truyền thống cao đẹp đáng quí mà tổ tiên đã lưu truyền. Tấm lòng tuy quan trọng nhưng không thể biểu hiện cho mọi người cùng thấy nếu không dùng phương tiện ngôn ngữ chuyển tải. Do vậy, tôi xin được chân thành mong chúc đến khắp đó đây lời thật tình từ con tim chánh ngữ. Dầu rằng cuộc sống trong xã hội hòa vui êm ấm hay gây gổ xích mích, đa phần cũng do từ miệng gây ra. Do vậy, ngôn ngữ phải được thốt lên một cách chân tình tự tấm lòng, nếu không sẽ thành sáo ngữ, giả dối, chẳng có ý nghĩa gì và hơn hết là không chạm vào tâm khảm người nghe. Vì nếu một khi nói ra mà không được mọi người tiếp nhận thì quả thật đáng tiếc biết dường nào.

Bước sang năm mới, chúng ta hãy thực tập hạnh ngôn từ chân thành, chánh ngữ trong bất cứ hoàn cảnh nào, vì ai đã từng đi nửa đoạn đời người thì mới thấm thía rằng, lời chân thành luôn cảm được lòng người. Chúng ta có hàng tá những người bạn thân quen quí mến nhau đến mấy mươi năm, ngẫm lại cũng do lòng chân thật đối đãi nhau mà bền chặt đến tận bây giờ. Bao sóng gió bất hòa của sự hiểu lầm, rồi cũng nhờ niệm chân thành mà hàn gắn. Theo thời gian, tình thân ấy càng thêm thắm thiết, đó là điều trân quý vô song.

Thế nhưng có những chuyện phũ phàng ở xã hội ngày nay, nhiều sự nhiễu nhương phức tạp bởi truyền thông hiện đại, tưởng gắn kết con người lại gần nhau hơn, cảm thông và yêu thương nhau nhiều hơn, thì trái lại con người (kể cả trong gia đình) có vẻ như vẫn xa thật xa nhau.

Trong một bữa cơm gia đình mà cha mẹ, con cái như bốn châu đại dương vì cha đang mải mê với những trận thể thao world cup, mẹ đang phiêu lưu trong shopping tận Paris, Luân đôn, hai đứa con có cảnh giới riêng trong game sát thủ... Phải chăng, giữa người với người không còn kết nối sự ân cần, quan tâm cho nhau? Khoa học nuôi lớn lòng vị kỷ và tôn vinh "cái tôi" lên cao ngất tận chín tầng mây, nên bao chướng ngại dễ gì khỏa lấp, chỉ vì thiếu vắng tấm lòng chân thành, niệm chân tình lợi ích cho nhau.

Ngày đầu Xuân là dịp ý nghĩa nhất để chúng ta cùng quên đi những ưu phiền, bất hòa, tiêu cực của năm cũ, xây dựng lại tình thân, vun đắp niệm từ bi qua những ngôn từ chân thành, mừng nhau thêm một tuổi và tự ý thức rằng, cuộc đời đẹp đẽ nhất vì mình đang sống để hưởng thụ một ngày xuân an lạc.

Thật ra chúng ta đang sống trong một thế giới có quá nhiều những biến động, hết nơi này bão tố, đến nơi kia cháy rừng, chiến tranh triền miên hết chỗ nọ đến chỗ kia, khủng bố, cướp giật, ôn dịch hoành hành khắp chốn, nên lòng người không khỏi xốn xang trước bao cảnh thương tâm phiền muộn. Người Việt Nam chúng ta đang sống ở Hoa Kỳ hay bất cứ quốc gia nào ngoài lãnh thổ Việt Nam cũng trĩu nặng nỗi xót thương cho kiếp nhân sinh, canh cánh bên lòng niềm khắc khoải cho quê hương đày đọa. Nơi đây, nếu có chút niềm vui nào chăng nữa thì cũng chỉ là niềm vui đang được sống trong một xã hội tự do, con cháu được quyền đi học, được quyền nói lên ý nghĩ của mình mà không sợ bóp họng, tù đày.

Một mùa xuân dân tộc lại về trong lòng người viễn xứ tha hương, mùa xuân năm ngoái đã đến và đã đi, mùa xuân năm nay tiếp tục đến và sẽ tiếp tục đi. Thời gian trôi qua, mọi thứ đều vô thường biến đổi, chỉ còn lại niềm tin cho một ngày mai quê hương tươi sáng, đất nước trường tồn, dân tình mỗi ngày một thăng hoa trên con đường tự do, dân chủ.

Kinh nghiệm thường cho thấy, sở dĩ thế giới biến động vì tâm chúng ta biến động. Nhưng giữa sự biến động không ngừng như bánh xe đang lăn bánh trên mặt đường nhựa, biết đâu thế nào đó có những sát na bỗng dưng được yên lắng an bình. Chính vào lúc đó tâm cảm thông với ý niệm rằng, thế giới chung quanh sẽ bình ổn khi nội tâm có chút khinh an.

Các thông số hệ quả về chân lý xuyên qua luật nhân quả hay còn gọi là tâm sinh tướng tức tâm chiêu cảm cảnh... luôn luôn song hành với nhau không sai chạy, các giá trị tâm linh hiển lộ mỗi ngày như bài học căn bản càng nhận thức rõ ràng và sâu sắc hơn về thế thái nhân tình luôn luôn biến dị.

Ba trăm sáu mươi lăm ngày ngược xuôi tất bật với dòng đời, giờ đây khi những nụ mai vàng bằng plastic nở rộ trong những gốc cây già sần sùi để tôn vinh truyền thống tết ta. Bánh tét, bánh chưng, kẹo, mứt, rượu nho đủ đầy, những thành viên trong gia đình quy tụ bên bàn ăn sau khi cúng rước ông bà trong tổ ấm gia đình, cùng sửa soạn đón chào năm mới với nhiều niềm vui thánh thiện. Đêm trừ tịch, lúc thời khắc giao thừa "tống cựu nghinh tân" trong tiếng pháo đì đùng giữa sân chùa rộn ràng những bước chân của đồng hương bắt đầu lên chùa lễ Phật, cầu an. Hương trầm ngào ngạt, đại hùng bảo điện uy nghi, cảnh trí phạm vũ thật trang nghiêm, thanh tịnh giữa làn khói hương quyện tỏa. Xin hãy cùng tôi lắng đọng tâm tư tưởng nhớ về ân đức tổ tiên đã để lại cho dân Việt một gia tài văn hóa thâm sâu.

Tôi thích đức Phật Di Lặc, và ngày tết cũng chính là mừng xuân Di Lặc. Hình tượng tự tại, ban vui, cứu khổ của Ngài luôn rải pháp mầu cứu độ quần sanh. Hình tượng Đức Di

Lặc Bồ tát với nụ cười hoan hỷ trên môi khiến cho ta có cảm giác vơi đi bao phiền muộn. Sự hội tụ tuyệt vời giữa thiên nhiên, văn hóa dân tộc và niềm chánh tín đã gắn kết thành điều lý thú cho cuộc đời ta thêm hương thêm hoa. Chúng ta khát vọng hướng tới tương lai với ý thức tự do và hạnh phúc qua tín ngưỡng Di Lặc phổ cập trên quê hương vì biểu trưng cho tư tưởng hòa bình, thế nên đón mừng xuân Di Lặc chính từ sự nhận thức về hành trạng và đạo lý của Đức Bồ tát hoan hỷ này, rằng đón xuân, đến chùa lễ Phật, làm các hạnh lành, quyết tâm tu tập, tiêu trừ phiền não, tai ương hoạn nạn và cầu quốc thái dân an, thế giới hòa bình, là hướng đi của chúng ta cho năm Giáp Thìn. Đây chính là quan niệm lành mạnh rất phù hợp với con đường xây dựng hạnh phúc của nhân loại thuộc thế kỷ thứ XXI.

Giờ đây khi AI (Artificial Intelligence) ra đời, thời đại mà khoa học thịnh hành, con người xu hướng vật chất mãnh liệt, giá trị đạo lý bị vùi dập, lương tâm bị ô nhiễm bởi dục vọng ích kỷ, nên giữa người với người, thậm chí đến quốc gia này với quốc gia kia thường phát sanh mâu thuẫn và oan trái, dẫn đến sự chém giết bom rơi đạn lạc. Vì lẽ đó mà Ngài Di Lặc là hiện thân cho từ bi và trí tuệ để hóa giải sầu hận trên quả đất này, không bị thù hận, lừa dối và si mê quay cuồng lôi kéo.

Đón xuân Di Lặc không chỉ đến chùa cầu sự phúc lộc cho đời sống cá nhân, mà phải phát tâm theo hạnh nguyện của Ngài là gắn bó với tha nhân, nuôi lớn lòng từ tâm và sự nhẫn nại, nỗ lực rèn luyện tâm linh giúp đời bớt khổ.

Tết Nguyên Đán chính là sự khởi đầu của năm mới cũng là lúc giao hòa giữa con người với tâm linh, giữa đất trời hội tụ, nên những ý nguyện của bản thân sẽ được trời đất thấu hiểu và phù trợ, là dịp khơi nguồn thịnh vượng cho cả mười hai tháng. Sự khởi đầu của năm mới với những cơ hội và thách thức mới, hứa hẹn bao kỳ vọng thành công và trọn vẹn hơn, cho nên dịp tết là vận may để bày tỏ lòng yêu thương hòa thuận, đến với nhau bằng những lời chúc phúc, tốt đẹp thân tình nhất.

Dịp lễ tết người ta sẽ hạn chế la rầy, cãi vã trong gia đình để tạo bầu không khí hòa thuận, yêu thương, ấm áp cho nhau nên ta phải trân trọng và tuân thủ, mong muốn suốt mười hai tháng có nhiều yêu thương, tình cảm dồi dào dành cho các thành viên trong gia đình càng thêm nồng ấm, mọi người cùng chào đón những điều thánh thiện, tươi đẹp, lạc quan nhất trong năm mới. Thêm vào đó, hãy tập rải tâm từ đến tất cả chúng sanh vì khi mình được an vui, mong chúng sanh được an vui như mình. Ta không ép uổng cùng ai, mong rằng chúng sanh cũng không ai ép uổng kẻ khác, nghĩa là xin những người lớn đừng hiếp kẻ nhỏ, người mạnh đừng hiếp kẻ yếu, người giàu sang đừng hiếp kẻ nghèo khó. Khi ta không có nạn khổ nơi thân tâm, thì ngày đầu năm cũng xin mong rằng chúng sanh không có nạn khổ ở thân tâm như mình, ta luôn được cẩn phòng an vui, mong rằng chúng sanh cũng luôn được cẩn phòng an vui và hạnh phúc trong công việc thiện lành.

Suốt tuần qua, bầu trời California đen nghịt bởi mây che ánh sáng mặt trời. Mưa dầm dề, những hạt mưa liên tục không ngớt. Bầu trời buồn vươn lên khoé mắt của những ngày cuối năm con mèo như luyến lưu tiếc nuối điều chi. Một trăm năm trong đời người ta mà cứ mải mê xoay quanh cơm áo gạo tiền, nhà cao cửa rộng thì ôi thôi, có gì phải viết lên đây? Tuy vậy, trong số chúng ta, tất cả mọi người đều ý thức rõ rằng thời gian không ngừng lại, cảnh vật cứ thế mà xoay vần, tuần hoàn vũ trụ, cũng không ngoài sự luân chuyển của âm dương. Xuân sanh, hạ trưởng, thu liễm, đông tàn là lẽ dĩ nhiên của trời đất mà ta quên đi cái nguyên lý cốt lõi đó thì uổng tiếc cho đời người trên trần gian!

Vừa rồi, sau trận bão mạnh nhất trong vòng một trăm năm qua, thời tiết đã để lại những hậu quả gì? Cây cối ngã đổ, đường sá cầu cống tan tành, đèn đường xiêu vẹo và cây gãy đè chết nhiều nạn nhân, chính là bài học vô thường, quốc độ nguy thúy, có gì bền chắc đâu? Ấy vậy mà có người ôm ấp cơn giận đến ngàn năm chưa nguôi ngoai. Ngày tháng phù du bay nhanh thế, vì thời gian như nước trôi qua cầu, nếu mình đứng đó thì sẽ bị đẩy lùi về dĩ vãng mù mịt khói mây. Cho nên tân niên phải làm mới cho bộ óc tiến bộ, tam nghiệp phải cần rà soát hằng đêm để đi vào tương lai với hành trang của trí tuệ và từ bi.

Nước nào cũng có ngày đầu năm, ngày tết của dân tộc đó. Người Âu Mỹ có tết dương lịch, cột mốc cho năm tháng ngày giờ để lãnh lương, trả paycheck. Còn người Việt Nam thì khác lắm, nó là sự thiêng liêng giữa âm dương giao hòa, người còn kẻ mất và nhớ về cội nguồn nơi tổ tiên, ông bà và quê hương mồ mả. Do đó dù sống trong hoàn cảnh nào đi nữa, mỗi năm ngày Tết đến đều mang theo bao hoài niệm vốn luân lưu trong dòng máu Lạc Hồng. Chúng ta dễ gì quên được sự tích bánh giầy bánh chưng, rồi bánh tét, mứt gừng, quần là áo lượt cùng nhau đến chùa ngày đầu xuân. Ai ai cũng chọn lời chúc Tết đến ông bà, thầy cô, cha mẹ, với những lời hay ý đẹp trong truyền thống văn hóa ngàn đời, tận tình trao cho nhau lời chúc tụng đầu năm.

Có lẽ mùa xuân đồng nghĩa với sự an lạc, xa rời những phiền não khổ đau. Đón xuân Di Lặc an hòa, gởi niềm tin vào mùa xuân mong được ấm no, hạnh phúc. Đó là cách nghĩ thông thường, nhưng thực tế an lạc hay khổ đau tùy ở lòng người, vì cảm thức của mỗi cá nhân đều vô cùng khác biệt, nên cụ Nguyễn Du từng thốt lên rằng: "Người buồn, cảnh có vui đâu bao giờ."

Cho nên, năm nay chúng ta quyết thực tập để giảm sự tham lam, sân hận và si mê. Còn ba chất độc đó quá nhiều trong máu huyết thì xuân có đến cũng không thanh thản, an nhàn. Ngược lại, trong tâm không có ba độc, chấp ngã, tự cao, kiêu mạn thì thu đông lạnh lẽo cũng vẫn thấy an lạc, vui tươi. Chính vì thế mà tham, sân, si sinh khởi thì lòng người không có mùa xuân. Một khi nó đoạn diệt thì lòng người mãi mãi là nơi trăm hoa đua nở.

Chúng ta yêu mến cái đẹp, cái thiện lành, nên trước mùa xuân của đất trời thay da đổi thịt thì lòng mình không kiềm được sự rung động bồi hồi. Ai từng xa quê hương vạn nẻo trùng dương mà không từng hồi hộp khi nghe tiếng pháo mừng đón phút giao thừa. Xin hãy lắng lòng cho những ưu tư, phiền muộn, những lo lắng nhọc nhằn như cũng tiêu tan, nhường chỗ cho những niềm vui hoan hỉ bên người thân, bè bạn, đất trời và niềm chánh tín.

Ôi chao, phút giây như ngừng trôi trong ngày đầu xuân nhật, không khí tươi vui của đất trời như đang lan truyền sang tâm khảm của muôn loài chúng sanh. Xin sự an vui hạnh phúc này mang cho họ những cảm xúc thân tình, phúc lạc và hoan hỷ cùng sơn hà thiên địa, thông cảm từ chánh tâm, thành ý trong một bọc trăm trứng đồng bào.

Chúc Mừng Xuân An Lạc.

TÌNH YÊU ĐÍCH THỰC VALENTINE

Sau ngày tết Nguyên đán năm Giáp Thìn, trời California vẫn còn nắng ấm, dù ánh thái dương không đến nổi thiêu đốt da người. Những cái mùng một, mùng hai, mùng ba ra Giêng với ánh nắng đầu tiên trong ngày biểu tượng của sự bắt đầu, của sự sống, của sự hy vọng, với tôi là ánh nắng của sự tươi đẹp, thanh khiết mang đầy sự yêu thương và nụ cười. Thung lũng hoa vàng với lớp cỏ non xanh mướt phủ kín chân đồi, vầng thái dương buổi bình minh ngày tết có đủ các màu đỏ, cam, vàng, xanh, lam, chàm, tím tạo nên những cảnh quan tuyệt đẹp và thơ mộng ngút ngàn tầm mắt khi lái xe trên Freeway 680, lung linh huyền ảo như một lớp màng mỏng bao phủ lên chồi non, ngọn thông, mái nhà hay cả những dinh thự nguy nga cùng một màu sương khói.

Sương khuya còn đọng trên những chiếc lá xanh non ướt át, long lanh và tinh khiết. Bình minh ở đâu cũng vậy, nhưng nơi đây với tâm trạng bình yên nên những bông hoa vàng rực của Silicon Valley trên đồng nở rộ và thơm ngát khiến cho đàn chim én, chim sẻ, những hồng hạc, cánh cò bay lưng trời, đua hót líu lo như ca tụng sức sống của một ngày mới thanh bình.

Tôi lái xe từ phía bắc trên xa lộ 680, băng qua sườn đồi Foothill hướng về thành phố vùng nam San Jose, khi ánh nắng xuất hiện vào lúc bình minh. Trái đất như được đánh thức từ giấc ngủ đêm, từng vệt sáng màu nhạt trên bầu trời ửng hồng xuyên qua cửa kính xe tuyệt đẹp của thời khắc từ đêm sang ngày. Những tia sáng như nở rộ từ phương đông vươn chùm nắng nhẹ dịu mát lên phía tây rồi lan tràn vào hoàn vũ đang xoay, mang theo sự ấm áp và hy vọng. Hai bên đường, khi tia nắng đầu tiên chạm vào đồng cỏ bát ngát trải kín sườn đồi làm cho thảm thực vật non xanh và các ngọn cây bừng nở trong ánh sáng vàng tươi ấm áp, trở nên đẹp hơn cùng vạn vật chuyển mình sống động. Bóng râm dài và sắc nét chạy theo đuôi xe làm nổi bật chi tiết và màu thật của quang cảnh chung quanh. Ôi! Vẻ đẹp của đất trời đầy cảm hứng, kỳ diệu và tĩnh lặng. Đó là khoảnh khắc trong tôi khi vừa lái xe vừa tận hưởng từng sát na bình yên của tự nhiên tạo hóa ban tặng.

Hôm nay là ngày lễ tình nhân, lễ Valentine Mười Bốn Tháng Hai hằng năm, là ngày dành cho những đôi uyên ương yêu thương và tôn vinh tình yêu. Tuy nhiên, nó cũng là ngày nhắc nhở mình nhớ đến những người thân, bạn bè, những ân nhân đã hơn một lần tặng mình nụ cười thân ái. Ngày Valentine này dường như cả thế giới tôn vinh tình duyên đôi lứa, và bày tỏ tình yêu đối với nửa kia trong ý nghĩa riêng tư, bởi nguồn gốc của ngày lễ Tình nhân không phải gồm toàn hoa hồng, chocolate và những tấm thiệp tràn đầy yêu thương, mà bắt nguồn từ câu chuyện bi ai cùng sự hy sinh cao cả để bảo vệ quyền được yêu của con người.

Theo truyền thuyết phổ biến nhất, Valentine là tên một Linh mục dưới thời Hoàng đế La Mã Claudius II. Vào thế kỷ III thì đế quốc La Mã với tham vọng bành trướng đã tạo ra nhiều cuộc chiến tranh đẫm máu tàn khốc, bao nhiêu sinh mạng bị hủy hoại và người dân ngày càng sợ phải đi lính chống những quốc gia yếu thế. Do vậy mà nhà cầm quyền gặp khó khăn khi chiêu binh, vì đàn ông trên khắp đế quốc chẳng ai muốn rời xa gia đình hay người yêu. Vua La Mã cho rằng tình yêu và hôn nhân là nguyên nhân chính khiến đàn ông không muốn ra chiến trường nên triều đình ra lệnh cấm tổ chức đám cưới hay lễ đính hôn.

Tuy vậy, Linh mục Valentine vẫn quyết tâm cử hành hôn lễ cho rất nhiều cặp vợ chồng trẻ trong nghi thức được tiến hành bí mật và đơn sơ. Nhưng cuối cùng sự việc vẫn bị phát giác, Linh mục Valentine bị bắt và kết án tử hình, đưa lên đoạn đầu đài vào ngày 14 tháng 2 năm 270 Tây lịch.

Xuyên suốt bao thế hệ, cứ đến ngày này thì hóa thành tục lệ, bởi thông điệp tình yêu qua sự hy sinh thân mạng của Linh mục Valentine chứng tỏ không một thế lực nào ngăn cản nổi con tim. Hàng nghìn năm qua, các cặp tình nhân, vợ chồng hay những người thân yêu quý trọng thường kỷ niệm ngày này bằng cách gửi lời chúc, tặng cho nhau những món quà truyền thống như hoa hồng và kẹo chocolate đến người yêu thương.

Thật vậy, tình yêu luôn là tình cảm thiêng liêng và quan trọng trong cuộc đời mỗi chúng ta. Nó hình thành một gia đình hòa thuận và làm nền tảng cho xã hội phát triển, yêu thương. Từ xưa đến nay thì tình yêu, tình cảm nam nữ luôn là chủ đề được nhiều người quan tâm, nhất là tuổi mới lớn, tuổi ban mai của bình minh nắng đẹp thì có bạn trẻ nào mà chẳng yêu và khao khát được yêu.

Nhưng tại sao gia tài đầu tư bằng con tim đó cứ dễ mắc sai lầm khi bước vào con đường tình duyên? Con số thống kê trong xã hội Hoa Kỳ cho thấy, những sự đổ vỡ, tan hàng gãy gánh, ly dị lên đến trên năm mươi phần trăm. Như vậy thì Valentine có nghĩa lý gì và chúng ta có thật sự hiểu rõ bản chất của tình yêu hay chưa? Làm sao để có được sự trọn vẹn hạnh phúc, trọn vẹn thương yêu như thông điệp ngày lễ tình nhân, rằng hy sinh cái chết để bảo vệ tình yêu thật sự?

Tình yêu nào cũng long lanh như giọt sương mai, đẹp, tinh khiết và thánh thiện. Tuy nhiên, sự thật là nếu mình chưa đủ hiểu biết, hay nói cách khác là đang tự đánh lừa mình, thì chúng ta không thể có tình yêu đích thực. Mặc dù tự nó là biểu tượng cho cái đẹp, nhưng một khi mình không thể cảm nhận được cái đẹp ấy thì tình yêu trở thành nỗi bất hạnh, nỗi khổ đeo mang. Cho nên dù có vừa đẹp mà vừa khổ thì cơ bản là không thể mỹ miều để ca ngợi tình yêu. Cái không hoàn mỹ đó từ sự chung sống mà đôi bên không còn tôn trọng, suốt ngày chì chiết lẫn nhau đi đến bất đồng quan điểm, nóng nảy, không kiềm chế được bản năng, thượng cẳng chân, hạ cẳng tay, ra tòa ly dị.

Bên cạnh cái tiêu cực không hoàn mỹ đó cũng chỉ vì "cái tôi" to đùng. "Tôi" là cái rún của vũ trụ, nên buộc đối phương phải tuân thủ, không chấp nhận bị phản bội hay không có thời gian cho nhau và hàng nghìn lý do khách quan khác chen vào. Rốt cuộc, điều làm cho mình không toại nguyện đâu phải là tình yêu, mà nó đến từ những điều chấp ngã, không có khả năng hòa hợp từ những chuyện nhỏ nhặt.

Như vậy thì ngày Valentine chính là ngày của tình yêu đích thực, là thứ mang lại hạnh phúc cho cả đôi bên. Ngược lại, nếu nó không đem lại hạnh phúc cho đôi tình nhân thì đó chưa phải là tình yêu đích thực.

Bây giờ mình phải quán chiếu từ gốc rễ của nỗi bất hạnh vừa nêu. Khi đang yêu say đắm thì bao dung, hy sinh cho nhau và muốn cho nửa phần còn lại được vui vẻ, nhẹ nhàng, thỏai mái, nên đức hy sinh nhường nhịn, từ đó miễn nhiễm với những điều trái ý nghịch lòng, chín bỏ làm mười, vì tình yêu đang bay bổng và thăng hoa lên tận trời xanh thì hạnh phúc vô biên. Tuy nhiên, một lúc nào đó khi giận hờn, ghen tuông là nỗi khổ xuất hiện, vì nó đến từ sự bám chấp vào người ta yêu. Mình tiết ra một độc tố ngã chấp, cái gì cũng phải vừa ý mình, tuân thủ mình, thuận theo những quyết định của mình, không được rời xa mình... Bởi có nhiều sự bám chấp nặng nề như thế nên sản sinh ra sự đau khổ triền miên.

Từ những oan trái ấy chúng ta có thể thấy, một tình yêu đích thực phải dựa trên căn bản của lòng tôn trọng, quan tâm lẫn nhau, đối thoại thật chân tình, cởi mở và kiên nhẫn lắng nghe ý kiến của phía bên kia, để cùng xây dựng một mối tình lâu dài dựa trên lòng biết ơn chân thành.

Tình yêu không bao giờ đủ nếu thiếu trách nhiệm và lòng tin, thật tình đối đãi như người bạn tri âm. Chính chúng ta cũng chưa hiểu nổi chính mình thì người kia có cả một bầu trời bí mật làm sao hiểu hết cho được? Do vậy, đừng khư khư cho rằng mình biết tất cả về đối tượng của mình, vì cả hai người đã ở bên nhau suốt nhiều tháng năm. Nếu mình ý thức rằng đối tượng vẫn là một bí mật thì mình sẽ tiếp tục lưu tâm, để ý đến người ấy, vì sự quan tâm muốn tìm hiểu đối tượng này là chìa khóa đưa đến một mối quan hệ vững bền.

Hơn nữa, sự tin tưởng lẫn nhau vô cùng quan trọng nên cần được xây đắp bởi cả hai đối tượng, bằng cách quan tâm đến nhau và có bổn phận thực hiện những lời hứa đã nói ra. Đồng sự là cả hai cùng làm việc, chăm lo gia đình và nuôi dạy con cái một cách công bằng, với sự đồng ý của vợ lẫn chồng, tránh làm những việc phải che giấu, thực tập lòng biết ơn và xin lỗi nếu có, cũng như tấm lòng luôn bao dung và tha thứ. Trong tình yêu nên biết rằng, tha thứ không có nghĩa là buộc ta chấp nhận hành động của đối phương mà chính xác nhất là để cho lòng sân hận của mình vơi xuống, qua đi.

Có hiểu mới có thương, tình yêu phải làm bằng sự hiểu biết vì không hiểu, không thể thương yêu sâu sắc, thương yêu đích thực. Hiểu chính là nền tảng của tình thương. Tám tỷ người trên thế gian này thì mỗi người có những nỗi niềm, khổ đau, sầu muộn riêng biệt, cho nên khi có nửa bên kia chung sống mà không hiểu, sẽ không thương được mà giận hờn, trách móc phát triển liên miên. Ngay cả mình có tình thương dạt dào mà không hiểu về đối tượng được thương thì mình sẽ làm người đó ngột ngạt, khổ đau và tù túng.

Trong Phật giáo có bốn yếu tố của tình yêu, đó là tâm từ, tâm bi, tâm hỉ và tâm xả. Tâm từ là khả năng hiến tặng hạnh phúc cho người mình yêu, cho nên tình thương mà không đem đến hạnh phúc cho người yêu, tất nhiên không phải là tình thương đích thực. Chữ đích thực này phải hiểu là mình làm cho người ta hạnh phúc trong từng hơi thở bình an. Tâm bi là khả năng người ấy lấy bớt nỗi khổ ra khỏi con người mình. Người yêu mình phải là người biết sẻ chia, thấu hiểu, cảm thông, biết xoa dịu, làm vơi bớt nỗi khổ của mình trong cuộc đời. Tâm hỉ là niềm vui, tình yêu chân thật phải làm cho cả hai đều an vui, cả gia đình cùng hạnh phúc và tâm xả là không phân biệt vì người mình yêu thương có khó khăn thì khó khăn đó cũng cần cùng nhau gánh vác, không đổ thừa, phủi tay trước niềm đau riêng của nửa bên kia.

Xin mượn một câu chuyện có thật mà tôi từng được biết để minh họa cho những ý tưởng này.

***

Khi lập gia đình, Hương không ngờ mình lại gặp một người mẹ chồng khó tính dễ sợ như vậy. Từ khi Hương kết hôn với Tâm, mẹ chồng chưa từng xem trọng cô, ngày nào cũng nói những lời khó nghe. Hương chỉ biết khóc. Nhiều người khuyên Hương rằng mẹ chồng cô về hưu rảnh rỗi không có việc gì làm, cô cứ sinh một thằng bé kháu khỉnh, bà ấy trông cháu thì sẽ không phàn nàn cô nữa. Về phần mẹ chồng, bà luôn gây áp lực Hương, lúc nào cũng hỏi rằng khi nào thì sinh cháu, kết hôn đã mấy năm rồi mà chẳng thấy động tĩnh gì cả. Thậm chí còn những câu khó nghe như: "Nuôi gà còn có thể đẻ trứng, lấy một cô vợ về mà chẳng chịu sinh cháu, thế thì thà nuôi một con gà mái tốt hơn."

Chồng Hương, Tâm khuyên mẹ mình: "Mẹ ơi! Bọn con bận công việc, tạm thời chưa muốn sinh con!" Mẹ chồng lại gắt gỏng: "Đã 30 tuổi đầu rồi còn bận đến khi nào đây?" Thật ra không phải hai vợ chồng không muốn sinh con, họ rất muốn nhưng Hương vẫn chưa mang thai, nay đã 30 tuổi rồi, không thể dùng mãi cái lý do bận công việc để thoái thác vụ sinh nở.

Mẹ chồng nói: "Đến bệnh viện mà khám đi, khéo lại bị bệnh gì đấy!" Bà nghi ngờ Hương có bệnh, bởi Tâm khỏe mạnh như thế, không có vẻ bệnh tật gì cả. Kết quả kiểm tra ngoài dự kiến của Hương, thì ra người bị bệnh là Tâm. Khi biết được điều này, Hương đã gào khóc lớn, rất nhiều năm trôi qua Hương đã chịu biết bao nhiêu tủi nhục. Hương oán giận đánh vào lưng anh: "Đều tại anh, mẹ anh còn mắng tôi, lời khó nghe gì cũng đều nói ra hết cả!" Tâm lặng lẽ rơi nước mắt, không nói câu nào.

Về đến nhà, Hương đẩy cửa vào nhà trước, mẹ chồng nói: "Sao lại khóc lóc thế kia? Ai nợ tiền cô hả? Ôi dào, tôi hiểu rồi, khám ra là cô có bệnh rồi chứ gì?" Bình thường vì nghi ngờ việc không có con là do mình nên Hương thấy tự ti trước mặt mẹ chồng, khi bà nói những lời khó nghe cô chưa từng dám đáp trả. Nhưng lần này, Hương lại hét lớn: "Ai có bệnh chứ? Có mẹ bị bệnh ấy!" Nói xong, cô đẩy cửa đi vào phòng ngủ.

Mẹ chồng ngây ra, bà hỏi con trai vừa đi vào sau: "Chuyện gì đây?"

Anh nói: "Mẹ, có kết quả kiểm tra rồi, là do con ạ!" Bà không tin, bắt anh phải cho xem kết quả kiểm tra. Nghe vậy, anh nói: "Mẹ xem cũng có hiểu gì đâu ạ!" Bà lại nói: "Thì mẹ tìm người nào hiểu xem hộ!" Tâm nói: "Chuyện này có gì hay sao mà còn đem kể cho người khác. Con xé và ném vào nhà vệ sinh ở bệnh viện rồi."

Bà nghe thế khóc lóc nói, dù tốn bao nhiêu tiền cũng phải chữa cho bằng được. Bà mẹ không cam lòng, đi hỏi thăm những nơi chữa vô sinh bằng Đông y, rồi đi lấy thuốc ngày nào cũng bắt anh uống những chén thuốc đắng nghét. Vậy mà vợ chồng anh mãi chẳng có động tĩnh gì. Bà mẹ chồng cuối cùng cũng từ bỏ.

Có lần, Hương nói với chồng mình muốn ly hôn. Anh không đồng ý, nói: "Anh bị bệnh nào, sẽ không có ai chịu lấy anh cả. Em nhẫn tâm bỏ anh như vậy sao? Hay là chúng ta nhận con nuôi nhé?" Hương cũng nói với Tâm, cô yêu anh, nếu thật sự phải ly hôn Hương cũng không nỡ, đó chỉ là lời nói khi tức giận thôi. Thế là họ nhận nuôi một bé trai, mẹ chồng rất cố gắng giúp họ chăm con. Thái độ của mẹ chồng đối với Hương cũng thay đổi hẳn. Mỗi ngày khi Hương tan sở, mẹ chồng đều hỏi han, khi Hương bị bệnh bà chăm sóc từng chút, bưng cơm rót nước tận phòng.

Dần dần, Hương không còn oán giận mẹ chồng nữa, con trai họ cũng rất thông minh, ngoan ngoãn. Đôi khi Hương nghĩ như thế này cũng rất tốt. Nếu Tâm không bị vô sinh, mẹ chồng chắc hẳn vẫn còn khó chịu với Hương như lúc ban đầu, như vậy thì Hương sẽ rất khó lựa chọn. Hương và chồng đến với nhau bằng tình yêu đích thực, nên ly hôn thì Hương không nỡ, còn nếu không ly hôn thì Hương lại không chịu nổi tính khí của mẹ chồng.

Đã nhiều năm trôi qua, con trai họ đã lên đại học, mẹ chồng cũng qua đời rồi. Một ngày nọ, Hương dọn dẹp tủ và phát hiện ra tờ kết quả kiểm tra đã ố vàng trong một tập hồ sơ cũ. Hương mở ra xem, mặt Hương biến sắc, lập tức cầm đi hỏi chồng.

Tâm nói: "Đúng vậy, anh đã nói dối. Khi đó kết quả là em bị bệnh!" Hương kinh ngạc hỏi Tâm: "Tại sao anh lại làm như vậy?" Tâm mỉm cười nói: "Em thể hiện thái độ tự tin trước mặt mẹ anh là vì em cho rằng người bị vô sinh là anh. Nếu anh nói sự thật với em thì em sẽ không còn mặt mũi nào nữa. Mẹ anh là người thông minh, bà sẽ nhìn ra được ngay."

Thì ra là vậy! Hương ôm chầm lấy anh, không nói nên lời. Nước mắt Hương tuôn rơi như mưa... Yêu không phải chỉ là những lời nói ra ngoài miệng, tình yêu hy sinh thầm lặng mới là tình yêu đích thực!

***

Giọt nắng lung linh như hòa tan niềm hạnh phúc vào bầu trời trong xanh của ngày Valentine trên sườn đồi Alum Rock giữa thung lũng hoa vàng. Tôi dừng xe lại trước Lisa Flower mua một bó hoa hồng tươi thắm để thương tặng và cám ơn người tôi yêu quý. Happy Valentine!

www.ingramcontent.com/pod-product-compliance
Lightning Source LLC
LaVergne TN
LVHW090228051026
849517LV00001B/223